अत्यंत प्रेरणादायी... तिबेटमध्ये एक पाश्चिमात्य व्यक्ती म्हणून वावरताना त्या भूमिकेची सखोल समज टेनबर्केन यांनी दाखवली आहे.

– वॉशिंग्टन पोस्ट बुक वर्ल्ड

प्रभावी. हलवून सोडणारे. स्वकरुणा आणि भावनांच्या आवेगापासून स्वतःला दूर राखत तरतरी देणारे पुस्तक.

– कर्कस रिव्ह्यूज

तिबेटमधील अंध मुलांच्या आयुष्यात आशेचा किरण आणणाऱ्या, लढाऊ वृत्तीच्या तरुण, अंध स्त्री सॅब्रिएची प्रेरणादायक कहाणी. तिचा हा लढा आधी स्वतःच्या अपंगत्वाशी, अंधत्वाशी मग तिला पावलोपावली दया दाखवणाऱ्या समाजाशी आणि सर्वांत शेवटी आपल्या घरापासून कोसो दूर असलेल्या देशातील कर्मठ अंधश्रद्धाळू समाजाशी.

— साप्ताहिक सकाळ, २७ मार्च २०१०

'तिबेटच्या वाटेवर...' हे सॅब्रिए यांनी केलेले अनुभवकथन आहे. आपल्या अंधत्वाचा बाऊ न करता तिचे जास्त लक्ष आहे तो तिबेटमधील नैसर्गिक परिस्थितीमुळे मोठ्या प्रमाणात आलेल्या अंधत्वाकडे, रोजच्या व्यवहारापासून दूर ठेवणाऱ्या समाजाकडे, असहायतेने जगणाऱ्या मुलांकडे.

— सामना, ५-०१-२०१४

आपल्या स्नेहीजनांना पुस्तके भेट द्या

तिबेटच्या वाटेवर...

तिबेटमधील अंध मुलांच्या आयुष्यात आशेचा किरण आणणाऱ्या
तरुण, अंध स्त्रीची प्रेरणादायक कहाणी

लेखक

सॅब्रिए टेनबर्केन

अनुवाद

वन्दना अत्रे

मेहता पब्लिशिंग हाऊस

✆ +91 020-24476924 / 24460313 / Mob. No. 9545000513

Email : production@mehtapublishinghouse.com

Website : www.mehtapublishinghouse.com

MY PATH LEADS TO TIBET by SABRIYE TENBERKEN

Originally Published in the German Language, as "Mein Weg führt nach Tibet. Die blinden Kinder von Lhasa" by Sabriye Tenberken

Translated into Marathi Language by Vandana Atre

तिबेटच्या वाटेवर... / अनुवादित अनुभवकथन

अनुवाद : वन्दना अत्रे

Email : author@mehtapublishinghouse.com

प्रकाशक : सुनील अनिल मेहता

प्रकाशक : मेहता पब्लिशिंग हाऊस प्रा. लि.,
१९४१, सदाशिव पेठ, पुणे ४११ ०३०.

मुद्रक : ट्रिनिटी ॲकॅडमी फॉर कॉर्पोरेट ट्रेनिंग लिमिटेड

मुखपृष्ठ : चंद्रमोहन कुलकर्णी

प्रकाशनकाल : ४ नोव्हेंबर, २०१३ / पुनर्मुद्रण : जुलै, २०२३

किंमत : ₹ ४००

P Book ISBN 9788184985160

‘टार्गेट फॉर आइज’चा संस्थापक,
पराक्रमी लढवय्या फ्रान्स व्हॅन बेन्नेकोम
याच्या स्मृतीला समर्पित

या पुस्तकातील काही व्यक्तींची नावे, त्यांची ओळख उघड होऊ नये यासाठी बदलण्यात आली आहेत.

मनोगत

ही कहाणी एका लढाऊ युवतीची. तिचा हा लढा आधी स्वत:च्या अपंगत्वाशी, अंधत्वाशी. मग तिला पावलोपावली दया दाखवणाऱ्या समाजाशी आणि सर्वांत शेवटी, आपल्या घरापासून कोसो दूर असलेल्या देशातील कर्मठ, अंधश्रद्धाळू समाजाशी. स्वत:च्या अंधत्वावर मात करीत वैयक्तिक उत्कर्षाची स्वप्न बघणे तुलनेने खूप सोपे वाटावे, असे मोठे स्वप्न बघणाऱ्या सॅब्रिएची कहाणी प्रथमदर्शनी अविश्वसनीय वाटावी अशी आहे. ज्या हिमालयातील थंड, निष्ठुर शिखरांची आणि तशाच क्रूर खाईंची डोळस माणसांना दहशत वाटते, त्या हिमालयात ही अंध स्त्री सहजतेने फिरते. तेही पर्यटन म्हणून नव्हे, तर अंध, असाहाय्य मुलांचा शोध घेत! आपल्या अपंगत्वाचा बाऊ न करता, ते सहजतेने स्वीकारून जगण्याला एक विशाल उद्दिष्ट देणारी सॅब्रिएची कहाणी वाचताना एक बाब सतत जाणवत होती, या पुस्तकात जे लिहिले आहे त्यापेक्षा हा संघर्ष कितीतरी पटीने तीव्र असणार. समोर येणाऱ्या अडचणी, पदोपदी निसर्गाने केलेला असहकार याविषयी लिहिताना तिची लेखणी अनेकवेळा खूप सौम्य होते, मितभाषी होते. कारण तिला स्वत:च्या कर्तबगारीचा डंका पिटायचा नाहीय. तिला लक्ष वेधायचे आहे, तिबेटमध्ये तेथील नैसर्गिक परिस्थितीमुळे मोठ्या प्रमाणात असलेल्या अंधत्वाकडे; या अंध मुलांना रोजच्या व्यवहारापासून दूर ठेवणाऱ्या समाजाकडे आणि त्यामुळे असाहाय्य जीवन जगावे लागणाऱ्या मुलांकडे! तिबेटमध्ये अंध मुलांसाठी शाळा उघडणाऱ्या सॅब्रिएने आता भारतात त्रिवेंद्रममध्ये जगभरातील अंध प्रौढांसाठी सुरू केलेले 'कांथारी' हे

आगळे व्यवसाय केंद्र हा तिच्या भविष्यवेधी दृष्टिकोनाचा एक उत्तम नमुना म्हणावा लागेल. या निसर्गरम्य, पर्यावरणस्नेही वास्तूत सॅब्रिए आणि पॉलला भेटणे, त्यांच्याशी गप्पा मारणे हा माझ्या आयुष्यातील एक रसरशीत अनुभव होता. हे पुस्तक कोणासाठी आहे? आयुष्याबद्दल सतत कुरकुर करणाऱ्या आणि भोवतालच्या व्यवस्थेला सतत नाक मुरडणाऱ्यांना कदाचित या पुस्तकाकडून काहीही मिळणार नाही. कारण नकाराचे ओझे त्यासाठी मानेवरून उतरवावे लागेल. पण समोर येणारे आयुष्य ज्यांना नेहमीच वेगळे आणि आव्हानात्मक वाटते, त्यांना या पुस्तकातून भरपूर प्राणशक्ती मिळेल. अशा सर्वांना मी हे पुस्तक अर्पण करते आहे!

सॅब्रिएइतकेच आव्हानात्मक आयुष्य नर्मदेच्या किनारी जगणारी माझी मैत्रीण भारती ठाकूर हिला हा अनुवाद बघताना सर्वाधिक आनंद होईल. मी हा अनुवाद करावा हा तिचा आग्रह या ना त्या निमित्ताने ती सतत माझ्यापर्यंत पोहोचवत होती.

आणि आभार सुनील मेहतांचे. पुस्तकाचा आशय सांगणारा माझा एक ई-मेल अनुवादाची संमती देण्यासाठी पुरेसा होता!

वन्दना अत्रे

९९६०८००२५८

vratre@gmail.com

१

"**केल्सांग** मेटो, केल्सांग मेटो..."

खालून कोणीतरी ओरडत होते. मी माझ्या घोड्याला पुढे दामटले. अतिशय आत्मविश्वास असलेल्या आणि शांत डोक्याच्या त्या घोड्याने आपल्या टाचा तडफेने त्या दगडी उतारावर टेकवल्या. पुढे जाण्यासाठी नीट रस्ता नव्हता, त्यामुळे वेळोवेळी त्याला थांबावे लागत होते. जणूकाही कोणत्या दगडावर पाय ठेवणे सर्वांत सुरक्षित आहे हे तो तपासून बघत होता.

"केल्सांग मेटो! परत फिरा." दूरवरून ऐकू येणाऱ्या त्या आवाजात कमालीचे भय होते, पण तरीही मला परत जायचे नव्हते. आणि घोड्याच्या एकाग्रतेत व्यत्यय आणायला नको, असेही आम्हाला प्रकर्षाने वाटत होते. कारण परतीची वाट अधिक धोकादायक असण्याची शक्यता होती. आमच्या अंगावर वरून दगड पडत होते आणि ते चुकविण्यासाठी माझा घोडा धोकादायक कसरती करीत होता. तो एक लहानखुरा, पर्वतामध्ये जन्माला आलेला आणि पर्वतामध्ये जडणघडण झालेला घोडा होता. पर्वतारोहणात अतिशय वाकबगार असलेला. पण या घोड्याबाबत मला एक इशाराही मिळाला होता. आणि तो म्हणजे, तो अतिशय आक्रमक होता आणि त्याच्या पाठीवर बसलेल्या स्वाराला उडवून लावण्यात वाकबगार होता. पण मीही या सैतानावर स्वार होण्याचा निर्धार केला होता. आता मी खूश होते, नागपो नावाचा हा काळा घोडा खूप शांत आणि एकाग्र झाला होता. अतिशय लहरी आणि हाताळायला अवघड असा लौकिक असलेल्या घोड्यांनाही हाताळण्याचे शिक्षण मी लहानपणी घेतले होते. घोडा हा फार संवेदनशील आणि हुशार प्राणी आहे, हेही या अनुभवात मला समजले असल्याने त्याच्यावर बिनदिक्कतपणे विश्वास टाकायला हरकत नाही अशा निष्कर्षाला मी आले होते.

"केल्सांग मेटो" खालून पुन्हा आवाज आला. "वादळ येतेय, आपण ती खिंड ओलांडू शकत नाही."

"आपल्याला ती ओलांडावीच लागेल. पलीकडच्या बाजूला एक गाव आहे.

तिथे आपल्याला नक्की आश्रय मिळेल.'' मी उत्तरले. जोरदार वादळ येत असल्याचा इशारा आम्हाला एका शेतकऱ्याने दिला होता. शक्य तेवढ्या लवकर पुढील खेड्यात पोचण्याचा प्रयत्न करावा, असेही त्याने सुचविले होते. खिंडीच्या या बाजूला, मुक्कामासाठी आम्हाला मोठ्या खडकाभोवती उगवलेल्या गवताचाच काय तो आधार होता, पण रात्री संरक्षण मिळण्याची कोणतीही सोय तेथे नव्हती. आमचे बोलणे सुरू असेपर्यंत नागपो क्षणभर थांबला. मग मी त्याला हलकेच 'चल पुढे' असे म्हणताच तो पुढे निघाला. पाच दिवस मी या घोड्याच्या पाठीवर काढले होते आणि त्या दरम्यान आम्ही दोघांनी आमची एक भाषा निश्चित केली होती. त्यामुळे मला छडी किंवा चाबूक वापरण्याची गरज पडत नव्हती. लगाम खेचणे किंवा माझ्या मांड्या आवळून त्याला इशारा देण्याचीही आता गरज नव्हती. नेमक्या शब्दात हुकूम देणे आणि त्याच्या पाठीवरील माझ्या वजनाची अदलाबदल एवढे पुरेसे होते.

एकाएकी वाऱ्याचा वेग वाढला. भणाणता वारा आमच्या कानांवर आदळू लागला, घोड्याच्या खोगिराच्या बाजूला बांधलेल्या सामानाला झोंबू लागला. दर मिनिटागणिक त्याची तीव्रता वाढत होती, वादळ आता फार दूर नाही याचाच इशारा जणू हा वारा देत होता. सुदैवाने आमच्या मागून येणाऱ्या वाऱ्याच्या लाटा मात्र फारशा धोकादायक वाटत नव्हत्या. त्या आम्हाला पर्वतापासून दूर ढकलण्याचा प्रयत्न करीत होत्या.

थोड्याच वेळात, ही खिंड ओलांडण्याचा धोका पत्करण्याचा निर्णय घेतलेल्या माझ्या अन्य सहकाऱ्यांची चाहूल लागली. त्यांनी टाकलेल्या धापांचा आवाज ऐकू येऊ लागला. ते घोड्यावरून उतरून लगाम हातात धरून डोंगराच्या बाजूने चालत होते. मी मात्र माझ्या घोड्याच्या – नागपोच्या भरवशावर पुढे निघाले. त्याचा लगाम सैल सोडून दिला. त्याने शांत राहावे यावर लक्ष पूर्ण एकाग्र केले.

अखेर आम्ही ते साध्य केले... घामाने निथळणारा आणि दमल्याने धापा टाकणारा माझा घोडा पर्वतशिखरावर उभा होता. आम्हाला डोंगराच्या दुसऱ्या बाजूला ढकलण्याचे खूप प्रयत्न त्या वादळाने केले. त्या सुसाट वाऱ्यापासून माझे रक्षण करण्यासाठी आणि इतरांची वाट बघण्यासाठी मी नागपोवरून उतरले. इतर मंडळी फार मागे नव्हती. अतिशय खडतर आव्हान आम्ही मागे टाकले आहे, याची मला खात्री पटली आणि एकाएकी मला जाणवले, या तणावाने माझ्यामधील पूर्ण त्राणच जणू शोषून घेतले होते. पण मला हे ठाऊक नव्हते की, मी ज्या संकटातून बाहेर पडले होते ते अगदी क्षुल्लक ठरावे असे आणखी मोठे आव्हान पुढे उभे होते.

सगळे जण शिखरावर पोचले. मोठ्याने आरडाओरडा केल्यामुळे आणि दम लागल्यामुळे सगळे जण रडतखडत पुढे निघालो. वाटेवरील पहिला टप्पा एक घट्ट

अशा पठाराच्या बाजूने जात होता. नागपोला घेऊन मी पुढे निघाले, दुसऱ्या बाजूला आम्हाला किमान चालण्यायोग्य वाट मिळावी अशी प्रार्थना करीत...! माझ्या घोड्याची इच्छाशक्ती तीव्र होती. अन्य घोड्यांपेक्षा तो अधिक निश्चयी होता, त्यामुळे तो सर्वांचा नेता होता. कोठे थांबणे सर्वांत सुरक्षित, याबाबत त्याला निश्चितच एक अंत:प्रेरणा असावी. तो अतिशय काळजीपूर्वक, आपल्या टापांनी अंदाज घेत, चाचपून बघत मगच पुढची वाट निवडत होता. त्याच्या पायाखालची जमीन निसरडी होती.

खरोखरच, पुढे जाण्यासाठी नीट रस्ता नव्हताच. पायाखालचे दगड सुळक्याशेजारच्या खाईत कोसळत होते. नागपो काही क्षण घुटमळला आणि मग पुढे निघाला. तो एका दगडावरून दुसऱ्या दगडावर उड्या मारत होता. अरुंद अशा एका मोठ्या खड्ड्याला चुकविण्यासाठी मारलेली ती उडी फार धोकादायक असल्याचे माझ्या सहकाऱ्यांनी मला नंतर सांगितले. अशाच एका उडीत माझा, खोगिरावरील डाव्या बाजूचा पाय अडकविण्याचा बंद एकदम सैल पडला. काही क्षणांच्या भीतिदायक शांततेनंतर मला त्या बंदातील आधार देणारी पट्टी खालच्या दगडी जमिनीवर पडल्याचा आवाज आला.

उंचीबद्दल वाटणारी भीती माझ्या मनात एकदम जागी झाली आणि भयाच्या थंड लाटेने मला विळखा घातला. पण त्यातून लगेचच मी स्वत:ला बाहेर काढले. मी त्या खोगिरावर टिकून राहू शकले नसते, तर काय झाले असते याचा विचार करायला मला आता वेळ नव्हता. आम्ही वेगाने पुढे निघालो. एका दगडावरून दुसऱ्या दगडावर, अधिकाधिक खोल-खोल...

'केल्सांग मेटो.' तो आवाज आता व्याकूळ झाला होता. घळीच्या दुसऱ्या बाजूला असलेले सगळे जण थांबले. एका समतल जागेवर, बहुधा खडकांचे छोटे पठार असावे असे मला वाटते, मी नागपोला थांबवले. "दुसरी वाट शोधा. मी इथे तुमची वाट बघत थांबते." मी ओरडून त्यांना सांगितले. मी खूप वेळ त्यांची वाट बघत होते. नकारात्मक विचार मनात थैमान घालत होते. आता आमच्याभोवती घोंगावणाऱ्या वादळाने त्यांना खोल दऱ्यांमध्ये भिरकावून दिले तर?

खूप वेळ प्रतीक्षा केल्यानंतर ते दुसऱ्या बाजूने येत असल्याचे मला ऐकू आले. पण त्या आवाजाबरोबर मला आणखीही काही ऐकू येत होते. दूरवर. तो भयावह गडगडाट वेगाने जवळ येत होता. "पुढं सरका, चला पुढं." त्यांनी मला आवाज दिला आणि मी पुन्हा नागपोला पुढे चलण्याचा इशारा दिला.

ते वादळ अतिशय आक्रमकपणे चाल करून आले. त्याने माझ्या नागपोच्या खोगिराचा पट्टा तोडला आणि माझ्या डोक्यावर असलेल्या टोपीला उडवून लावले. उडून जात असलेल्या टोपीला मी थांबविले नाही. तुमची हरविलेली टोपी परत

सापडली तर ती आपल्यासह दुर्दैव घेऊन येते अशी या परिसरातील लोकांची श्रद्धा आहे. त्या टोपीची मला आता बिलकूल गरज नव्हती. सध्या फक्त एकाच गोष्टीवर लक्ष एकाग्र करण्याची गरज होती आणि ती म्हणजे ते भयावह, आक्रमक वादळ. तो गडगडाट असा होता जणूकाही सर्व देवांचे आकाशात घनघोर युद्ध सुरू असावे. वातावरणातील वाळू आणि धुळीचे बारीक कण माझ्या डोळ्यांत जात होते. मी एक कापडी पट्टी माझ्या डोळ्यांवर ओढून घेतली खरी, परंतु त्याची मला गरजही नव्हती. मला गरज होती, माझ्या कानांची. मला गरज होती तोंडाची, ज्याच्या मदतीने मी सतत घोड्याशी बोलून त्याचे मनोबल उंचावू शकत होते. माझा तोल जाऊ नये याचे भान ठेवणे मला गरजेचे होते. सैल होत असलेल्या लाकडी खोगिरावरील मांड पक्की राहण्यासाठी माझ्या घोड्याचे प्रत्येक पाऊल आणि प्रत्येक उडी ही माझ्यासाठी महत्त्वाची होती.

"केल्सांग मेटो." कोणीतरी माझ्या मागून आवाज दिला. "उजवीकडे सरका. खाई डाव्या बाजूला आहे."

घोड्यांना एका निश्चित मार्गाने जायला आवडते. माझा डावा पाय कोणत्याही आधाराविना हवेत तरंगत होता. पण त्याचा कोणताही परिणाम मला घोड्यावर होऊ द्यायचा नव्हता. तो काय करतोय हे त्याला ठाऊक आहे, या एकाच गोष्टीवर मला विसंबून राहणे भाग होते.

गडगडाट ऐकून नागपो किंचित मागे सरकला. मला कानावर जोरदार, काहीतरी पडल्याचा आवाज आला. त्यापाठोपाठ गडगडत जाणाऱ्या दगडांचा, वेदनेने विव्हळणाऱ्या घोड्यांचा, मग तीव्र आक्रोश माझ्या कानावर पडला आणि माझी एकाग्रता ढळली. काय घडले होते नेमके? बहुधा एखादा मोठा दगड घळीत पडला असणार आणि जाताना बरोबर कोणालातरी खेचत घेऊन गेला असणार. मग त्या दरीच्या तळाशी वेड्यावाकड्या अवस्थेत पडलेला जखमी मृतदेह माझ्या डोळ्यांसमोर आला. या खिंडीत माझ्याबरोबर येण्याचा आग्रह मीच सर्वांना केला होता. माझ्या मनात एकाएकी विचार आला, मी येथे एकटीने यावे अशी त्यांची इच्छा नव्हती. त्यामुळे जर काहीतरी विपरीत घडले असेल तर तो माझा दोष होता... मी नागपोला त्या चिंचोळ्या रस्त्यावर वळविण्याचा प्रयत्न केला, पण त्याने त्याला विरोध केला, जो योग्यच होता. मी विचार केला, 'आता मी काय करू? येथे स्वस्थ बसून वाट बघत राहणे योग्य ठरले असते?' मी पुन्हा एकदा नागपोला वळविण्याचा प्रयत्न केला, पण तो उधळू लागला. उताराकडे सुरू असलेला त्याचा प्रवास तसाच चालू राहावा अशीच त्याची इच्छा होती. बुजलेल्या घोड्याने शांत राहावे यासाठी मी खाली उतरले. आतापर्यंतचा सर्वाधिक मोठा गडगडाट करीत वादळ पुढे सरकू लागले आणि पाऊस सुरू झाला. पावसाच्या मोठाल्या धारा मला भिजवू लागल्या, ती ओल

कपड्यात झिरपत थेट हाडापर्यंत गेली.

एकाएकी झपझप वरून खाली येत असलेला घोड्याच्या टापांचा आवाज माझ्या कानावर पडला. "काय झालं?" मी अंधारातच प्रश्नाचा तीर मारला. काहीतरी आवाज माझ्या कानावर पडला, पण कोसळणाऱ्या पावसाच्या आणि घोंगावणाऱ्या वाऱ्याच्या आवाजाने ते शब्द विरून गेले. ती माणसे जवळ आल्यावर ते काय म्हणत होते ते मला कळू शकले. "पुढं चला, चला लवकर, विशेष काही घडलं नाहीये." मी पुन्हा खोगिरावर चढले. घोड्याच्या टापा आणि खोगिरावर आदळणाऱ्या घोडेस्वाराच्या बुटांचा आवाज याचा मागोवा घेत नागपोला पुढे नेत राहिले. एक छोटासा खडकाळ पल्ला आम्ही पार केला. आता घोड्याच्या टापांखालील रस्ता अधिक समतल आणि वाळूचा होत आहे, असे माझ्या लक्षात आले.

एका गोठासदृश झोपडीच्या पुढे आलेल्या छपराच्या आश्रयाने आमचे घोडे आणि आम्ही उभे होतो. थंडी आणि ताण यांमुळे घोडे थरथरत होते. पण तेथे आम्हाला फार काळ थांबणे शक्य झाले नाही. आम्ही तेथे पोचल्यावर काही क्षणांतच एक संतप्त शेतकरी त्या घरातून बाहेर आला आणि जणू आम्ही रात्री घरात घुसलेले चोर आहोत असे समजून आम्हाला परत त्या पावसात हाकलू लागला. आम्ही शेजारच्या झोपडीत जाण्याचा प्रयत्न केला तर त्यांनी त्यांची कुत्री आमच्यावर सोडली. आम्ही बहुधा सभ्य माणसांसारखे दिसत नसणार...

अखेरीस, एका वृद्ध शेतकऱ्याच्या पत्नीने तिच्या झोपडीची खिडकी उघडून आमचे म्हणणे ऐकून घेतले. डोल्मा तिच्यासमोर जाऊन उभी राहिली आणि आमच्या छोट्या चमूकडे निर्देश करीत बोलू लागली. उंचावरील खिंडीतील अतिशय खडतर, लांबलचक रस्ता, आमचे चिंब भिजून निथळणारे कपडे आणि पडल्यामुळे तिच्या पायाला झालेली दुखापत याकडे ती निर्देश करीत होती. त्या शेतकऱ्याच्या पत्नीला आमच्याविषयी अनुकंपा निर्माण झाली, मात्र तिने आम्हाला आश्रय देण्याचे नाकारले! आमच्या दुर्दैवी परिस्थितीचे अधिक गडद चित्र रेखाटण्यासाठी डोल्माने तिच्या खिडकीपुढे लंगडत चालून दाखविले आणि चालताना ती मोठ्याने विव्हळतही होती. या सगळ्या खटाटोपात ती अतिशय वेडेवाकडे हावभाव करीत होती. ते बघून त्या शेतकऱ्याच्या पत्नीला खळखळून हसू आले, पण ते सगळे प्रकरण तिला फारच वेडेपणाचे वाटले असणार. आमची अवस्थादेखील फारच दयनीय वाटली असणार, कारण पुढे काही चौकश्या न करता तिने आपले डोके खिडकीतून आत घेतले आणि खिडकीचा दरवाजा आमच्या तोंडावर बंद करताना आपटला. अत्यंत निराश मनोवस्थेत आम्ही उभे होतो आणि आमचे घोडे त्या तुफान पावसात भिजत होते. डोल्माने आमच्यासाठी आणखी एकदा प्रयत्न करावा अशी आम्ही तिला विनंती केली. दोन झोपड्या ओलांडल्यावर तिने अंधारातच आवाज दिला, "कुणी

आहे?'' त्याबरोबर दोन-तीन खिडक्या फटाफट उघडल्या. ''आम्हाला आसरा हवाय...'' डोल्मा केविलवाण्या स्वरात म्हणाली. तिच्या आवाजात याचना होती. ''तुम्ही कुठून आला आहात?'' त्या साशंक शेतकऱ्याला नेमके जाणून घ्यायचे होते. मग डोल्माने आमच्या प्रवासाबद्दल सांगितले. अंध लोकांसाठी असलेल्या एका नव्या लिपीची ओळख या लोकांना करून द्यावी म्हणून आम्ही गेला आठवडाभर घोड्यावरून प्रवास करीत होतो. ''केल्सांग मेटो ही स्वत: अंध आहे,'' असे म्हणत तिने माझी बाही खेचत मला त्या उघड्या खिडकीपुढे नेले. जणू मी एखादी प्रदर्शनीय वस्तूच होते...

''अरे, परदेशी बाई...'' असे म्हणत उत्साहाने घरातील मुलांनी आपल्या माना खिडकीबाहेर काढल्या.

मग एकदम आवेशाने डोल्मा सांगू लागली, ''केल्सांग मेटो ही थेट परदेशातून तिबेटमध्ये आलीय, अंध मुलांना लिहा-वाचायला शिकवता यावं म्हणून...''

''किती हृदयस्पर्शी...'' शेतकऱ्याची पत्नी पुटपुटली, पण तेवढेच... आता मात्र डोल्माचा धीर संपला आणि रडवेल्या स्वरात ती म्हणाली, ''जर तुम्ही आज आम्हाला घरात घेतलं नाही तर तिबेटी लोकांना गृहस्थधर्मच ठाऊक नाही... ते दाराशी आलेल्या परदेशी नागरिकांना गारठून मरू देतात असा समज होईल.''

तिने त्यांच्या राष्ट्रभक्तीला केलेले हे आव्हान उपयोगी ठरले. हळूच एक दरवाजा किलकिला झाला आणि एक आतिथ्यशील वृद्ध माणूस म्हणाला, ''या, आत या...''

२

''**बीजिंगला** निघालेल्या सीए ९३६ या फ्लाइटमधील प्रवाशांनी 'बी गेट'जवळ जावं.''

चीनला जाण्याची माझी ही पहिलीच वेळ नव्हती आणि एकटीने प्रवासही मी पहिल्यांदा करीत नव्हते. पण म्हणून माझी, माझ्यावर होणाऱ्या टीकेपासून आणि नामोहरम करण्यापासून सुटका झाली नव्हती.

''तू या निरर्थक दौऱ्यावर का जाते आहेस?'' थेरीने मला विचारले. तो तिबेटियन स्टडीजमध्ये डॉक्टरेट करीत होता. ''काहीही झालं तरी तुला एकटीने जाणं शक्य नाही. तुझ्या सोबतीला कुणीतरी लागेलच. पुढच्या सत्रापर्यंत थांब, मी तुझ्याबरोबर ल्हासापर्यंत येतो.'' दुसरी एक माझी सहकारी विद्यार्थिनी माझा बेत ऐकून खो-खो हसायला लागली. ''तिबेटमध्ये एकाकी आणि अंध! वा! एखाद्या हॉलिवुडच्या सिनेमाला शोभेल असं हे नाव आहे.'' या दौऱ्यावर जाण्यासाठी माझ्या आई-वडिलांनी मला परवानगी कशी दिली, याची काळजी माझ्या एका मैत्रिणीच्या आईला वाटत होती. या घटनेच्या वेळी माझे वय होते सव्वीस वर्षे.

''अशा स्वतंत्रपणे गोष्टी करून तू काय सिद्ध करू बघते आहेस?'' माझा त्या वेळचा बॉयफ्रेन्ड ख्रिस्तोफर करवादला. ''तुझा अभ्यास संपव, मग मीही तुझ्याबरोबर येईन. आपण दोघंही जाऊ.''

काही दिवसांपूर्वीच आम्ही दोघेही चीनला गेलो होतो, पण महिनाभरानंतर तो जर्मनीत परत आला आणि मी त्या अवाढव्य देशातील एका छोट्याशा प्रदेशाचा शोध घेत भटकत राहिले. प्रथम मी फार साशंक होते, एखाद्या डोळस साथीदाराच्या मदतीशिवाय मला हिंडता येईल का, याविषयी मला खात्री वाटत नव्हती. पण मी नशिबावर विश्वास ठेवायला शिकले, ठेचकाळत पुढे जायला शिकल्यावर गोष्टी नीट घडू लागल्या आणि मी स्वतंत्रपणे प्रवास करू लागले. त्यानंतर जर्मनीत विशिष्ट उद्दिष्ट किंवा कार्यक्रम नसताना काही काळ काढताना मला जाणवले की, थोडाच काळ उपभोगलेले स्वातंत्र्य मला पुन्हा हवेहवेसे वाटत होते. माझ्यासाठी उत्तम काय

आहे त्याचा निर्णय घेणारे सर्व 'स्वयंघोषित' तज्ज्ञ, माझी मित्रमंडळी, प्राध्यापक आणि माझ्या भोवतालचा प्रत्येक जण मात्र त्या स्वातंत्र्याच्या नकारात्मक बाजूवर अधिक लक्ष केंद्रित करीत होता. माझे प्रकल्प उधळून माझा नियोजित दौरा रद्द करण्याच्या दृष्टीनेच हे सारे प्रयत्न होते. मला हे सगळे फार त्रासदायक आणि नकोसे वाटत होते.

पण मी जराही विचलित न होता माझा बेत अमलात आणण्याच्या दृष्टीने काम सुरू केले. या वेळी मला माझी, खूप काळ मनात असलेली महत्त्वाकांक्षा पूर्ण करायची होती, तिबेटमधील अंध मुलांसाठी शाळा शोधून काढण्याची!

"तू मला मागं सोडून, सगळ्यांना धुडकावून फक्त तुझा अहंकार सुखावण्यासाठी निघून जाते आहेस. वा! फार छान!" माझ्या मित्राने टोमणा मारला. त्यात माझ्यापेक्षा स्वत:चाच विचार अधिक होता असे मला जाणवले. पण मी त्याबद्दल स्वत:ला दोष देणे नाकारले. "तू पण तुझी बॅग भरून, नोकरी सोडून माझ्याबरोबर का येत नाहीस?" मी त्याला आव्हान देत म्हटले.

"तू का नाही थोडी शहाण्यासारखी वागत?" ख्रिस्तोफरची जवळची मैत्रीण गेराल्ड मध्येच हस्तक्षेप करीत म्हणाली.

"तुला भविष्याची काही कल्पना नाहीय सॅब्रिए, आणि आता हातात काही आश्वासन पण नाहीय. तुझ्या सुरक्षिततेचं काय? कुटुंब, स्वत:चं घर, चांगली स्थिर नोकरी याचं महत्त्व तुला एखाद दिवशी समजेल. वयाची साठी आल्यावर मागं वळून बघशील तेव्हा आपल्या आयुष्याशी आपण किती खेळ केलाय हे तुला जाणवेल."

अशा प्रकारे मनोधैर्य खच्ची करणारे टोमणे मला अस्वस्थ करतात, कारण त्यामागे काही तर्कशास्त्र नसते. मी साठी गाठेपर्यंत जगणे, आयुष्य उपभोगणे, स्वप्न बघणे थांबवायला हवे होते? मी काय केले नाही हे समजून घेण्यासाठी मी नेमक्या कोणत्या टप्प्यावर मागे बघायला हवे? अर्थात, गेराल्डने एका अतिशय संवेदनाक्षम मुद्द्याला स्पर्श केला होता, मी खरेच काय करीत होते? मी ज्या मार्गावरून जाऊ बघत होते तो योग्य होता ना? का माझा अभ्यास पूर्ण करून एखादी उत्तम नोकरी स्वीकारणे ही माझ्यासाठी योग्य गोष्ट होती? तिबेटला जाऊन तेथील अंध मुलांसाठी काहीतरी काम करायचे होते, हा बेत खूप मोघम आणि आदर्शवादी होता, पण ते खरोखरच एवढे मूर्ख साहस होते का? या प्रकल्पाला तज्ज्ञांच्या एका मोठ्या टीमची, अर्थसाहाय्य करणाऱ्या संघटनांची आणि खास परदेशी मोहिमेची पूर्ण जबाबदारी घेणाऱ्या जाणत्या प्रवासी एजंट्सची गरज नव्हती का? अशी कोणतीही पूर्वतयारी न करता मी एकटी अशी निघायला कशी प्रवृत्त झाले? मी जरा आगाऊपणा करीत होते? आजतागायत मला या प्रश्नांची उत्तरे

ठाऊक नाहीत. मला मनोमन फक्त एवढेच ठाऊक होते, मी जे करतेय, ते योग्य आहे.

मी जेव्हा-जेव्हा अशी अज्ञातात मोठी झेप घेऊ बघते, तेव्हा मला नेहमी एकच स्वप्न पडते हे ऐकून कोणालाही आश्चर्य वाटेल. या स्वप्नात मी वाळूच्या एखाद्या टेकाडावर उभी राहून खाली असलेल्या समुद्रात बघत असते. माथ्यावरील आकाश निरभ्र, निळेशार आणि समुद्र सपाट. काळसर, झळाळत्या सूर्यप्रकाशात समुद्रकिनारी चांगलीच गजबज आहे. मग एकाएकी, दूर क्षितिजावर पाण्याची एक मोठी भिंत शांतपणे आमच्याकडे चालत येते. प्रत्येक जण माझ्या दिशेने पळत येतोय. पाण्याची ती भिंत क्षणोक्षणी अक्राळविक्राळ रूप धारण करते आहे आणि आकाश व्यापून उरली आहे, पण त्यापासून दूर पळण्याऐवजी मी त्या लाटेकडे चालत जाते आहे. पाण्याची ती लाट माझ्यावर फुटते आणि आश्चर्याची बाब म्हणजे, पाण्याच्या त्या लोंढ्याखाली चिरडून जाण्याऐवजी स्वप्नातच मला कमालीचे हलके वाटते, नव्या ऊर्जेने भारल्यागत! आणि मला कळते की, येथून पुढे काहीही अशक्य नाही!

''बीजिंगकडे निघालेल्या सीए ९३६ या फ्लाइटच्या प्रवाशांनी 'बी गेट'जवळ जावं.''

''सॅब्रिए, दुसऱ्यांदा ही घोषणा झालीय. तू आता निघावंस हेच बरं.'' माझे आई-वडील घाई करायला लागले. ते थोड्या तणावाखाली आहेत हे मला ठाऊक होते, पण उल्लेखनीय बाब म्हणजे ते त्यांच्या काळजीचे जाहीर प्रदर्शन करीत नव्हते. कोणत्याही परिस्थितीशी जमवून घेत मी सर्वोत्तम तेच करीन, यावर त्यांचा विश्वास असल्यामुळे त्यांना माझा बेत अगदी मान्य होता, किंबहुना माझ्या आईलाही माझ्या उत्साहात सहभागी होण्याची इच्छा होती. विद्यार्थिदशेत आपला देश सोडून तीही तुर्कस्थानमध्ये अंकारा येथे जाऊन राहिली होती, इस्लामिक कलेचा अभ्यास करण्यासाठी. लोकांनी प्रश्नार्थक भुवया उंचावू नये म्हणून माणसाचा वेष घेत तिने पूर्व अनातोलियामधून वास्तुशास्त्राचे शिक्षण घेत असलेल्या विद्यार्थ्यांच्या गटाबरोबर प्रवास केला. सेल्जूकिड मशिदीला भेट दिली, त्यावर अहवाल लिहिले.

ती मला नेहमी सांगायची, 'तुम्हाला एखादी गोष्ट मिळवण्याची अनिवार इच्छा असेल तर ती तुम्हाला मिळतेच.'

त्यांना आणि मलाही दिलासा देण्याचा एक क्षीण प्रयत्न म्हणून मी अगदी सहज स्वरात म्हटले, ''या दौऱ्यात खरेच विशेष असे काही नाहीय. इतर पर्यटकांमध्ये आणि माझ्यामध्ये असा फरक आहे तरी काय?'' विमानात बसण्याचा इशारा तिसऱ्यांदा स्पष्टपणे दिला गेला.

अतिशय शांत असल्याचा आव आणीत आणि एकदम अंगावर आलेली उत्तेजनेची लाट लपविण्याचा प्रयत्न करीत मी पुन्हा एकवार माझे सर्व खिसे तपासून

माझी कागदपत्रे बरोबर असल्याची खात्री करून घेतली.

मी आई-वडिलांना निरोपाची शेवटची मिठी मारली आणि त्या छोट्या विजेवर चालणाऱ्या गाडीत पाय ठेवला. फ्रँकफर्टच्या अवाढव्य विमानतळावरील गर्दीतून वाट काढत मला पुढे नेण्याचे काम ती गाडी करीत होती. खरं म्हणजे मी व्यवस्थित चालू शकत होते आणि असे गाडीतून फिरणे थोडे वेड्यासारखेही दिसत होते, पण ती गाडी म्हणजे आरामदायी अशी एक अद्भुत गंमत होती हे मात्र खरे!

"कुठे निघालात तुम्ही?" त्या गाडी चालकाने विचारले.

"आधी बीजिंग; मग तिबेट." मी उत्तरले.

"एकट्या!" त्याच्या उद्‌गारात अविश्वास होता.

मी अशा थाटात मान हलविली जणूकाही मी करीत असलेली गोष्ट अगदी सहज स्वाभाविक असावी. खरे सांगायचे तर मी अत्यंत अस्वस्थ, उत्तेजित होऊ लागले होते. या माणसाच्या उद्‌गारांनी त्यात भरच पडली. पासपोर्ट तपासणी काउंटरवरून मला पुढे घेऊन गेल्यावर त्याने पुन्हा विचारले, "हे सगळं कसं जमेल तुम्हाला?"

"मी काही नक्की ठरवलं नाहीय अजून." मी उत्तर दिले आणि पुढे म्हटले, "माझ्या बाबतीत नेहमी अनपेक्षित असं काहीतरी घडतं, त्यामुळे मी माझे पर्याय खुले ठेवते आणि नशिबावर विश्वास ठेवते."

"पण तुम्हाला कोण मदत करणार आहे? तुम्ही तिकडे पूर्णपणे एकट्या असाल?"

"मला जेव्हा मदतीची गरज असेल तेव्हा मी एकटी नसेन. मला फक्त एवढंच करावं लागेल, एखाद्या वर्दळीच्या ठिकाणी पांढरी काठी घेऊन उभं राहायचं आणि तुम्हाला ठाऊकच आहे चीनमध्ये माणसांची कमतरता नाही. त्यामुळे मला खात्री आहे, केवळ दहाच मिनिटांत कुणीतरी पुढं येईल आणि मला काही मदतीची गरज आहे का, हे विचारेल."

तो एकदम शांत बसला, पण त्याने माझ्याकडे जो कटाक्ष टाकला असावा त्यात कमालीचा अविश्वास असणार.

"माझ्या बाबतीत चांगली गोष्ट ही आहे की, मी जिकडे जाते तिथली माणसं बुद्धिमान, मैत्री करण्यास उत्सुक आणि खुल्या मनाची असतात. नाहीतर एखाद्या अंध माणसासाठी कुणी एवढा त्रास घेणार नाही आणि आपला वेळही देणार नाही."

"अर्थात," चालक सहमती दर्शवत म्हणाला आणि आपण पहिल्या, बुद्धिमान आणि मैत्रीपूर्ण माणसांच्या गटात मोडतो हेही सूचित केले. तेवढ्यात, अतिशय घाईत असलेल्या प्रवाशांच्या एका मोठ्या गटाने आमच्या गाडीचा मार्ग अडविला. हे प्रवासी फ्रँकफर्ट विमानतळाच्या अवाढव्य पसाऱ्यात हरवले होते किंवा त्यांना

विमानतळावर यायला उशीर झाला होता.

"थांबा! थांबा! अंध व्यक्ती आहे... आम्हाला पुढं जाऊ दे." हॉर्न वाजवत चालक ओरडला. मी मात्र भीतीने थरारले होते. प्रवाशांनी आम्हाला वाट मोकळी करून दिली. पांढरी काठी घेऊन एकटीच बसलेली मला बघून त्यांच्या नजरेत उमटलेले आश्चर्य आणि करुणा यांची मी कल्पना करू शकत होते.

अशा परिस्थितीचा मला अतिशय तिटकारा वाटतो. तिकडे मायदेशात, गर्दीने भरलेल्या बसेसमध्ये मला शरम वाटावी असे अनुभव नेहमी येत असतात. बसमध्ये अपंगांसाठी राखीव असलेल्या जागेवर बसलेल्या प्रवाशाला दुसरा एखादा समंजस प्रवासी खरमरीतपणे सुनावतो आणि ती जागा मला द्यायला लावतो. त्यामुळे मी दाराजवळ उभे राहण्याची सवय स्वत:ला लावून घेतली आहे. त्यामुळे चटकन, धक्काबुक्की न होता बाहेर पडता येते.

एकदा कोणीतरी मला जागेवरून उठून आपली जागा देऊ केल्याबद्दल मी मला वाटणारा संकोच व्यक्त केला आणि उभे राहण्याचा आग्रह धरला तेव्हा तो जागा देऊ करणारा माणूस वैतागून म्हणाला, "मी मदतीचा हात पुढं केल्याबद्दल थोडी कृतज्ञता तरी तिने व्यक्त करायला हवी..." अंध व्यक्ती या पूर्णपणे असहाय असतात, त्यांच्याबद्दल दया आणि करुणा दाखविलीच पाहिजे या समजुतीला लोक इतके का चिकटून बसतात, याचे मला नेहमी आश्चर्य वाटते. मला कोणी लहान मुलीसारखे वागवून माझ्यावर दया दाखविली की मी अस्वस्थ होते.

'बिचारे अंध, त्यांच्याबद्दल वाईट वाटण्याखेरीज आपण काहीच करू शकत नाही आणि दुर्दैवाची बाब म्हणजे, ते स्वत:ची स्वत: काळजी घेऊ शकत नाहीत ना!' असे पालुपद मी माझ्या लहानपणी सतत ऐकले आहे. त्यामुळे संताप आणि अपमान यांमुळे माझ्या डोळ्यांत अनेकदा अश्रू आले आहेत. पण जसजशी मी मोठी होऊ लागले, तसे हे सगळे बोलणे मी थट्टेवारी नेण्यास शिकले.

आम्ही 'बी गेट'जवळ आलो आणि मला मदत करण्यासाठी चालक चटकन गाडीतून खाली उतरला. त्याच्या तत्परतेला मी दाद दिली, पण मीही तेवढ्याच चपळपणे गाडीतून उतरले! त्याला बरे वाटावे म्हणून मी त्याला माझी बॅग घेऊ दिली.

"ती अंध आहे आणि तिबेटपर्यंत एकटीने प्रवास करतेय. प्लीज, तिची जरा काळजी घ्या." तो हवाईसुंदरीच्या कानात पुटपुटल्याचे मी ऐकले.

विमानात माझ्या शेजारी बसलेला प्रवासी जर्मन फ्लाइट इंजिनिअर होता. का कोणास ठाऊक, मला ते फारच आश्वस्त करणारे वाटले. विमानात काही यांत्रिक समस्या निर्माण झाल्यास तो काय करू शकेल हे मला नक्की ठाऊक नव्हते, पण काही अघटित घडल्यास किंवा एखादा विचित्र आवाज विमानात येऊ लागल्यास

त्याच्या तर्कशुद्ध उत्तरामुळे माझे समाधान तर होईल, मी विचार केला.

माझ्या दुसऱ्या बाजूला बसलेला प्रवासी चिनी होता. त्याने हवाईसुंदरीकडून मागून घेतलेला 'चायना डेली' वाचण्यात तो पूर्णपणे बुडाला होता. जेवण झाल्यावर आपल्या चिनी भाषेच्या जुजबी ज्ञानाचा त्याच्यावर प्रयोग करून बघायचा, असा निश्चय मी केला आणि विचारले,

"माफ करा सर, आपण बीजिंगमध्ये राहता?"

उत्तर नाही.

"अं, तुम्हाला मुलं आहेत?"

तरीही काही उत्तर नाही. त्याने मान हलवली नाही ना? का आपल्याला मूलबाळ नाही हे त्याला मान्य करायचे नाहीय?

"मलाही मूलबाळ नाही." त्याला अवघडल्यासारखे वाटू नये म्हणून प्रयत्न करण्याच्या हेतूने मी म्हटले आणि पुढे हेही सांगितले की, मी २६ वर्षांची आहे. बॉन विद्यापीठात मध्य आशियाचा इतिहास आणि भूगोल विषयाचे शिक्षण घेते आहे. त्याची अविचल शांतता आता मला अस्वस्थ करू लागली होती. तो नक्कीच फार संकोची स्वभावाचा असणार असे मला वाटले किंवा माझे चिनी भाषेचे ज्ञान कल्पनेपेक्षा फार भयंकर असणार...

"माझ्या चिनी भाषेबद्दल माफ करा... मी आत्ताच ही भाषा शिकायला सुरुवात केलीय, खरंतर अगदी नुकतीच..."

माझे वाक्य अर्धवट असताना त्या जर्मन इंजिनिअरने माझ्या खांद्यावर थोपटले आणि माझे लक्ष वेधून घेत तो म्हणाला, "तुमचा चिनी शेजारी गाढ झोपला आहे. त्याच्या दोन्ही कानांत इअरफोन्स घातले आहेत. वाईट वाटून नका घेऊ..."

अकरा तासांनंतर आम्ही बीजिंग विमानतळावर उतरलो. स्थानिक वेळेनुसार ती दुपार होती. हवेतील आर्द्र उष्मा हा माझ्यासारख्या जर्मनीच्या थंड, कोरड्या हवेतून आलेल्या प्रवाशासाठी एक जोरदार धक्काच होता. सूर्यप्रकाश एवढा तीव्र होता की, मला श्वास घ्यायलाही त्रास होत होता. तो मैत्रीपूर्ण जर्मन इंजिनिअर माझा हात धरून मला शुभेच्छा देत म्हणाला, "मला खात्री आहे, तुमच्याविषयी मला प्रसिद्धिमाध्यमांमध्ये काहीतरी वाचायला मिळेल..."

'अंध तरुणी चीनमध्ये हरवली' अशा मथळ्याची मी मनोमन कल्पना केली...

...तर अशा तऱ्हेने मी चीनमध्ये पोचले, एकटी. मला अजिबात भीती वाटत नव्हती. थोडी साशंकता मनात होती, परीक्षेपूर्वी वाटत असते तशी आणि तेवढीच... मला माझे सामान ताब्यात घ्यायचे होते. मी फ्रँकफर्टमध्ये माझ्या छोट्या गाडीच्या चालकाला मोठ्या विश्वासाने सांगितल्याप्रमाणे मी माझी पांढरी काठी घेऊन विमानतळाच्या मध्यभागी बसले. माझ्या आजूबाजूला बुटांचा दमदार आवाज आणि उंच टाचांच्या

सँडल्सची नाजूक टकटक ऐकू येत होती.

मुलांचा आरडाओरडा कानावर पडत होता आणि चिनी, जर्मन, इंग्रजी भाषेचे असंख्य तुकडेही आदळत होते. पण कोणीही मदतीसाठी माझ्यासमोर आले नाही. मी निर्धाराने त्या माणसांच्या प्रवाहाबरोबर जात राहिले आणि एका ठिकाणी थांबले. तेथे कोणीतरी एका कर्मचाऱ्याला, बहुधा तो खिडकीमागे असावा, बँकेचा ठावठिकाणा विचारीत होता. वा! हाच कर्मचारी मला माझ्या बॅगा जेथे मिळतील त्या जागी नेऊ शकतो, मी विचार केला.

"त्या तिकडे जा... तुम्हाला ती संकेतचिन्हं दिसत नाहीयेत?" त्या खिडकीमागून रूक्ष आवाजात उत्तर आले.

"मी बघू शकत नाही. प्लीज, मला कुणी मदत करू शकेल?" माझी पांढरी काठी त्याला व सगळ्यांना दिसावी या हेतूने उंच करीत मी म्हटले. पण प्रतिसाद शून्य. नंतर मला समजले, 'मी बघू शकत नाही' आणि 'मी वाचू शकत नाही' याचा चिनी भाषेत जवळपास सारखाच अर्थ आहे. "तुम्हाला जर चिनी भाषेत लिहिलेलं वाचता येत नसेल तर इंग्रजी भाषेतील सांकेतिक चिन्हं तिथे आहेत," तिने खिडकीत बसूनच उपाय सुचविला.

दरम्यान, लोकांचा गराडा भोवती जमला होता. "ही परदेशी बाई अंध आहे," एक जण ओरडला. "तिला, तिच्या सामानापर्यंत जाण्यासाठी कुणाचीतरी मदत हवीय," तो पुढे म्हणाला. त्याला धन्यवाद द्यायला हवेत. अखेर कोणीतरी पुढे येऊन मला माझ्या सामानाजवळ घेऊन गेले आणि त्या फिरणाऱ्या पट्ट्यावरून माझे सामान काढण्यासाठी मला मदत केली. आता एवढे पार पडल्यावर माझा पुढचा टप्पा होता टॅक्सी स्टँड शोधण्याचा. आश्चर्य म्हणजे फार कटकट न होता मला टॅक्सी स्टँड सापडला...!

तर, चीनमधील माझा पहिला तास. फार काही वाईट नाही गेला हा... मी स्वत:चेच अभिनंदन केले. मी स्वत:चे सामान ताब्यात घेऊ शकले, टॅक्सी मिळवू शकले आणि टॅक्सी भाड्याबाबत चिनी भाषेत वाटाघाटीही करू शकले. बीजिंगमधील टॅक्सीमध्ये मी बसले होते आणि शहराच्या मध्यवर्ती असलेल्या हॉटेलकडे निघाले होते. विजय छोटासा होता, पण विजय तर होता...

३

सोळा तासांच्या गाढ झोपेनंतर मला जाग आली तेव्हा मला प्रचंड भूक लागली होती. त्यामुळे आता माझ्यापुढील आव्हान होते, रेस्टॉरंट शोधण्याचे. चीनमधील माझ्या पूर्वानुभवानुसार, तेथे खाण्यासाठी योग्य जागा शोधणे तुलनेने फार सोपे असते. तुम्हाला एकच गोष्ट करावी लागते, रस्त्यावरून वासाचा मागोवा घेत जात राहायचे. हा घमघमाट तुम्हाला एखाद्या उत्तम खाद्यपदार्थांच्या जागेकडे नेऊ शकतो. अर्थात, याबाबत मी जवळपासच्या कोणालातरी विचारून, खातरजमा करून घेते आणि माझ्या वास घेण्याच्या जाणिवेने माझी फसगत केली नाहीय यावर पुन्हा शिक्कामोर्तब होते. याला अपवाद एकच, तेव्हा दोन तरुण मोठ्याने हसले आणि मला शेजारी असलेल्या इमारतीत घेऊन गेले. ती पहिली जागा कोणती असावी याविषयी माझ्या मनात अजूनही प्रश्न आहे.

एकदा तुम्ही त्या रेस्टॉरंटमध्ये गेलात की, पुढचे काम असते ते जागा मिळविण्याचे. मला हे ठाऊक आहे की, ज्यांना दृष्टी आहे असे प्रवासी थेट स्वयंपाकघरात जाऊन आपल्याला हव्या त्या पदार्थांकडे बोट दाखवितात. पण माझ्यासारख्या व्यक्तीला मात्र या एका मोठ्या प्रश्नाला तोंड द्यावे लागते. बसण्यासाठी जागा शोधणे तुलनेने सोपे आहे. रेस्टॉरंटच्या दाराजवळ काही मिनिटे उभे राहिल्यावर एका चिनी ग्राहकासह वेटरने मला योग्य त्या टेबलाजवळ नेले. मी अंध आहे हे त्याला कळावे म्हणून कधी अपरिहार्यपणे, तर कधी हेतुत:, खुर्च्या आणि टेबलांना अडखळत, धडका देत मी त्याच्या मागे गेले. पुढचा प्रश्न होता तो हवे असलेले खाद्यपदार्थ मागविण्याचा. थोडक्यात, माझ्या ब्रेल चिनी भाषेतील पुस्तकामधील आठवा धडा. पण त्यामध्ये दीडशे पानांची एक याप्रमाणे चार मोठ्या, जाडजूड फायली असल्यामुळे ते मी घरीच ठेवून आले होते. काहीही न सुचल्याने मी भात आणि सूप मागविले. ''तुम्हाला खरंच हेच खायला हवं आहे?'' माझ्या ऑर्डरमुळे निराश झालेल्या वेटरने मला विचारले. खरे म्हणजे मी दिवसभर काहीही खाल्ले नव्हते, त्यामुळे यापेक्षा वेगळे असे काही चांगले खायला मला आवडले नसते. ''तू

काही सुचवू शकतोस का?'' मी विचारले. चूक क्रमांक एक. त्याने माझ्यापुढे घडघडा चाळीस पदार्थांची नावे वाचली. बहुतेक पदार्थांची नावे फुलांची किंवा एखाद्या भलत्याच गूढ गोष्टीची होती. त्यामुळे मी अधिकच बुचकळ्यात पडले. ''तू माझ्यासाठी योग्य तो पदार्थ निवडू शकतोस?'' मी विचारले. चूक क्रमांक दोन. काही मिनिटांतच बश्यांमागून बश्या आणि वाडग्यांमागून वाडगे भरलेले घमघमणारे पदार्थ माझ्यासमोर येऊ लागले. मधात घोळवलेले पोर्क, मिरची लावलेला खेकडा, अक्रोड आणि आल्याचा स्वाद असलेले चिकन, झणझणीत सॉसमध्ये शिजविलेले मशरूम आणि भाज्यांचे असंख्य प्रकार, ज्यांची नावे मला अद्यापही ठाऊक नाहीत.

चौघांना पुरेल एवढे ते अन्न होते. चॉपस्टिक्स वापरून खाण्याचा पुरेसा सराव नसल्याने बरेच अन्न मी स्पर्श न करता तसेच उरले होते. अतिशय स्वादिष्ट अशा या अन्नासाठी मी भरपूर पैसे मोजले खरे, परंतु मी मात्र अजूनही उपाशी होते.

माझे पुढील काही दिवस बीजिंगमध्येच माझ्या पुढील चेंगडूच्या प्रवासासाठी पाठपुरावा करण्यात गेले. ते दिवस मी वैयक्तिक कार्यानुभवाचे धडे घेण्यासाठी वापरले. मी अशा देशातून आले होते जेथे पांढऱ्या काठीचे टोक जरी दिसले, तरी त्या क्षणी मदत करायला कोणीतरी पुढे येते. चिनी लोकांच्या अंध लोकांकडे बघण्याच्या दृष्टिकोनाची मला अजून ओळख व्हायची होती. माझ्या देशात, ज्या-ज्या वेळी मी पदपथावर रस्ता ओलांडण्यासाठी उभी राहत असे, त्या-त्या वेळी नागरी कर्तव्याची जाणीव असलेली एखादी व्यक्ती माझा हात धरून, मी मदतीची विनंती करण्यापूर्वीच मला रस्ता ओलांडण्यास मदत करीत असे. बीजिंगमध्ये मात्र तसे नव्हते. एकतर येथे, वाहतूक सिग्नल्स आणि त्यावर पादचाऱ्यांसाठी रस्ता ओलांडण्याची सुविधा फार कमी प्रमाणात आहे आणि दुसरी गोष्ट म्हणजे, पांढऱ्या काठीचा अर्थच चीनमधील लोकांना ठाऊक नाही.

एक दिवस बीजिंगच्या रस्त्यावर एक वृद्ध स्त्री मला म्हणाली, ''तुम्हाला याची इथे गरज नाही. इथे सर्वत्र बसेस, टॅक्सी आणि ट्राम आहेत.'' मला कळले, तिने माझ्या पांढऱ्या काठीचा वेगळाच अर्थ लावला होता. ती माझी चालण्याची काठी आहे असे तिला वाटत होते. असाच प्रकार तिबेटमध्येही घडला. तेथे मला 'मी मेंढपाळ आहे का?' असे विचारले जात असे किंवा ती काठी मी बर्फावरून घसरण्याच्या खेळासाठी – स्कीईंगसाठी वापरते, असा लोकांचा समज होता. अशा प्रकारच्या शेऱ्यांची मला आता सवय झाली होती. अगदी माझ्या देशातही एकदा मला कोणीतरी विचारले होते, 'ही काठी भूसुरुंग शोधण्यासाठी आहे का?'

''तुम्ही जन्मापासून अंध आहात?'' चेंगडूच्या विमानात माझ्या शेजारी बसलेल्या सहा वर्षांच्या मुलीने मला विचारले. ''कॅरी, असे प्रश्न विचारायचे नसतात.'' तिच्या इंग्लिश मातेने तिला खडसावले, पण उलट बरेच झाले. तिच्या या प्रश्नामुळे या

समस्येला तोंड तरी फुटले. तिच्या आईच्या ओशाळवाणेपणाकडे दुर्लक्ष करीत मी म्हणाले, ''माझ्या डोळ्यात काहीतरी समस्या आहे हे माझ्या आई-वडिलांना मी अगदी लहान असतानाच जाणवलं. पण त्या दिवसांमध्ये मी बघू शकत होते. मी बारा वर्षांची होईपर्यंत मी लोकांना ओळखू शकत होते आणि भोवतालच्या गोष्टीही. मला रंग ओळखता येत होते आणि मी खूप पेंटिंग करीत होते.''

आजही माझ्या आयुष्यात रंगाचे स्थान फार महत्त्वाचे आहे. नेत्रतज्ज्ञाने दिलेल्या सल्ल्यानुसार, पूर्वी माझे पालक मला रंग वेगळे ओळखायला शिकवत. हा सराव पुढे माझ्यासाठी खूप महत्त्वाचा ठरला. मग लवकरच मला आकार ओळखू येईनासे झाले. अशा वेळी मी रंगांवरच अधिक विसंबून राहू लागले. माझ्या बाइकवर जेव्हा मी निघायचे तेव्हा मी रस्त्यावर हिरव्या रेषांचा वापर करीत होते किंवा चालण्यासाठी रस्त्याच्या कडेला असलेल्या गडद रेषांचा वापर करीत होते. अनेक गोष्टी लक्षात ठेवण्याचे साधन म्हणून मी रंगांचा वापर करू शकत होते. मला आठवतेय, खूप पूर्वी आकडे आणि शब्द उच्चारताच माझ्या मनात त्याला अनुसरून रंग येत असे. उदाहरणार्थ, चार हा आकडा सोनेरी रंगाची, पाच आकडा हलक्या हिरव्या रंगाची, तर नऊ आकडा तजेलदार लाल रंगाची प्रतिमा माझ्या मनात निर्माण करीत असे. टेलिफोन क्रमांक, गणिती सूत्रे किंवा कोणतीही सूत्रे स्मरणात ठेवणे मला सोपे जाते.

आकड्याला एखादा रंग देण्याची माझी सवय याला कारणीभूत होती. आठवड्याच्या दिवसांना किंवा महिन्यांना त्यांचे म्हणून एक रंग होते. मी भौमितिक रचनेनुसार त्यांची आखणी केली होती, एखाद्या 'पाय'प्रमाणे वर्तुळाकार रचनेत. एखादी विशिष्ट घटना कोणत्या दिवशी घडली ते मला आठवायचे असेल, तर माझ्या अंतश्चक्षूसमोर प्रथम तो रंग उमटायचा आणि वर्तुळातील त्याचे स्थान. जेव्हा लहानपणी मी हे लोकांना सांगत असे तेव्हा लोक माझ्याकडे अशा तऱ्हेने बघत जणू मी वेडी आहे! पण या पद्धतीने माझ्या शालेय शिक्षणात मला सतत मदत केली आहे. ''आणि आज तुला काय दिसतं?'' कॅरीने मला विचारले. ''मला काही दिसत नाही असं तुला नेत्ररोगतज्ज्ञ सांगेल, पण माझ्या कल्पनेच्या राज्यात आणि स्वप्नात मला खूप गोष्टी दिसतात. निसर्गचित्रं, रंग आणि अगदी चेहरेसुद्धा...''

''आपल्याला दिसत नाही याचं तुला दुःख होत नाही?'' यापूर्वी हा प्रश्न मला कोणीही विचारला नव्हता. मी काही क्षण विचार केला आणि म्हणाले, ''मी जेव्हा लहान होते तेव्हा खूप रडले. लोकांचा माझ्याविषयी गैरसमज होतोय याबद्दल मला अधिक वाईट वाटत होते. एकतर लोकांना असं वाटायचं की, मला व्यवस्थित दिसतं, पण त्यांच्या अपेक्षेप्रमाणे मी प्रतिसाद का देत नाही हे त्यांना समजायचे नाही किंवा मी अंध आहे म्हणजे माझा काही उपयोग नाही असं त्यांना वाटायचं. त्यापेक्षा त्रासदायक बाब म्हणजे, ते माझ्याशी बोलताना सावकाश आणि मोठ्याने बोलत,

जणूकाही माझ्या दृष्टीत नाही; तर मेंदूत दोष असावा! आणि जेव्हा ते माझ्याबरोबर एखाद्या अनोळखी व्यक्तीला किंवा माझ्या पालकांना बघत तेव्हा ते माझ्याशी न बोलता थेट त्यांच्याशी बोलत. जणू मी एखादी मेणाची बाहुली असावी.''

''पण तू फक्त अंध आहेस, बहिरी नाही... आणि स्वत:ला हवं ते सांगण्यात तुला काही अडचण नसावी...'' कॅरी म्हणाली.

४

चेंगडूमधील माझ्या मुक्कामाचा मी जेव्हा विचार करते तेव्हा सर्वांत प्रथम मला आठवतो तो तेथील दमट उन्हाळा. त्या भागावर ढगांची एवढी दाट छाया होती की, स्थानिक लोक म्हणत, एखादा सूर्यकिरण जर ढग भेदून येऊ शकलाच तर सगळी कुत्री भुंकायला लागतात. पण मला मात्र चेंगडूमधील वातावरण प्रसन्न वाटले. बीजिंगमधील लोकांपेक्षा इथली माणसे अधिक छान आणि उत्साही वाटत होती. चेंगडू विद्यापीठातील विद्यार्थ्यांबरोबर फिरण्यात मला मजा वाटत होती. माझ्या भीतीवर मात करण्यासाठी मी बाजारपेठेतील चिंचोळ्या रस्त्यावरून, रहदारीतून फिरण्याचेही धाडस करून बघितले. त्या शहराचा गंध आणि आवाज भरून घेण्यासाठी मी तेथील छोट्या पुलांवर आणि सार्वजनिक चौकांमध्ये रेंगाळत असे. अशाच माझ्या एका भटकंतीत, मला माझ्याभोवती अनेक माणसांचे कोंडाळे असल्याचे जाणवले. आश्चर्याची बाब म्हणजे सगळे जण शांत होते. पण कॅमेरा क्लिक होण्याचा आवाजही न आल्याने ते पर्यटक नसावेत असा निष्कर्ष मी काढला. माझी वाढती अस्वस्थता घालविण्यासाठी अखेरीस मी काहीतरी विनोद केला आणि न राहवून विचारले, "तुम्ही सगळे माझ्याकडे असं रोखून का बघताय? मी काही पांडा नाहीय..." चिनी आणि परदेशी पर्यटक आवर्जून सिचुआन प्रांतातील संशोधन केंद्रांमध्ये किंवा प्राणिसंग्रहालयाला भेट देऊन झपाट्याने पृथ्वीतलावरून नाहीसा होत असलेला हा प्राणी बघायला जातात. पण मी केलेली ही तुलना माझ्या आसपासच्या लोकांना फारशी रुचली नसावी, कारण ते शांतपणे माझ्याभोवती उभेच होते.

"तू पांडा नाहीस हे आम्हाला ठाऊक आहे, पण तू परदेशी आहेस ना..." अजिबात थट्टेचा सूर न लावता त्यातील एकाने उत्तर दिले.

चिनी आणि पाश्चिमात्य लोकांना एकूण विनोदाचे वावडेच आहे. दुसऱ्या एका प्रसंगात, पावसाळी हंगामात मी रस्त्यावरून चालत होते. रस्त्यावरून वाहणाऱ्या पाण्यातून जाताना वाटेतील डबकी चुकविण्याचा अयशस्वी प्रयत्न करीत होते. त्या

प्रयत्नात गुडघ्यापर्यंत भिजले होते. अचानक एका माणसाने विचारले, ''तुम्ही त्या डबक्याला चुकवून का जात नाही?''

''कारण, मला पाणी आवडतं आणि पोहायला मजा येते.'' त्याच्या मूर्खासारख्या प्रश्नाला मी उत्तर दिले. माझ्या बुटात आता जेवढा चिखल आणि पाणी जमले होते तेवढेच त्याच्या बुटात जमावे, अशी इच्छा माझ्या मनात निर्माण होत होती. पण माझ्या बोलण्यातील उपहास त्याला कळला नसावा, कारण पुढे जाऊन तो म्हणाला, ''पण तुला खरंच पोहायचं आहे तर जवळच असलेल्या जलतरण तलावावर का जात नाहीस?''

चेंगडूमध्ये चिनी कलाकारांचा एक गट मला भेटला. तो मला त्यांच्याबरोबर शहराच्या मध्यवर्ती असलेल्या त्यांच्या स्थानिक कला केंद्रावर घेऊन जायचा. त्याचे नाव होते, 'लिटल बार'. या बारने मला मी विद्यार्थी असताना, माझ्या गावात असलेल्या बारची आठवण करून दिली. ते मला कलाकारांनी तयार केलेली पोस्टर्स आणि लिहिलेल्या घोषणा यांनी सजविलेल्या भिंतींचे वर्णन करून दाखवायचे. तिथे टेबलावर मेणबत्त्या जळत असायच्या. उंचावलेल्या छोट्या व्यासपीठावर रोज रात्री वेगवेगळे बँड्स आपला कार्यक्रम सादर करायचे, तर दुसरीकडे विद्यार्थी आणि उगवते कलाकार बिअरचे घुटके घेत मार्क्स-एंजलच्या तत्त्वज्ञानावर आणि कलेतील प्रवाहावर चर्चा करत असायचे. या बारची मालक होती – तांग ली. तिने बॉनमध्ये काम केलेले असल्याने ती खूप सफाईने जर्मन भाषा बोलायची. ती बिअर आणि कॉकटेल ओतण्यात दंग असायची.

''ठाऊक आहे, तू इथे अगदी प्रसिद्ध व्यक्ती झाली आहेस?'' ती मला म्हणाली. ''सगळे जण अंध युरोपियन मुलीविषयी बोलत असतात, जी तिबेटमधील अंधांना मदत करता यावी म्हणून घोड्यावरून आमचा सगळा देश पालथा घालणार आहे,'' असे म्हणत तिने माझ्या ग्लासमध्ये बिअर ओतली. ''तू आमची पाहुणी आहेस आणि तू आमच्यासाठी जे काही करते आहेस त्याबद्दल, आज तुझा पाहुणचार करायची जबाबदारी माझ्यावर आहे.''

''थँक यू,'' मी उत्तरले. परंतु मला मनातून मात्र मी प्रसिद्ध व्यक्ती वगैरे असल्याचे वाटत नव्हते. आतापर्यंत तरी मी माझ्या उच्च ध्येयाच्या दिशेने काहीच प्रगती केलेली नव्हती. मुख्य समस्या ही होती की, मी चेंगडूच्या पश्चिमेला १२५ मैलांवर असलेल्या कांगडिंग गावापलीकडे जाऊच शकत नव्हते. या मर्यादेपलीकडे असा एक अमर्याद प्रदेश होता जेथे आत शिरकाव करून पोचणे अवघड होते. कारण कांगडिंगचा बहुसंख्य भाग हा परंपरेने तिबेटी बोलणाऱ्या खाम्पा या भटक्या जमातीने व्यापला होता. शेतकरी आणि भटके खाम्पा लोक हे या देशाच्या मध्य भागात राहणाऱ्या तिबेटी लोकांपेक्षा परंपरा आणि भाषिकदृष्ट्या वेगळे आहेत.

वागण्यातील शहरी सफाईदारपणाचा आणि त्यासोबत सुविधांचा अभाव याबाबतचा त्यांचा अनुभव मीही घेतला आहे.

माझ्या प्रकल्पाची माहिती असणाऱ्या भटक्या जमातीच्या एका व्यक्तीने मला विचारले, "तुम्हाला घोडा हवा असेल तर माझा वापरू शकता आणि त्यासोबत मलाही." त्याच्या भावना दुखावणार नाहीत अशा बेताने मी त्याला नकार दिल्यावर तो मोठ्याने हसला. त्याने देऊ केलेली ही ऑफर फारशी गंभीरपणे दिलेली नव्हती तर! वस्तुस्थिती ही होती की, मला एका घोड्याची गरज होती आणि अशी कोणीतरी विश्वासार्ह व्यक्ती सोबत हवी होती जिला मी माझ्यासोबत नेऊ शकेन. कांगडिंग येथील एका पर्यटनसंस्थेत काम केल्याचा अनुभव असलेला चिनी, तिबेटी आणि गरजेपुरती इंग्रजी भाषा जाणणाऱ्या एका उत्साही विद्यार्थ्याने माझ्या प्रस्तावाबद्दल उत्सुकता दर्शविली. तो म्हणाला, "मला माझ्या सध्याच्या कामाचा कंटाळाच आलाय. शिवाय ही संधी पण सोडून देण्याजोगी नाहीय आणि मला फार पैशाची गरज नाहीय."

मग आम्ही दोघांनी मिळून आम्हाला खरेदी करावयाच्या आवश्यक गोष्टींची यादी केली. कांगडिंगमधील आमच्या कार्यक्रमाची रूपरेषा आखली. सीमेजवळ असलेल्या देर्जे या स्वायत्त प्रांतापर्यंत आम्ही जाणार होतो. खूप दूरवर प्रवास करून अंध व्यक्तींचा शोध घेण्याचा माझा बेत होता. अतिउंचावरील अशा या प्रदेशात अंधत्वाचा फैलाव किती प्रमाणात झाला आहे त्याबद्दल निश्चित आकडेवारी आणि या अंधत्वाची कारणे जाणून घेण्याचा माझा प्रयत्न होता.

मी या गावात आल्यावर काही दिवसांतच मला एका अधिकृत सरकारी स्वागत समारंभाला निमंत्रित करण्यात आले होते. स्थानिक उच्चपदस्थांना त्यात निमंत्रित करण्यात आले होते, ज्यामध्ये आरोग्य खात्याचे संचालक, परराष्ट्र व्यवहार खात्याचे सल्लागार, खात्याचे सचिव आणि स्थानिक नेत्रतज्ज्ञ यांचा समावेश होता. दूध घातलेला चहा, पेस्ट्रीज, गोड वेफर्स असा चहापानाचा सरंजाम होता. वातावरण पुरेसे प्रसन्न होते आणि मैत्रीपूर्णही. पण माझ्या मनावर बसलेले नकारात्मक भावनांचे भूत मात्र उतरत नव्हते. दुभाष्यांच्या अनुपस्थितीत, माझ्या चिनी आणि तिबेटी भाषेच्या जुजबी ज्ञानाच्या आधारे मी माझा प्रकल्प स्पष्टपणे मांडण्याचा प्रयत्न करीत होते.

"आम्हाला हा प्रकल्प पूर्णपणे नीट कळला आहे आणि योग्य त्या कागदपत्रांची पूर्तता करण्याबाबत चेंगडूमध्ये सूचना दिल्या आहेत," एक अधिकारी मला म्हणाला. माझा माझ्या कानांवर विश्वास बसेना. ज्याची मी स्वप्नातही अपेक्षा केली नव्हती अशा वेगाने गोष्टी हलत होत्या आणि मी तर अजून घोडाही घेतला नव्हता. "याचा अर्थ मला पुढं जाण्याची अधिकृत संमती मिळाली आहे असं समजायचं?" मी विचारले.

"नेमकं तसंच म्हणता येणार नाही," परराष्ट्र व्यवहार खात्याचा सल्लागार उत्तरला. "तुम्ही ज्या प्रदेशांना भेट देऊ इच्छिता तिथे परदेशी नागरिकांना प्रवेश निषिद्ध आहे. याखेरीज त्या भागात वारंवार भूकंप होतात आणि कोसळणाऱ्या दरडींखाली रस्ते नाहीसे होतात. शिवाय सशस्त्र दरोडेखोरांकडून हल्ले होण्याचा धोकाही आहेच." तो पुढे म्हणाला, "तुमची कल्पना उत्तम आहे, पण वस्तुस्थिती अशी आहे की, त्या संपूर्ण भागात एकही अंध व्यक्ती नाही." नेत्रतज्ज्ञाने वरील माहितीमध्ये भर घातली.

"वा! ही फारच छान बातमी आहे. म्हणजे अंध मुलांसाठी शाळा बांधण्याकरिता माझ्या घरून पैसे मागवण्याची गरज नाही." मी उद्गारले. या प्रकल्पासाठी पैसे गोळा करण्याचे माझे प्रयत्न मी या अधिकाऱ्यांपुढे आधीच जगजाहीर केले होते. आपला घसा साफ करीत अतिशय मैत्रीपूर्ण आवाजात राज्यपाल म्हणाले, "आम्हाला एवढंच म्हणायचंय, तुम्हाला चेंगडूला परत जावं लागेल. तुम्हाला तिथे जाण्याची अधिकृत परवानगी मिळताच तुमच्या प्रकल्पाला आम्ही हवी ती मदत करू, आनंदाने. अगदी तुम्हाला गाडीची सुविधाही विनामूल्य उपलब्ध करून देऊ."

ज्या ठिकाणी एकही अंध व्यक्ती नाही अशा भागात जाण्यासाठी एवढी सुविधा उपलब्ध करून देणे म्हणजे औदार्याची परमावधीच म्हणायला हवी! मी राज्यपालांचे आभार मानून निघण्याच्या तयारीत असताना सार्वजनिक आरोग्य खात्याच्या सल्लागाराने मला थांबविले आणि म्हटले, "जर तुम्हाला आवश्यक ती परवानगी चेंगडूमध्ये मिळाली नाही, तर तुम्ही आमच्यासाठी आधीच जमा केलेले पैसे आमच्याकडे पाठवून द्या. अंधांसाठी आम्ही काय करू शकतो ते आम्ही बघतो..."

मी अवाक झाले. माझा प्रकल्प वाहून जाण्याची ही चिन्हे होती. तो प्रत्यक्षात येईल यावर येथे कोणाचाही विश्वास नव्हता हे मला कळून चुकले. पण काही भागात या प्रकल्पाकडे बघण्याची दृष्टी तर वेगळी, अधिक आस्था असलेली होती. मी गोंधळात पडले. पण वरवर बघता मला दुसरा पर्यायच नसल्याने मी तिकीट काढून चेंगडूच्या बसमध्ये चढले. ही ट्रीप म्हणजे एक दुःस्वप्न ठरले, ज्यात उत्साहाने उद्दीपित करणारे अनेक क्षण मी अनुभवले होते. ज्या प्रवासाला सोळा तास लागणार होते, त्याला तेहेतीस तास उलटून गेले. मी गाढ झोपले होते. संथगतीने जाणाऱ्या एका ट्रकमागे आमची बस इंच-इंच पुढे सरकत होती. एकाएकी बसमधील ४०-४२ प्रवासी जिवाच्या आकांताने ओरडू लागले. मीही घाबरून जागी झाले. त्या अतिशय चिंचोळ्या; आणि काही ठिकाणी तर वाहून गेलेल्या रस्त्यावर चालकाला कमालीच्या एकाग्रतेची गरज होती. एकाएकी त्याने काही क्षण थांबून सिगारेटचे चार झुरके मारण्याचा निर्णय घेतला. पण त्यात अडचण एवढीच आली की, तो गाडीला ब्रेक लावायचे विसरून गेला. आमची बस त्या तीव्र उतारावरून वेगाने घसरू

लागली. त्या प्रवासात सुरुवातीपासून आमच्या पुढे असणारा आणि जो आमच्या बसला दरीत पडण्यापासून रोखू शकला असता तो संथगतीने चालणारा ट्रक रात्रीच्या अंधारात अदृश्य झाला होता. आम्ही झपाट्याने खाईकडे निघालो होतो. सुदैवाने प्रवाशांच्या किंकाळ्यांमुळे बसमध्ये असलेल्या पर्यायी चालकाला जाग आली. आपल्या जागेवरून उडी मारून समोर पडलेल्या सामानाच्या ढिगाला चुकवत त्याने चालकाच्या जागेवर जात ब्रेकचा कबजा घेतला आणि खाईत पडण्यापासून आमच्या बसला वाचविले!

आपला जीव वाचविल्याबद्दल प्रवासी वारंवार त्या चालकाचे आभार मानीत होते.

चेंगडूला पोचले तेव्हा मी अतिशय थकले होते आणि मला अंघोळीची तीव्र निकड वाटत होती. प्रवासाचा शीण गेल्यावर मी पुन्हा स्थानिक अधिकाऱ्यांकडे चकरा मारणे सुरू केले. कांगडिंगपेक्षा इथले अधिकारी काही फारसे प्रोत्साहित करणारे वगैरे नव्हते.

''माफ करा, आम्ही तुमच्यासाठी काही करू शकत नाही. हो, तुमचा प्रकल्प आम्हाला आवडला आहे, तो चांगलाही आहे, पण तुम्ही अमुक किंवा तमुक खात्याशी का संपर्क करीत नाही? ते तुम्हाला नक्की मदत करू शकतील.''

आणि मग मी या खात्यातून त्या खात्याकडे आणि परत अशी फिरत राहायची. अनेक दिवसांच्या अशा निष्फळ आणि निराश करणाऱ्या प्रयत्नांनंतर अखेर एक दिवस मी एका बागेतील बाकावर बसले होते, अत्यंत उद्विग्न हताश मनोवस्थेत. मला फेरविचार करण्याची गरज होती. माझा प्रकल्प खरोखरच निरुपयोगी होता? स्वत:च्याच शब्दांवर विश्वास ठेवायचा तर, जर मी लवचीक राहिले आणि खुल्या मनाने विचार केला तर चांगल्या गोष्टी माझ्याकडे यायलाच हव्या. मी ठरविले. हा प्रकल्प सोडून देण्याची माझी तयारी नव्हती. अजूनतरी नाही. त्याच वेळी एक माणूस माझ्या शेजारी बसण्याची परवानगी मागत होता. तो इंग्लिश होता. त्याने स्वत:चे नाव सांगितले टॉम. ''तू कांगडिंगमध्ये असताना मीही तिथे होतो आणि मी तुझ्या प्रकल्पाविषयी ऐकलं आहे,'' तो म्हणाला. तो मजा म्हणून जगप्रवासाला निघाला होता आणि त्याचा पुढील मुक्काम होता ल्हासाला.

''ल्हासा...'' मी स्वत:शीच ते नाव पुन्हा उच्चारले. तीन वर्षांपूर्वी आईबरोबर मी काठमांडूला निघाले असताना वाटेत ल्हासाला गेले होते, पण त्या अतिउंचावरील हवामानात मी आजारी पडले आणि तेथील माझा मुक्कामाचा सगळा काळ मी पलंगावर व्यतीत केला. त्यामुळे त्या शहराबद्दल मला काहीच आठवत नव्हते. मी टॉमला त्या त्रासदायक आठवणी सांगितल्या.

''या वेळी तुझा मुक्काम नक्कीच चांगला होईल. अकरा हजार फूट उंचीवर

कांगडिंगला तू मुक्काम केल्यामुळे त्याचा तुला फायदाच होईल.''

त्याचा सल्ला मनावर घेण्याचे मी ठरविले. तिबेटच्या राजधानीत मी जाऊ शकत असताना येथे चेंगडूत मी कशाला रेंगाळायचे? शिवाय एक-दोन दिवसांत तोही ल्हासाला जाण्यासाठी निघणार होता आणि त्याची आपल्याला मदतच होईल याविषयी मला खात्री होती.

''आणखी एखादी बिअर हवी?'' 'लिटल बार'मधील काउंटरवरील तांग लीने मला विचारले. उद्या अगदी पहाटे मला निघायचे होते आणि विमान चुकविण्याची माझी इच्छा नसल्याने मी तिला नम्रपणे नकार दिला. ल्हासात दोन महिने मुक्काम करून त्या प्रांताची सखोल ओळख करून घ्यायचा माझा बेत होता.

५

“**तिबेट** नेहमीच फार सुंदर असतं.” विमानात माझ्या शेजारी बसलेल्या तरुण जर्मन विद्यार्थिनीला मी म्हणाले. चेंगडू विद्यापीठात एक वर्ष काढल्यावर तिची आणखी वाट बघण्याची तयारी नव्हती. ‘ल्हासामधील आकाश निळेशार असते आणि सूर्य नेहमी झळाळता, कारण उंच शिखरांच्या कोंदणात ल्हासा वसलेले आहे. तिथे पाऊस येतच नाही.’ पण तिबेटच्या हवामानाबाबतचा माझा ‘तज्ज्ञ’ अंदाज हा अचूकतेपेक्षा जरा दूरच निघाला. कारण आमच्या विमानाने जमिनीवर चाके टेकली तेव्हा ल्हासात धुवाधार पाऊस सुरू होता. आमची कागदपत्रे दाखविण्यासाठी आम्ही एका लांबलचक रांगेत उभे राहिलो. चीनमधील स्थानिक विमानसेवेद्वारे तिबेटच्या स्वायत्त प्रांतात आलेल्या प्रवाशांचे पासपोर्ट, व्हिसा आणि इतर कागदपत्रे लक्षपूर्वक तपासली जात होती. या रांगेतील वेळेचा उपयोग मी टॉमने मला सुचविलेल्या अतिउंचावर गेल्यावर येणारी शारीरिक अस्वस्थता घालविण्यासाठी केला. काल रात्री खरेदी केलेल्या शुद्ध पाण्याच्या दोन बाटल्यांमध्ये मी ॲस्पिरिनच्या दोन गोळ्या विरघळवून ठेवल्या होत्या. त्यांपैकी एका बाटलीतील पाणी मी प्यायले. टॉमच्या म्हणण्यानुसार रक्त वाहते, पातळ ठेवणे महत्त्वाचे होते. प्रवासादरम्यान मी चहा-कॉफीसारखी, शरीरातील पाणी कमी करणारी पेये न पिता कोका-कोला, लेमोनेडसारखी गोड पेये भरपूर प्यायले होते. टॉमच्या सल्ल्याबद्दल त्याचे आभारच मानायला हवेत, कारण आता दहा हजार फुटांपेक्षा अधिक उंचीवर येऊनही मला अतिउंचीवरील विरळ हवामानाचा कोणताही त्रास होत नव्हता. माझ्याबरोबरच्या जर्मन विद्यार्थिनीने मात्र तज्ज्ञांनी सुचविलेले औषध चेंगडूत घेतले होते, पण त्यामुळे तिचे रक्त पातळ राहण्याऐवजी नेमका उलटा परिणाम झाला असावा. आधी, तिच्या बोटाच्या टोकांना झिणझिण्या येऊ लागल्या आणि मग बसमध्ये तिला चक्कर येऊ लागली. आता तिला अतिउंचीवरील हवामानाचा सर्रास होणारा त्रास म्हणजे तीव्र डोकेदुखी सुरू झाली.

आमच्या बसला वाटेत अनेक थांबे घेत-घेत यावे लागल्यामुळे विमानतळावरून

शहरात यायला तिला तब्बल दीड तास लागला. येथील 'याक हॉटेल'मध्ये राहण्याची अनेकांनी शिफारस केलेली असली, तरी मी मात्र एखादे, मला आवडेल असे छोटे हॉटेल निवडण्याचे ठरविले. दलाई लामांच्या हिवाळी निवासस्थानाकडे जाणाऱ्या, पोटालाकडे जाणाऱ्या बीजिंग-डोंग लू या मार्गावर असलेली अनेक अशी छोटी हॉटेल्स मला ठाऊक आहेत.

माझ्या शेवटच्या भेटीनंतर आतापर्यंतच्या काळात ल्हासामध्ये खूप बदल झाले आहेत हे मला तेथील आवाजाच्या पातळीवरून सहज जाणवत होते. तीन वर्षांपूर्वी अक्षरश: रिकामे असलेले येथील रुंद रस्ते आणि मार्ग आता मोठाल्या गाड्यांनी आणि त्यांच्या कर्णकटू हॉर्नच्या आवाजाने गजबजून गेले होते. भोंगे वाजविणाऱ्या छोट्या बाइक, टॅक्सी, आवाज करणारे जुने ट्रक्स आणि बांधकाम साहित्य व मलब्याने काठोकाठ भरलेले छोटे ट्रॅक्टर्स यांच्या आवाजामुळे कान जणू बधिर होत होते. त्यापेक्षा वाईट म्हणजे, गावातील जमलेल्या कचऱ्याच्या उंच ढिगाऱ्यांमुळे एखाद्या सार्वजनिक शौचालयाजवळ येते तशी तीव्र कुबट दुर्गंधी वातावरणात भरून राहिली होती. भोवतालच्या रेस्टॉरंट्समधून येणारे विविध मसाल्यांचे वास आणि रबर जाळल्यावर येतो तसा जळका गोडसर दर्प हा त्या दुर्गंधीवर मात करीत होता.

माझ्या कपड्यांचे टोक धरून 'पैसे पैसे' असे ओरडत माझ्या मागे फिरणाऱ्या मुलांची संख्या बघून मी घाबरूनच गेले. वारंवार दुकानदारांकडून केले जाणारे अभिवादनही मला बेचैन करीत होते. खरोखर मदत करणारी परिस्थिती आणि केवळ एका परदेशी नागरिकाचे केलेले स्वागत यांपैकी नेमके काय आपल्या वाट्याला येते आहे हे मला समजेना. त्यामुळेच माझ्या कानावर परिचित आवाजातील 'हॅलो' ऐकू आले तरी मी त्यावर चटकन प्रतिसाद दिला नाही. मग त्या बोलणाऱ्याने स्वत:ला माझ्यापुढे आणायचे ठरविले, माझा मार्ग अडवून तो उभा होता. मग मला उमजले, तो टॉम होता. एक-दोन दिवसांपूर्वीच तो ल्हासाला आला होता.

त्या निव्वळ कोलाहलामध्ये एका ओळखीच्या व्यक्तीवर आदळल्याने मी अक्षरश: उत्तेजित झाले होते. मला राहण्यासाठी जागा मिळवून द्यायला मदत करण्याची मी टॉमला विनंती केली. त्याला खूप आवडलेल्या आणि तो जेथे उतरला होता त्या 'बनाक शूल' हॉटेलमध्ये तो मला घेऊन गेला. पारंपरिक जुन्या शैलीतील हे हॉटेल पोटालाच्या पश्चिम भागात जुन्या शहराजवळ होते. पाठीवर सॅक घेऊन येणाऱ्या प्रवाशांचाच तेथे मोठ्या संख्येने मुक्काम होता. दिवसाला तीन डॉलर्स एवढी रक्कम भरून मी एक खोली भाड्याने घेतली. या खोलीत माझ्याखेरीज आणखी चार जण राहणार होते. बनाक शूलमध्येच उतरलेली माझी विमानातील जर्मन सहप्रवासी अधिकाधिक आजारी पडत होती. तिच्याखेरीज आणखी दोन इंग्लिश विद्यार्थी माझ्या खोलीत राहणार होते. बनाक शूलमधील त्या वर्दळीने मला

छान उत्साही अशी मित्रमंडळी मिळवून दिली.

या शहराची नाडी जाणून घेण्यासाठी पुढील काही दिवसांत मी स्वत:च ल्हासात फिरले. आता मी बनाक शूलच्या छताच्या गच्चीवर सकाळी लवकर ब्रेकफास्ट घेण्याचा आनंद लुटत होते. अजून कोणीही उठलेले नसल्याने शांतपणे मी माझ्या ध्वनिमुद्रण करणाऱ्या डिक्टाफोनमध्ये माझी रोजनिशी नोंदवू शकणार होते. माझा त्यानंतरचा कार्यक्रम होता बारखोरमध्ये भ्रमंती. ल्हासामधील प्रमुख धार्मिक स्थळ आणि तिबेटमधील एक महत्त्वाचे आध्यात्मिक केंद्र असलेल्या 'जोखांग' मंदिराभोवतीचा हा प्रदक्षिणेचा मार्ग. ती जागा शोधायला मला फार प्रयास पडले नाहीत. मला फक्त एवढेच करायचे होते, अरुंद, चिंचोळ्या रस्त्याच्या जंजाळातून जोखांगच्या दिशेने निघालेल्या पुढे जाणाऱ्या माणसांच्या अखंड प्रवाहात स्वत:ला सोडून द्यायचे. फक्त तसे करीत असताना वाटेत बसलेल्या, लोळत असणाऱ्या भिकाऱ्यांना किंवा प्रार्थना करीत असणाऱ्या भिक्खूंना मी अडखळायला नको होते!

बारखोर हा जणू विविध नाद-आवाजांचा महासागर होता, प्रार्थना करीत फिरणाऱ्या अगणित भक्तांच्या आवाजातून निर्माण झालेला. "स्वस्त... खूप स्वस्त... घ्या... बघा," असे ओरडत दागिने विकू पाहणाऱ्या दुकानदारांना मी टाळू शकले नाही. मी बघू शकत नाही, असे मी कितीही सद्‌हेतूने त्यांना सांगितले की, हास्याचा मोठा धमाका मला ऐकू येत असे आणि तो विक्रेता दुसऱ्या ग्राहकाकडे वळत असे.

ल्हासा हे पवित्र स्थळ म्हणून प्रसिद्ध असले, तरी जगभरातील प्रत्येक शहरात भरतो तसा येथेही रस्त्यावर विक्रेत्यांचा बाजार भरतोच आणि त्या बाजारात काहीही विक्रीला असू शकते. चामड्याच्या वस्तू, तऱ्हेतऱ्हेचे मसाले आणि प्लॅस्टिकच्या तकलादू बंदुका असे काहीही! प्रदक्षिणेच्या दोन्ही मार्गांवर उभे असलेले विक्रेते छोट्या मुलांपासून तरुण भिक्खूंपर्यंत प्रत्येकाला आपल्या जाळ्यात ओढण्याचा प्रयत्न करीत असतात. या बाजारात तऱ्हेतऱ्हेच्या टोप्या मिळतात, असे मला कोणीतरी सांगितले होते. यांपैकी बहुसंख्य टोप्या ब्रोकेडच्या किंवा काड्यांच्या असतात, आणि त्यांपैकी काही एवढी फर लावून नटविलेल्या असतात की, त्यासाठी एखाद्या मेंढीची नखशिखांत कातडी वापरली असण्याची शक्यता नाकारता येत नाही! याशिवाय त्या बाजारात खाम्पा विक्रेतेही होते, जे लांब तलवारी, चामड्याचे हातमोजे, दागिने, मौल्यवान खडे, खरे आणि नकली नीलखडे आणि चिनी अथवा प्लॅस्टिकचे समुद्रातील मोती विकत होते. टीव्ही विक्रीच्या दुकानात एक गजराची घड्याळे विक्रीसाठी असलेला एक स्टँड होता. सर्व घड्याळांचा एकदम गजर होऊन जणू त्यांच्या क्षमतांची चाचणी घेतली जात असावी. त्या कर्कश आवाजाने बारखोर आणि जवळपासचे छोटे रस्ते दणाणून जात होते.

टीव्हीवरील आवाज जास्तीत जास्त क्षमतेचा ठेवून त्यावर दे मार चित्रपट लावलेले असत. तो आवाज असा होता की, खरे विव्हळणे आणि टीव्हीमधील विव्हळणे यामधील फरक ओळखू येऊ नये.

माझ्या वास्तव्यात दुपारचे अनेक तास मी ल्हासामधील मठांमध्ये घालविले आहेत. मी पहिल्यांदा जेव्हा तेथील एका प्रसिद्ध मठाच्या प्रवेशद्वारापाशी गेले तेव्हा तेथे उभी राहून फक्त ऐकत होते. तेथे कमालीची शांतता होती, पण तरीही मला अनेक महान लोकांचे अस्तित्व जाणवत होते. माझ्या मागे असलेल्या भिंतीला टेकून खालील दगडी फरशीवर मी शांतपणे बसले. काही क्षणांत, एक भिक्खू आपली चटई घेऊन आला आणि माझे स्वागत करणारे काही शब्द पुटपुटला. माझ्यासारख्या पाहुण्यांमुळे भिक्खूंच्या एकाग्रतेचा भंग होत नसल्याचे आश्वासनही त्या शब्दांमध्ये होते.

थोड्याच वेळात त्यांच्या प्रार्थनांचा आणि मंत्रांचा घोष सुरू झाला, त्या आवाजाला साथ होती निनादणाऱ्या घंटांची. आवाजाच्या त्या मंजूळ लाटांनी माझे हृदय भरून गेले. शब्दांच्या हलक्या कुजबुजीला घंटांची साथ असलेल्या त्या प्रार्थना मला एखाद्या रेडिओ कार्यक्रमासारख्या वाटत होत्या. काही प्रार्थना झाल्यावर येणाऱ्या ध्यानाच्या वेळात ते भिक्खू सर्वांना खारे लोणी घातलेला चहा, पारंपरिक तिबेटी पेय देत होते.

तीन वर्षांपूर्वी, माझी आई या पेयामुळे आजारी पडली होती. त्यामुळे मी त्या कपाला कमालीच्या सावधपणे ओठ लावले. त्या खाऱ्या चहात शिळे लोणी विरघळून गेले होते. पण ते भिक्खू ज्या प्रसन्नपणे तो चहा पीत होते ते बघून मला आश्चर्यच वाटले. तिबेटमध्ये हे पेय टाळणे शक्यच नाही, कारण कोणत्याही किंवा खरे म्हणजे प्रत्येक समारंभात ते तुम्हाला दिले जाते. मी अगदी सावधपणे त्या पेयाचे एक-दोन घोट घेते न घेते तोच एक भिक्खू लगबगीने माझ्याजवळ आला आणि त्याने माझा कप पुन्हा काठोकाठ भरला. सगळे तिबेट ज्या पेयावर जगते त्या पेयाची आता मला सवय झाली आहे. किंबहुना अन्य कोणत्याही पेयापेक्षा हिवाळ्यात तर मी या खाऱ्या चहालाच पसंती देते, अर्थात जर तो ताजे लोणी घालून बनविलेला असेल तरच!

तिबेटमधील प्रत्येक गोष्टीला या लोण्याचा वास येतो. तो वास सर्व वातावरणात भरून राहिलेला असतो. याकच्या दुधापासून बनविलेले ते लोणी सर्वत्र वापरले जाते. अगदी स्वयंपाकापासून ते तेलाच्या दिव्यात, रंगांमध्ये, तोंडाला लावायच्या क्रीममध्ये, केसावरील उपचारांसाठी, चामड्याला मऊ करण्यासाठी, लोखंडी साधनांमध्ये, लाकडाला पॉलिश करण्यासाठी आणि अन्य कित्येक गोष्टींसाठी.

माझ्या अनेक संध्याकाळी मी जुन्या शहरातील रेस्टॉरंटमध्ये घालविल्या आहेत.

अन्य पर्यटकांशी दोस्ती करण्यात. या गावात ज्या तऱ्हेवाईक आणि सुंदर माणसांचा साठा आहे तो बघणे ही एक निखळ करमणूक आहे. त्यामध्ये शांतीच्या प्रसारासाठी निघालेले प्रवासी जसे आहेत तसे निव्वळ तिबेटबद्दल अतोनात प्रेम असणारे आहेत. काही लोक फक्त चिनी हेरांचा आणि ज्यांचा छळ झालाय अशा तिबेटींचा शोध घेत असतात, तर काही नुकतेच बौद्ध धर्मात आलेले जग वाचविण्याची शपथ घेताना दिसतात. याखेरीज येथे काही निव्वळ पर्यटकही आहेत, ज्यांना प्रत्येक गोष्ट फारच अद्‌भुत आणि अलौकिक वाटत असते. अर्थात प्रत्येक गोष्ट किती कडक आणि कष्टदायक आहे, अशी कुरकुर करणारेही काही लोक असतातच.

ऑस्ट्रेलियाहून आलेला फ्रँक हा यापैकी दुसऱ्या गटाचा माणूस. हाँगकाँगमधील आयुष्य त्याला असह्य वाटल्यावर तो ल्हासामध्ये आला, पण इथली गार पाण्याची अंघोळ त्याला असह्य वाटू लागली. चिकन करीचा वीट आला आणि सगळ्यात महत्त्वाचे, त्याचा झोपण्याचा पलंग त्याला 'अशक्य' वाटू लागला, कारण छतातून गळणाऱ्या पाण्यामुळे त्याच्या चादरी आणि पांघरुणे भिजून गेली होती.

एका संध्याकाळी मी पॉल, स्टेफॅन आणि बिरियाला भेटले. बिरिया इस्रायलमधील होती. आता लष्करात प्रवेश आणि मग विद्यापीठात शिक्षण या दरम्यान तिला मिळालेल्या वेळात ती जग भटकत, ओळखून घेत होती. आज सकाळी ती, झेक नागरिक असलेला स्टेफॅन आणि डच पॉल हे तिघेही एकाच विमानाने आले होते. ज्या स्वत:चा स्वत: प्रवास करीत असतात अशा व्यक्ती प्रत्येक गोष्टीकडे खुलेपणाने बघतात आणि प्रत्येक नव्या ओळखीचे स्वागत करतात; हे तिघेही त्याला अपवाद नव्हते. बनाक शूलमध्ये ते तिघेही येऊन जरा स्थिरस्थावर झाल्यावर आम्ही तिघेही रेस्टॉरंटच्या शोधात निघालो. सतत कुरकुरणारा फ्रँकही आमच्यासोबत आला आणि अपेक्षेप्रमाणे त्याने मागविलेल्या याकच्या मांसाच्या कटलेटमुळे त्याला पुन्हा त्याच्या वैफल्याला वाट करून देण्याची संधी मिळाली. बिरियाने 'बोबी' मागविला. भाज्या आणि मांस भरलेला हा एक प्रकारचा पॅनकेक होता. चविष्ट पण खायला किचकट, त्यामुळे सांडण्याची शक्यता अधिक. मला मात्र साधे सँडविच खाणेही आव्हानात्मक असल्याने मी कधीही 'बोबी' वगैरे हाताळण्याच्या फंदात पडत नाही. त्या पॅनकेकमध्ये भरलेला सर्व मसाला सांडण्यात बिरिया 'यशस्वी' झाली होती, त्यावर विनोद करीत होती. पॉल या विनोदांची मजा दोन वेळा लुटू शकत होता. एकदा प्रत्यक्ष तो गोंधळ बघत असताना आणि दुसऱ्यांदा मला त्याचे तपशीलवार वर्णन करीत असताना. हसून माझ्या मात्र डोळ्यात पाणी आले. भात आणि चिकन अगदी मनापासून खात असलेल्या स्टेफॅनला मात्र त्याचे पुढील सहा आठवड्यांतील हे अखेरचे जेवण असेल याची मुळीच कल्पना नव्हती. कारण दुसऱ्याच दिवशी त्याला 'जिआरडियासिस' नावाच्या, तिबेटमध्ये प्रवास करणाऱ्या अनेक प्रवाशांना छळणाऱ्या अत्यंत वेदनादायक

पोटदुखीने ग्रासले. त्याच्या बाथरूमच्या खिडकीतून दिसणारा तिबेट बघण्यावरच त्याला समाधान मानावे लागले. पॉलने 'थागॅप' नावाचे पारंपरिक सूप मागविले. त्या संध्याकाळी त्याने आम्हाला त्याच्या मागील प्रवासाच्या कहाण्या सांगून आमचे खूप मनोरंजन केले.

एक दिवस आमचे गच्चीवरील जेवण असेच जरा उशिरापर्यंत रेंगाळलेले असताना माझ्या खांद्यावर कोणीतरी थाप दिली आणि म्हटले, "अरे वा! तू तिबेटच्या कोणत्यातरी कोपऱ्यात अंधांसाठी काहीतरी काम करते आहेस, असं प्रत्येकाला वाटतंय आणि तू मात्र इथे आधुनिक हॉटेलमध्ये मुक्काम ठोकून तोंडात पॅनकेकचे तोबरे भरतेयस की." तो होता थेरी, बॉन विद्यापीठामधील माझ्याबरोबरचा विद्यार्थी. त्याने मला शब्द दिला होता, पण तरीही तो प्रत्यक्षात येथे येईल असे मला अजिबात वाटले नव्हते. पण तो माझ्या समोर होता. आपल्या चिनी मैत्रिणीला तिबेटमधील वैशिष्ट्यांची ओळख करून देण्यासाठी तो आला होता. मग आम्ही ताबडतोब तिद्रम नन्नरीजवळ असलेल्या गरम पाण्याच्या झऱ्यांना भेट द्यायचा निर्णय घेतला आणि त्यानंतर सामये नावाच्या अतिशय जुन्या मठात आम्ही जाणार होतो. तेथे मात्र फक्त बोटीनेच जाणे शक्य होते. मी पर्वतावरील नामत्सो तळ्यावर जाण्याचा प्रस्ताव मांडला. या तळ्याच्या अनेक कहाण्या होत्या.

"तुला तळ्यावर जाण्याची का इच्छा आहे?" फ्रँकने विचारले.

मी उत्तरले, "त्याच्या उंचीमुळे तेथील हवा अतिशय शुद्ध असते आणि समोर असणाऱ्या दृश्यांमधील रंग अतिशय गडद आणि अद्‌भुत दिसतात." माझ्या अपेक्षेप्रमाणे, माझ्या प्रस्तावानंतर मला परिचित अशी शांतता पसरली. अखेर आपले सर्व धैर्य एकवटून पॉल म्हणाला, "तुला दिसत नसताना, दृष्टी नसताना समोरच्या दृश्याकडे बघून तुला अद्‌भुत रंग कसे दिसू शकतात? तुझ्यासाठी सर्व दृश्यं सारख्याच रंगाची, नाही का? मी जेव्हा डोळे मिटतो तेव्हा माझ्या डोळ्यांपुढे असतो फक्त काळा रंग, मी कुठेही असलो तरी! मग तुला असं म्हणायचंय, तुला रंग दिसतात?"

मला त्याला उत्तर द्यायची इच्छा होती. पण मी ठरविले, त्याला हवे ते बोलू दे, मी नाही तोंड उघडणार. अर्थातच, मला रंग दिसतात आणि ते माझ्या मनात...

६

लोकप्रिय समज असा आहे की, अंध लोकांना दिशा शोधता येत नाही, स्वत:चा मार्ग शोधता येत नाही. पण तसे नाही. आमच्या बाबतीत घडते काय, तर आमच्या डोळ्यात दृष्टी नसल्याने आमची अन्य ज्ञानेंद्रिये तीव्र असतात. बंदिस्त जागेत किंवा खुल्या जागेतील वाहतुकीमध्ये स्वत:चा मार्ग काढण्यासाठी आम्ही श्रवणेंद्रिये, स्पर्शज्ञान आणि या जाणिवांवर अवलंबून असतो. पूर्णपणे नव्या आणि अनोळखी वातावरणात पांढरी काठी फार महत्त्वाची भूमिका बजावते. एखाद्या लंबकाप्रमाणे फिरणारी आणि जमिनीला क्वचितच टेकणारे तिचे टोक, हे आम्हाला सर्व प्रकारची माहिती मिळविण्यासाठी मदत करते. समोरच्या जमिनीची नेमकी रचना आम्हाला समजते. ती कोरडी आहे की ओली, सपाट की उंचसखल, खडकाळ आहे की वालुकामय, ही सगळी ओळख त्यातून होते. त्याचबरोबर त्या पांढऱ्या काठीच्या आवाजाद्वारे आम्हाला आणखी महत्त्वाची माहिती मिळत असते. जेव्हा ती काठी जमिनीला केवळ स्पर्श करते किंवा जेव्हा आम्ही ती काठी खेचत नेतो; दोन्ही वेळा येणारा प्रतिध्वनी वेगळा असतो. त्यातून आम्हाला इशारा मिळत असतो. उदा. आम्ही एखाद्या इमारतीजवळ आहोत. अरुंद, चिंचोळ्या रस्त्यावर हा प्रतिध्वनी आम्हाला रस्त्याची लांबी-रुंदी सांगतो. रस्त्याच्या कडेला दगड लावले आहेत का, लाकडी इमारती आहेत का झाडे, हे आम्हाला त्यातून समजते.

माझ्याकडे सतत येणाऱ्या या असंख्य इशाऱ्यांच्या मदतीने मला जी मौलिक माहिती मिळते त्यातून मला माझ्या वावरण्याचा नकाशा मिळत असतो. आता मी काळाच्या चौकटीत थोडी पुढे उडी मारणार आहे आणि ल्हासामध्ये अंधांसाठी शाळा सुरू केल्यावर मी त्या शाळेपर्यंत कशी पोचत असे हे सांगणार आहे. मला याची जाणीव आहे की, अनेक डोळसांना मी देत असलेले तपशील खूप किचकट वाटण्याची शक्यता आहे. पण मी तयार केलेला हा आराखडा, हे एक महत्त्वाचे साधन आहे. त्यातील विशेष खुणा अतिशय काळजीपूर्वक लक्षात ठेवल्या, तरच मी सहजतेने एका जागेवरून दुसऱ्या जागेवर जाऊ शकते. हे किचकट तपशील

माझ्यासाठी बायबलइतके महत्त्वाचे आहेत.

मी एका मोकळ्या जागेच्या टोकापासून सुरुवात करते. तो एक चौरस आहे. तेथे जे वेगवेगळे आवाज ऐकू येतात त्यावरून तो तसा असावा हे मी जाणते. त्यातील काही आवाज जवळून, काही फार दूरवरून, तर काही वेळा दोन आवाजांमध्ये खूप अंतर असते. याशिवाय कारंज्यामधून उडणाऱ्या पाण्यामुळे जर कोणताही प्रतिध्वनी ऐकू आला नाही, तर त्याच्या आसपास कोणतीही भिंत किंवा इमारत नाही हे मला समजते.

पुढील खूण आहे, माझ्या उजव्या बाजूला असलेला एक वर्दळीचा, गजबजलेला रस्ता. मी तो चौरस ओलांडते तेव्हा माझ्या उजव्या बाजूने येणाऱ्या वाहतुकीच्या आवाजापासून तेवढेच अंतर राखण्याची दक्षता घेते. फळांचा सुगंध, उन्हाळ्यात सफरचंद, पीअर आणि हिवाळ्यात संत्री मला बरोबर फळ-विक्रेत्यांपर्यंत घेऊन जातात. मी त्या फळ बाजारातील ग्राहक चुकवत-चुकवत तेथे निवांतपणे फिरते, मग मी तशीच पुढे निघते. आता मी वर्दळीच्या डाव्या बाजूला असते. पादचाऱ्यांसाठी असलेल्या मार्गाचे शेवटचे टोक लागेपर्यंत मी सरळ चालत राहते. हे शेवटचे टोक ही माझी पुढची खूण. कोठेही वळण-वळसा न घेता मी सरळ पुढे जात राहते; अर्थात क्वचित प्रसंगी लोकांचा एखादा गट मला त्यांच्याबरोबर घेऊन जातो. चामड्याचा वास आणि सतत लोखंडावर ठोकल्याचा आवाज ऐकला की, मी ओळखते, मी चप्पल-बूट बनविणाऱ्यांच्या रस्त्यावर आले आहे. लगेचच तो रस्ता डावीकडे वळून अचानक संपतो.

आता येथे जुने गाव सुरू होते हे मला ठाऊक आहे. या भागात मी रस्त्याच्या मधूनसुद्धा चालू शकते. कारण या जुन्या भागात गाड्या फार कमी आहेत आणि ज्या आहेत त्या फार सावकाश चालतात. आता माझ्या उजव्या बाजूला असलेल्या विविध खाद्यपदार्थांच्या दुकानांमधून ताज्या भाजलेल्या ब्रेडचा, शेकोटीवर भाजल्या जाणाऱ्या मांसाचा आणि विविध प्रकारच्या नूडल्सचा वास येत असतो. या रस्त्यावरील सर्व टेलिव्हिजन हे कर्कश आवाजात सुरू असल्यामुळे हा रस्ता विशेषकरून फार आवाजाचा आहे. हे असह्य ध्वनिप्रदूषण ज्यांना मंजूर आहे, किंबहुना बरे वाटते अशा ल्हासामधील मोजक्या लोकांपैकी मी आहे. कारण संमिश्र, गोंधळून टाकणारा आवाज मला माझा मार्ग शोधण्यासाठी मदत करतो. मी नेहमी हा रस्ता ओळखते तो तेथे येणाऱ्या दुर्गंधीमुळे — मला असे वाटते की, अनेक लोक या रस्त्याचा उपयोग सार्वजनिक स्वच्छतागृहासारखा करीत असावेत. या रस्त्यावरील पादचारी मार्ग खडबडीत आहेच, शिवाय माझी काठी खोल भोकांमध्ये किंवा डबक्यात बुडत असते. रस्ता जेथे संपतो तेथे 'टी – **T**' आकाराच्या एका चौकात मी डावीकडे वळते. तेथे जवळपासच एखादे मंदिर असावे, कारण संध्याकाळी एक सुगंध त्या

वातावरणात दरवळत असतो. माझ्या उजव्या बाजूला आलेला हवेचा झोत मला समोर निमुळती, रिकामी जागा असल्याचे सुचविते. येथे मी विशेष काळजीपूर्वक राहण्याबाबत स्वत:ला आठवण करून देते. कारण येथे रस्ता उखडलेला आहे. फूटभर लांबीच्या आणि कित्येक फूट खोल अशा खड्ड्यात विजेच्या उघड्या वायरी आहेत. जेव्हा एक दगडी भिंत माझी वाट अडविते तेव्हा मी डावीकडे एका छोट्या रस्त्यावर उतरते. जेमतेम पाच फूट लांब आणि चाळीस फूट रुंदीचा हा रस्ता, जे बघू शकतात त्यांना नक्की असे वाटेल की, रस्त्याच्या कडेला जी घरे आहेत ती एवढी उखडलेली आहेत की ती कधीही चालणाऱ्याच्या डोक्यावर कोसळतील. त्यामुळे लोकांना येथून चालण्यापासून परावृत्त केले जाते असे म्हणतात, झुकलेले वयोवृद्ध स्त्री-पुरुष मला प्रेमाने अभिवादन करताना तेथील कचऱ्याच्या ढिगाबाबत आणि डबक्यांबाबत इशारा देतात. या रस्त्यावर पारंपरिक तिबेटी चहा चँग आणि ओव्हनमधून नुकत्याच भाजून बाहेर काढलेल्या 'बालेब', तिबेटी ब्रेडचा प्रकार ज्याला ते 'नान' म्हणतात, याचा वास दरवळत असतो. मग मी पुन्हा दोन रस्ते जेथे मिळतात अशा रस्त्यावर येते. तो रस्ता पुढे जाऊन टी आकारात संपतो आणि तेथे उजवीकडे वळल्यावर मी एका रुंद वळणावळणाच्या, पण सपाट पादचारी मार्ग असलेल्या रस्त्यावर येते. आतापर्यंत घरांच्या रांगांमध्ये येणारा वर्दळीचा आवाज आता अधिक मोठा होतो.

अनेक तिबेटी चालकांना गाडी चालविण्याचा परवाना केवळ एक दिवसाचे प्रशिक्षण घेऊनही मिळू शकतो. अशा मंडळींना लाल दिव्याचा अर्थ काय किंवा पादचाऱ्यांना रस्ता ओलांडण्यासाठी वेळ द्यायला हवा अशा नियमांची गंधवार्ताही नसल्याने मी येथे रस्ता ओलांडण्यासाठी कोणाचीतरी मदत मागते. त्यानंतर एका बांधकामाच्या जागेला वळसा घालून येणाऱ्या वाळूच्या रस्त्यावर डावीकडून चालत राहते. मग एका मोठ्या पटांगणाचे प्रवेशद्वार ओलांडल्यावर परत डावीकडे एक छोटा रस्ता आणि मग लगेच उजवीकडे वळायचे. आमच्या शाळेचे प्रवेशद्वार माझ्या समोर आहे! दृष्टी असलेल्या माझ्या काही मित्रांनी डोळे बंद करून माझ्या या नकाशाप्रमाणे मार्गक्रमण केले असता ते बरोबर माझ्या शाळेपर्यंत येतात, हे त्यांनी मान्य केले!

अंध व्यक्तीला डोळ्यासमोर फक्त अंधारच दिसतो का, असा प्रश्न मला नेहमी विचारला जातो. तो फार अतार्किक आहे, असे मला वाटते. जर एखादी व्यक्ती अंध असेल, तर तिच्या डोळ्यासमोर अंधारही नसतो. ज्या व्यक्तीला थोडे जरी दिसत असले तरी ती छाया आणि प्रकाश समजू शकते. पूर्ण अंधारात बुडालेली नसते. मी जरी अधिकृतरीत्या अंध असले तरी मी अंधारात असल्याची माझी भावना कधीही नव्हती. उलट, मला कोणी वेडे म्हणण्याचा धोका पत्करून मी म्हणेन की, मी

स्वत:ला अंध समजतच नाही. मला याची जाणीव आहे की, सर्व अंध व्यक्तींना प्रतिमांची कल्पना करण्याची क्षमता नसते. (आणि मला खात्री आहे की, जे डोळस आहेत त्या सगळ्यांमध्येही असतेच असे नाही!)

प्रतिमा म्हणजे केवळ स्मृतीमध्ये उमटलेले घटक नाहीत. आवाज आणि वासही महत्त्वाची भूमिका बजावतात आणि अंध व्यक्ती त्याचीच प्राधान्याने नोंद करतात. वासाच्या आणि श्रवणाच्या संवेदना त्याचबरोबर गरम आणि थंड, शांतता किंवा वादळ या सगळ्या संवेदना माझ्यासाठी प्रतिमांमध्ये रूपांतरित होतात. या प्रतिमाही रंगीत आणि अगदी नेमक्या, अचूक असतात. मला खात्री आहे की, जे डोळस लोक आहेत त्यांनाही एखाद्या गोष्टीचे दृश्यरूप आठवण्यापूर्वी त्याचा आवाज आणि वास आठवतो.

आवाज मला लोकांचे वर्तन समजून घेण्यासाठी मदत करतो. हे इतर शारीरिक हालचाली आणि हावभावांनाही तेवढेच लागू होते. उदाहरणार्थ, एखाद्या व्यक्तीच्या अहंकाराला जेव्हा धक्का लागतो तेव्हा त्या व्यक्तीची पाठ ताठ असते, डोके मागे झुकलेले असते आणि नाकही वर असते. अर्थात मी बाकी सूक्ष्म प्रतिमांविषयी, म्हणजे चेहऱ्यांवरील हावभाव किंवा नाराजी व्यक्त करणारा कटाक्ष, ओठांना पडणारी मुरड याविषयी बोलू शकणार नाही. कारण जेव्हा मी बघू शकत होते तेव्हा त्याचा अनुभव घेतलेला नाही. मी जेव्हा लहान होते आणि माझी दृष्टी अधू होऊ लागली होती तेव्हाही मी असे तपशील बघितले नव्हते. दुसरीकडे, रंगांचा मात्र स्पष्ट ठसा माझ्या मनावर उमटला आहे.

बाराव्या वर्षापर्यंत रंगांच्या छटांचा ठसा माझ्या स्मरणशक्तीत उमटला होता, अपवाद फक्त आधुनिक रंगांचा! मी जेव्हा नेमक्या वस्तूंना लावते, म्हणजे एखादा कापडाचा तुकडा किंवा मोठे निसर्गदृश्य, तेव्हा रंग नेमकेपणे आणि परस्परविरोधी रंगात स्पष्ट होतात. अंध होण्यापूर्वी मी ज्या ज्या स्थळांना भेटी दिल्या त्याचे वर्णन जेव्हा मी सविस्तरपणे करते तेव्हा लोकांना धक्काच बसतो. मी आकृतीच्या एवढी तपशिलात कशी जाऊ शकते, असे मला लोक विचारतात तेव्हा मी सांगते की, हा माझ्या अन्य चार ज्ञानेंद्रियांच्या कामगिरीचा प्रभाव आहे. इतरांकडून ऐकलेल्या वर्णनात मी माझ्या कल्पनाशक्तीचे आणखी रंग भरते. 'याचा अर्थ, तू जे वर्णन करते ते खरे नसते,' असे ऐकणारे म्हणतात!

'खरे' याची व्याख्या काय आहे? याचा अर्थ डोळस लोकांसाठी वास्तव खरेपणा हा फक्त त्यांच्या दृष्टीपुरता मर्यादित असतो? डोळ्यांना जे दिसते ते बाकी इंद्रियांना जाणवणाऱ्या संवेदनांपेक्षा जास्त महत्त्वाचे असते? आपल्या सर्वांना पाच ज्ञानेंद्रिये असतात. या पाच ज्ञानेंद्रियांच्या मदतीने आपण आपल्याभोवती असलेल्या जगाची ओळख करून घेतो. डोळस असणे हे जर वरदान असेल, डोळसांच्या

बाबतीत उल्लेख करताना तसे मानले जाते, तर याचा अर्थ वास्तवाची एकूण ओळख करून घेण्यात बाकी ज्ञानेंद्रियांचा काहीही वाटा नसतो?

डोळ्यांनी पकडलेल्या प्रतिमा या कान, नाक, जीभ आणि त्वचेला जाणवणाऱ्या संवेदनांपेक्षा अधिक अस्सल असतात? माझ्यासाठी, एखाद्या निसर्गदृश्याचे वर्णन करताना रंग एवढे महत्त्वाचे असतात की, मी जणू ते दृश्य प्रत्यक्ष बघते आहे, असे मला वाटत असते.

थेरीबरोबर मी नामत्सो तलावाला भेट दिली तेव्हा नेमके हेच घडले. नामत्सो हा समुद्रसपाटीपासून १५ हजार फूट उंचीवर असलेला, पन्नास मैल लांब आणि पंचवीस मैल रुंद असा खाऱ्या पाण्याचा तलाव. असे म्हणतात की, हा तलाव म्हणजे प्राचीन थेटीस समुद्राचा अवशेष आहे. हा समुद्र ६० दशलक्ष वर्षांपूर्वी पूर्ण तिबेटच्या पठाराला व्यापून होता. स्कॉटलंडमधील 'लॉक नेस' या तलावाप्रमाणेच नामत्सोभोवतीही अनेक कहाण्या आणि दंतकथा यांचे जाळे विणले गेले आहे. या तळ्याच्या न संपणाऱ्या खोलीप्रमाणेच कथाही खोल-खोल जातात. त्या कथांनुसार या तळ्यात एक महाकाय प्राणी राहतो जो अधूनमधून आपले नाक तळ्याच्या हिरव्या-निळ्या पाण्याच्या वर काढत असतो. या कहाण्यांमुळे कुतूहल वाढलेल्या पाश्चिमात्य संशोधकांच्या आणि तज्ज्ञांच्या अनेक तुकड्या तळ्यावर येत असतात; अर्थातच त्याचे गूढ उकलण्यासाठी. शास्त्राच्या भिंगाखालून पृथ्वीवरील एकही जागा आता सुटू शकत नाही. ते तळे बघणाऱ्या प्रत्येकाने त्याच्या अलौकिक रंगांचे जे वर्णन केले आहे, ते ऐकून माझी त्याबद्दलची उत्सुकता अधिक वाढते. अर्थात त्या खोल पाण्यात राहणाऱ्या महाकाय प्राण्यापेक्षा त्या श्रद्धेबद्दल अधिक औत्सुक्य आहे.

'मेड इन बीजिंग' असा शिक्का असलेल्या एका खिळखिळ्या झालेल्या जीपमधून त्या उंचसखल रस्त्यावरून आम्ही दिवसभर भटकलो. एकाएकी एका वळणावर मला थेरीच्या हाका ऐकू आल्या. "इकडे बघा... पटकन कॅमेरा, कॅमेरा द्या..." तो त्या 'अद्‌भुत दृश्याचे' छायाचित्र काढण्यात मग्न असताना मी जीपच्या दाराशी आले. निळ्यासार अथांग पाण्याच्या काठाशी, संध्याकाळच्या उन्हात मिठाचा एक पट्टाच्या पट्टा चमकतो आहे असे जो-तो वर्णन करीत होता. त्या वर्णनावरून मी माझे एक चित्र बनविण्याचा प्रयत्न करीत होते. थोडा पुढे नामत्सोचा निळाशार रंग गडद निळ्या रंगात परावर्तित होतो आणि जेथे तो क्षितिजाला टेकतो तेथे परत त्याचा रंग फिकट निळा होतो. मावळणाऱ्या सूर्याच्या लाल-सोनेरी रंगात भोवतालची शिखरे नाहत होती. नुकत्याच येऊन गेलेल्या पावसाच्या एका सरीमुळे सगळ्या पर्वतांचे माथे गोठून गेले होते. पांढऱ्याशुभ्र पावडरने ती शिखरे झाकून गेली होती आणि त्याखालील पर्वताच्या हिरव्या अंगावर चरणाऱ्या याकमागे त्यांचे भटके

मालक फिरत होते.

गाडीच्या खिडकीच्या काचेला नाक टेकून मी हे सर्व अनुभवत होते; तेवढ्यात थेरीने पाठीवर दिलेल्या थापेमुळे मी भानावर आले. तो दिलगिरीच्या स्वरात म्हणाला, ''माफ कर, मी कोणत्याही प्रकारची दया वगैरे दाखवण्याच्या हेतूने सांगत नाहीय, पण जर तुला नामत्सो बघायचा असेल तर तू दुसऱ्या बाजूला वळ. तो त्या बाजूला आहे. तू जे न्याहाळते आहेस ते फक्त खडक आणि राखाडी रंगाचा निसर्ग आहे.'' मी जेव्हा हा प्रसंग आठवते तेव्हा मला वाटते, ती एक दुःखद कहाणी आहे असे लोकांना का वाटते?

''आपल्या कल्पनासृष्टीने आपल्याला धोका दिला हे जेव्हा तुला समजलं तेव्हा तुला धक्का नाही बसला?'' मला कोणीतरी विचारले. मी उत्तरले, ''अजिबात नाही. उलट यातून हेच सिद्ध होतं की, माझी कल्पनाशक्ती खूप स्पष्ट आणि लख्ख आहे.''

अंध व्यक्ती असो वा डोळस, वास्तवाबद्दल प्रत्येकाची वैयक्तिक पातळीवर अशी एक कल्पना असते जी वस्तुस्थितीशी कमी-अधिक प्रमाणात मिळतीजुळती असते. पण डोळ्यांनी काही नोंदविलेच नसेल, तर दृश्यमालिका कशी आणि कुठे सुरू होते? माझ्या अनुभवानुसार, माझ्या मनात जगाची जी प्रतिमा आहे ती डोळस माणसांच्या प्रतिमेपेक्षा काही वेगळी नाही. एखाद्या निसर्गदृश्याचे मी केलेले वर्णन हे डोळस माणसांना पटेल, मान्य होईल असेच असते. यात माझ्या मते मुख्य फरक असतो तो, त्या प्रतिमेवरील प्रक्रियेचा. उदाहरणच द्यायचे झाले तर, जेव्हा एखादी सर्वसामान्य डोळस व्यक्ती एखाद्या खोलीत प्रवेश करून खोलीवर एक दृष्टिक्षेप टाकते, तेव्हा त्या खोलीतील जागा आणि तेथील वस्तू याची ती लगेच नोंद करते. मात्र, अंध व्यक्तीसाठी एखाद्या नव्या जागेचा अदमास घेणे, त्याची आत नोंद करणे यासाठी खूप वेळ जावा लागतो आणि त्याचे कारण उघड आहे.

मी जेव्हा एखाद्या नवीन जागेत प्रवेश करते तेव्हा अंत:करणात कोणतेही चित्र उमटत नाही. मला शोध सुरू करावा लागतो, वाटेत येणाऱ्या वस्तूंना स्पर्श करावा लागतो. एखाद्या खुर्चीला अडखळल्यावर त्याचा बाह्य आकार जाणविण्यासाठी मला मदत होते. मी जेव्हा टेबलाच्या टोकाला स्पर्श करते तेव्हा त्याच्या लांबी-रुंदीचा अंदाज मला येतो. कान, नाक, स्पर्श आणि जीभ या अन्य ज्ञानेंद्रियांच्या संवेदना, जाणिवा मला संपूर्ण मत बनविण्यासाठी मदत करतात आणि त्यावरून मला त्या खोलीची लांबी-रुंदी व तेथील वातावरण समजते.

आम्हा अंधांच्या जागेच्या अथवा माणसांच्या प्रतिमा या बहुतेक लोक ज्याला 'वास्तव' म्हणतात त्याच्याशी मिळत्याजुळत्या नसतात. ज्या जागेला मी आणि एखाद्या डोळस व्यक्तीने अशी दोघांनी भेट दिली आहे अशा जागेचे मी वर्णन करते

तेव्हा आम्ही एकाच जागेबद्दल बोलतोय का, असा ऐकणाऱ्याला प्रश्न पडतो. हा भेद स्पष्ट करणारे एक छान उदाहरण मला आठवते आहे, तो हिवाळ्याचा ऋतू होता आणि मी घोड्याच्या पाठीवर बसून एका मित्राबरोबर जंगलातून जात होते. जवळच झुडपांमधून एक निळ्या रंगाचा झरा खळखळत वाहतोय. वाऱ्याच्या मंद झुळकेमुळे रस्त्यावरील वाळलेली पाने उडतायत, रस्ता मऊ जमिनीलगत वाढणाऱ्या शेवाळाने व्यापलाय, त्यामुळे घोड्याच्या टापांचाही आवाज ऐकू येत नाहीय, असे सगळे मला वाटते आहे.

माझा डोळस साथीदार, फनघो मात्र अगदी वेगळ्याच दृश्याचे वर्णन करतोय. आम्ही एका वखारीच्या बाहेर आहोत. फरशीवरून चुरगळलेले कागद इकडेतिकडे उडत आहेत. ज्याचे वर्णन मी जंगलातील झाडे असे करतेय ते नुकतेच झाडांचे कापलेले ओंडके आहेत, ज्याचा एक ताजा वास येतोय आणि मला जो खळाळणारा झरा वाटतोय तो प्रत्यक्षात एक वाळूत खणलेला गढूळ नाला आहे – जो मोठाल्या पाइपला अधूनमधून अडखळत असल्याने सतत आवाज करीत होता. वाळलेल्या पानांची वातावरणातील सळसळ म्हणजे प्रत्यक्षात कागदाचे काही तुकडे सिमेंटवर घासून उडत होते. सर्वांत कडी म्हणजे झाडाच्या लाकडाचा आणि त्याच्या चिकाच्या ज्या वासावरून मी उत्साहाने ज्या जंगलाविषयी बोलत होते ते जंगल नव्हते, तर आम्ही वखारीजवळ होतो.

मी जेव्हा त्या वातावरणाचे खरे वर्णन ऐकले तेव्हा माझे काव्यमय स्वप्नाळू कल्पनाचित्र खळ्ळकन फुटले. पण तरी मी माझा वर्णनाचा आग्रह सोडत नाही. जगाची दृश्यओळख माझ्या एकूण वर्णनात येत नाही, त्याचा मला तोटा होतो तो माझ्याभोवती काय घडते आहे त्याचे अचूक आणि नेमके चित्र जेव्हा मला उभे करायचे असते तेव्हा. पण त्याची भरपाई काही अंशी झालीय, किंबहुना माझ्या अन्य चारही ज्ञानेंद्रियांच्या तीव्र संवेदना हा मला झालेला एक लाभच आहे.

आणि खरे म्हणजे, एखाद्याच्या कल्पनेतून ज्या जगाचे वर्णन केले जाते, त्याविषयी माहिती दिली जाते ती वास्तवापेक्षा अधिक चांगली का असू शकत नाही? या पुस्तकात मी ज्या निसर्गाचे वर्णन केले आहे ते सत्यविषयक असलेल्या माझ्या दृष्टिकोनातून निर्माण झाले आहे. येथे आलेल्या सर्व प्रतिमा ही माझ्या कल्पनेची फळे आहेत.

७

ल्हासामध्ये येऊन एक आठवडा उलटल्यावर मी सकाळी बारखोरमध्ये फिरायला गेले असताना मला डोल्मा ही तिबेटी तरुणी भेटली.

"तू इथे एकटी काय करते आहेस?" अस्खलित इंग्रजीमध्ये तिने मला विचारले. "असाच प्रवास करतेय." मी अगदी जुजबी उत्तर दिले. पण दोघींना एकमेकींविषयी आस्था वाटल्याने आम्ही जवळच्या एका छोट्या हॉटेलमध्ये जाऊन अधिक गप्पा मारण्याचे ठरविले. डोल्माने 'मोमो' मागविले. याकचे मांस आणि भाज्या भरून केलेला हा पदार्थ असतो. खात-खात गप्पा मारत असताना मी तिला माझा तिबेटमध्ये अंध मुलांसाठी शाळा सुरू करण्याचा इरादा सांगितला.

"तुझ्या स्वत:च्या परिस्थितीमुळे तुला अंधांमध्ये इतका रस आहे असे मला वाटतेय, बरोबर आहे?"

"अर्थातच." मी उत्तरले.

"अगदी योग्यच आहे. अंधांचे प्रश्न तशाच व्यक्तीला नीट समजू शकतील ना..."

तिच्या उत्तरामुळे मी प्रभावित झाले. माझा प्रकल्प अगदी योग्य आहे असे वाटणारी केवळ एकमेव व्यक्ती भेटण्यासाठी मला निम्मे जग ओलांडून थेट तिबेटपर्यंत यावे लागले होते... फक्त शिक्षक किंवा एखादा तज्ज्ञच अंध लोकांबरोबर काम करू शकतो असे लोकांना, जगाच्या पाठीवर कुठेही असले तरी वाटत असते. डोल्माची आणि माझी लवकरच गट्टी जमली. त्या दिवसानंतर आम्ही त्या छोट्याशा हॉटेलमध्ये नियमितपणे भेटू लागलो. एकदाच मी तिच्या घरी गेले. दोन मुले आणि नवऱ्यासोबत ती जेथे राहत होती; ते एक भयंकर घाणेरडे खुराडे होते. तेथे भरमसाठ त्रासदायक उंदीर फिरत होते. तिचा नवरा आणि मुले यांनी जेमतेम माझे स्वागत केले. डोल्माने माझे नामकरण केले 'केल्सांग मेटो' (म्हणजे शुभशकुन आणणारे फूल). हे नवे नाव मला चिकटलेच, आजतागायत तिबेटमधील माझे सगळे मित्र

मला 'केल्सांग मेटो'च म्हणतात!

वैद्यकीय सल्लागार असलेली डोल्मा दूरवरील शेतात आणि खेडोपाडी फिरत असते. प्रतिकारक औषधे आणि स्वच्छता याविषयी शिकवीत असते. मला ज्या गोष्टीची शंका होती, त्यावरही तिने शिक्कामोर्तब केले आणि ती म्हणजे अतिशय उंचावर असल्यामुळे तिबेट या स्वायत्त प्रांतात अंधांचे प्रमाण खूप होते. अतिनील किरणांशी मुलांचा येत असलेला अधिक संपर्क हे त्याचे प्रमुख कारण होते. सूर्याच्या अतितीव्र किरणांपासून स्वत:चे रक्षण करण्याचा कोणताही मार्ग त्या पठारावरील भटके आणि शेतकरी यांच्याकडे नव्हता.

"इतक्या मोठ्या संख्येने अंध मुलं असल्यामुळे त्यांना मदत करणाऱ्या अनेक संस्था इथे असतीलच, नाही का?" मी विचारले.

"छे!" डोल्मा चटकन उत्तरली. "अजिबात नाही, पण तू इथे आल्यामुळे आता परिस्थिती बदलेल असं मला वाटतंय."

"इतक्या चटकन नाही होणार," मी तिला म्हटले. "मला तिबेटविषयी अजून खूप शिकायचं आहे. इथली माणसं, हा देश, त्यांची राहण्याची पद्धती, आणखी बरंच..."

"पण ही अंध माणसं तिबेटमध्ये जगतात कशी?" मी विचारले.

मी माझ्या जर्मनीतील प्राध्यापकांना काही दिवसांपूर्वी हाच प्रश्न विचारला तेव्हा एक मोठा उसासा सोडत ते म्हणाले, "तिबेटमधील अंध डोळे मिटून जगतात. थोडक्यात, ते दिवसभर झोपून असतात."

"माझा यावर विश्वास बसत नाहीय, ते खरंच दिवसभर झोपून असतात?" मी भयचकित होऊन विचारले.

"सॅब्रिए, तू एक वेगळी मुलगी आहेस..." असे म्हणत डोल्माने मला अनेक महत्त्वाचे तपशील दिले. तिच्या या खिन्न करणाऱ्या अहवालामुळे मी अक्षरश: निराश झाले. तिने भटक्यांच्या ज्या छावण्यांना भेटी दिल्या होत्या त्यात वेगवेगळ्या परिस्थितीत जगण्याच्या वेगवेगळ्या तऱ्हा आढळल्या. काही समुदायांमध्ये अंध मुलांना त्यांच्या क्षमतेप्रमाणे छोटी कामे दिली जातात, त्यामुळे ही मुले स्थानिक समाजात सहज मिसळून जातात. पण इतर छावण्यांमध्ये मात्र अशा मुलांना अक्षरश: वाळीत टाकले जाते. समाजाच्या वसाहतीत, अगदी दूरवरच्या अंधाऱ्या कोपऱ्यात, नातलग आणि शेजाऱ्यांकडून मिळणाऱ्या दयेच्या तुकड्यावर ते जगत असतात, गावकुसाबाहेरील नागरिकांसारखे. मात्र काही 'उद्योगी' भटक्या जमातींना या अंधत्वातही फायदेशीर उद्योगाच्या संधी दिसल्या आणि त्यांनी शहरात स्थलांतर केले. सगळे कुटुंबच्या कुटुंब ल्हासामध्ये स्थलांतरित झाल्यावर त्यांनी आपल्या या अंध मुलांना भीक मागण्यासाठी रस्त्यावर ढकलले. एके काळी घरात नकोशी असणारी ही मुले आता सगळ्या तिबेटी कुटुंबाला आधार देणारी बनली. येथे

असलेल्या अंधांच्या मोठ्या समूहातील ही एक 'मौल्यवान जमात' ठरली आहे.

तिबेटमधील अतिशय लोकप्रिय समजुतीनुसार अंधपण ही मागील जन्मात तुम्ही केलेल्या कुकर्माची शिक्षा असते. पण त्यापेक्षा वाईट म्हणजे, ज्या दुष्ट आणि वाईट शक्तींचा शाप या लोकांना मिळालेला असतो त्यांचा वास त्या अंध व्यक्तींमध्ये असतो, असाही या देशातील लोकांचा विश्वास आहे. अन्य ज्ञानेंद्रियांच्या तीव्र संवेदना असणाऱ्या या लोकांना, डोळस लोकांना न दिसलेल्या गोष्टी दिसतात असे मानले जाते. त्यामुळेच अंध लोकांना तिबेटमध्ये कटाक्षाने दूर ठेवले जाते. अंध व्यक्तींना स्पर्श केला तरी आपण बाटतो, अपवित्र होतो असा समज असणारी माणसे या देशातील काही भागांमध्ये आहेत.

बुद्धिझमचा सखोल अभ्यास असणारे लामा मात्र या प्रश्नाकडे एका वेगळ्या दृष्टिकोनातून बघतात. त्यांच्या दृष्टीने कोणतेही अपंगत्व, अंधत्वासह हे विशेष फायद्याचे असते. आयुष्यातील प्रतिकूलतेशी लढताना आपण, आपला आत्मा अधिक सशक्त होतो असे त्यांना वाटते. आमचे बोलणे झाल्यावर डोल्माने सुचविले की, मी यावर अभ्यास करावा. दुपारी ती मला एका गर्दीच्या गजबजलेल्या ठिकाणी घेऊन गेली. तिच्याबरोबर एक छोटी अंध मुलगी होती. आपले घर जळत असताना आपली दृष्टी गेली, असे तिचे म्हणणे होते. त्यानंतर ते शहरात राहायला गेले. आता तिची आत्या तिला रोजची रोजीरोटी कमविण्यासाठी रस्त्यावर भीक मागायला पाठविते आणि त्याबद्दल तिला काहीच वाटत नव्हते. पण हे सगळे बहुधा त्या आत्याच्या कानावर पडले असावे, कारण ती एकदम तेथे आली आणि आपल्या घरात लुडबुड केल्याबद्दल डोल्माला शिव्या देऊ लागली. त्या मुलीला सोडून देण्याची आज्ञाही तिने डोल्माला केली. ''तिला तिच्या रोजच्या उत्पन्नाची काळजी वाटते,'' डोल्मा कडवटपणे म्हणाली. मग त्या मुलीचे बखोटे धरून आत्या तिला फरफटत घेऊन गेली, जेथे तिच्या 'कामात' कोणी व्यत्यय आणणार नाही अशा ठिकाणी.

एका छोट्या बाइक-टॅक्सीवरून मी आणि डोल्मा पोटालाला गेलो. दलाई लामांच्या निवासस्थानाच्या बरोबर मागे असलेल्या एका बागेत, दाद देणाऱ्या श्रोत्यांसमोर एक तरुण गिटारवादक गिटार वाजवत होता. ''हा ताशी,'' डोल्मा म्हणाली. ''हा अंध आहे पण गाण्यांना सुंदर चाली लावतो. ल्हासामध्ये सगळ्यांना, खरं म्हणजे या प्रांतात सर्वांना तो ठाऊक आहे.'' मी त्याच्या पैसे गोळा करण्याच्या पात्राजवळ गेले आणि त्यात माझी काही नाणी टाकली...

''तो त्याच्या संगीताच्या बळावर स्वत:चा चरितार्थ खरंच चालवू शकतो?'' मी विचारले.

''ताशीचं उत्तम चाललंय. शिवाय त्याला समाजानं केवळ स्वीकारलंच नाही, तर त्याला आदरही दिला जातो. कारण तो स्वत:चा चरितार्थ स्वत: चालवतो. इतर

अंध व्यक्तींप्रमाणे तो त्याच्या कुटुंबावर वा समाजावर भार झालेला नाहीय.''

शहराच्या मध्यवर्ती भागात परतण्यापूर्वी काही वेळ आम्ही त्याच्या संगीताचा आनंद घेत तेथे उभ्या राहिलो. डोल्माच्या मदतीने त्या अरुंद, वळणावळणाच्या, अतिशय वास मारणाऱ्या रस्त्यांवरून काळजीपूर्वकपणे आम्ही निघालो. त्या रस्त्यांवर घाणेरडे कपडे वाळत घातले होते आणि सर्वत्र प्लॅस्टिकच्या पिशव्या उडत होत्या. आम्ही एका खिळखिळ्या झालेल्या जिन्याच्या तोंडाशी उभे होतो. आम्ही वर चढून जेथे गेलो ती अक्षरश: दोन भिंतींची खोली होती. अन्य दोन भिंतींच्या जागी वारा, पाऊस, बर्फापासून रक्षण करण्यासाठी दोन ब्लँकेट्स टांगलेली होती. गलिच्छ जमिनीवर तेवढ्याच कळकट गादीवर बसलेल्या एका वृद्धेने आमचे स्वागत केले. आम्ही खोलीत प्रवेश करताच आतिथ्य व्यक्त करण्यासाठी झटकन उठून उभी राहत तिने त्या गादीवर आम्हाला जागा दिली.

तिला पाच मुले होती, सगळी अंध. तिने आम्हाला पटकन सांगितले. तिच्या पतीने त्या सगळ्यांना कधीच वाऱ्यावर सोडून दिले होते. जेव्हा घरात एखादे अंध मूल जन्माला येते तेव्हा तिबेटमधील बहुसंख्य पुरुष असेच वागतात. अंध मूल म्हणजे त्या पित्याला मिळालेला जणू शाप असतो किंवा त्याचा अपमान.

तिबेटमधील अंधांची परिस्थिती जाणून घेण्यासाठी मी युरोपहून प्रवास करून आले असल्याचे डोल्माने सांगितले. ते ऐकून उत्तेजित झालेल्या त्या वृद्धेने तिच्या सगळ्यात धाकट्या मुलाला बाहेर बोलावल्यावर तो पळत आला.

''हा मिगमार, कुटुंबातील एकमेव कमावती व्यक्ती.'' डोल्माने मला माहिती दिली. त्या वृद्धेने त्याला त्याच्या इतर भावंडांची गाठ आमच्याशी घालून द्यायला सांगितली आणि काठीच्या मदतीशिवाय तो झटकन वळला. अक्षरश: उड्या मारत निघाला. त्या चिंचोळ्या, वेड्यावाकड्या गल्ल्यांमधून आम्हाला त्याच्या वेगाने जाणे जमत नव्हते. आमच्यापुढे जात असताना तो एकतर टाळ्या वाजवत होता किंवा बोटांनी चुटक्या. त्याच्या भोवतीचा अवकाश जाणून घेण्याची त्याची ही युक्ती होती हे मला लगेच समजले. पुढे मीही या युक्तीचा अनेकदा वापर केला. तुम्हाला जो प्रतिध्वनी ऐकू येतो त्यावरून तुम्ही एखाद्या मैदानात आहात की चौकात हे ठरविता येते. टाळ्या किंवा चुटक्यांच्या आवाजामुळे येणाऱ्या प्रतिध्वनीच्या खोलीवरून वाटेतील वस्तूंचे, भिंतीवरील चित्रांचे अस्तित्व समजते.

आम्ही मिगमारच्या मागोमाग एका बुटके छत असलेल्या रेस्टॉरंटमध्ये गेलो. तेथे 'चँग' या लिंबूसोड्याप्रमाणे चव असलेल्या त्या प्रांतातच बनणाऱ्या बिअरचा वास सर्वत्र भरला होता. त्या बुटक्या टेबलावर बसलेल्या दारुड्या पुरुषांमधून आम्ही जात होतो. ते मोठ्याने आरडाओरडा करीत पत्ते खेळत होते, तर पुरुषांच्या ग्लासवर लक्ष ठेवून असलेल्या बायका ग्लास रिकामे होताच घाईघाईने भरत होत्या.

मिगमारने त्याच्या चौघा भावांकडे खूण केली. ग्लास हातात घेतलेले ते चौघे पाय पोटाशी घेऊन बसले होते. त्याने आम्हाला त्यांची ओळख करून देण्याचा प्रयत्न केला, पण त्यांना त्यात कवडीमात्रही रस नव्हता. पण त्यामुळे विचलित न होता आम्ही त्यांच्या शेजारी बसलोच. डोल्माने एक थंड 'चँग' मागविला. तिने मिगमारला बिअर देऊ केली, पण त्याने नकार दिला.

आपण दारू घेणं बंद केल्याचं तो म्हणाला. दारूमुळे बरबाद झालेले आपले भाऊ आपल्या शेजाऱ्यापाजाऱ्यांच्या दयेवर कसे जगत आहेत आणि त्यामुळे किती निरुपयोगी झाले आहेत ते बघून आपण हा निर्णय घेतल्याचे त्याने सांगितले. या तरुणांची नि:शब्दता त्यांच्यातील निराशा आणि जीवनातील पराभव स्पष्ट सांगत होती. त्या उलट मिगमार मात्र आनंदी आणि समाधानी दिसत होता.

"आमचे अनेक शेजारी मला त्यांचे जुने रेडिओ दुरुस्तीसाठी देतात आणि त्यातून मी माझा जीवन चरितार्थ चालवू शकतो." तो अभिमानाने सांगत होता. आणि मग काहीसा खट्टू होत तो म्हणाला, "मला जर चिनी किंवा इंग्रजी भाषा येत असती तर मी अधिक पैसे मिळवू शकलो असतो."

"तुला कधी शाळेत जावंसं वाटलं?" डोल्माने त्याला विचारले.

"अर्थात, खूप वर्षांपूर्वी मी, माझी चुलत भावंडं ज्या शाळेत होती त्या शाळेत जात होतो. पण मी वर्गातील बाकी मुलांइतका झपझप शिकू शकत नसल्याने त्या शिक्षकांनी मला शाळा सोडायला सांगितली. मी याच क्षणाची वाट बघत होतो."

"अंध मुलांची एक खास भाषा असते, तुला ठाऊक आहे?"

येथे आल्याच्या पहिल्या दिवसापासून माझ्या जाकिटाच्या आतील खिशात मी एक पाकीट बाळगत होते, ज्यामध्ये मी तयार केलेली तिबेटी बाराखडीची ब्रेलमधील प्रत होती. ज्या पुठ्ठ्यासदृश कागदावर तीस प्राथमिक मुळाक्षरे अंधांसाठी छापून घेतलेली होती. जर्मनीत बॉनमधील माझ्या शिक्षिकेने मला तिबेटी भाषेतील अक्षरे शोधून काढण्यास मदत केली होती.

डोल्मा मिगमारला त्या बाराखडीतील अक्षरे मोठ्याने वाचून दाखवत होती, तर मी त्याची बोटे त्या कागदावरील ठिपक्यांवर ठेवत होते.

"किती गंमत आहे!" तो म्हणाला. "आमची भाषा शिकण्यासाठी, तुम्ही किती लांबून एवढा प्रवास करून इथे आलात..."

माझी अजून काही तयारी झाली नव्हती. मिगमारला प्रवेश देण्यासाठी अजून माझी शाळा उघडलीही नव्हती. त्यामुळे त्याचा निरोप घेताना मला वाईट वाटत होते. पण तो खूप छान काही करू शकेल याविषयी मला खात्री वाटत होती. मात्र त्याच्या भावांच्या बाबतीत आता खूप उशीर झाला होता. ते खूप मोठे झाले होते आणि वायाही गेले होते.

८

जर्मनीत मी मध्य आशियन संस्कृतीचा अभ्यास करीत असताना एके दुपारी माझा एक सहाध्यायी वाचनालयात आला आणि मोठ्याने ओरडू लागला,

"हा एवढा मोठा आवाज कशाचा आहे? या यंत्राच्या आवाजामुळे कुणी लक्ष लावून काम करू शकत नाहीय, हा काय दंतरोगतज्ज्ञांचा दवाखाना आहे?" आणि तेवढ्याच वेगाने तो निघून गेला. त्याने ओढून घेतलेल्या दरवाजाचा धाडकन आवाज आला. पाच विद्यार्थी त्या दुपारी नाराज होऊन निघून गेल्याने मी एकटीच होते, माझ्या वाचण्याच्या यंत्रासह. मला हे मान्य आहे की, ते यंत्र फारच कर्कश आहे आणि वाचनालयासारख्या ठिकाणी नक्कीच शांतता भंग करणारेही. पण तरी मी काय करू शकत होते?

मी ज्या यंत्राचा उल्लेख करते आहे त्याचे नाव आहे 'ऑप्टाकॉन' आणि ते अमेरिकेत बनविलेले आहे. त्याच्यासोबत एक छोटा कॅमेरा लावला आहे. छापलेली अक्षरे कॅमेरा वाचतो, त्यानंतर छोट्या सुया लावलेले एक साधन ती ठोक्यांमध्ये परावर्तित करतो, ज्याची संवेदना माझ्या डाव्या हाताच्या पहिल्या बोटाला जाणवते. अंध लोक किंवा मी स्वत: अशा तऱ्हेने वाचते.

वाचनाची ही पद्धत केवळ अवघडच नाही, तर ती कर्कश असल्याने त्याचे काही तोटेही आहेत. तो माझा सहाध्यायी जे बोलला ते अगदी बरोबर होते. एखाद्या दंतरोगतज्ज्ञाच्या दातात खोदकाम करण्याच्या यंत्राचा जसा आवाज येतो, तसाच या मशीनचा आवाज येत होता.

"तू या अभ्यासक्रमासाठी नाव नोंदवण्यापूर्वी नीट विचार कर," असा इशारा माझ्या प्राध्यापकाने मला दिला तेव्हा मी वाचनालयात माझ्या अभ्यासात पूर्ण बुडालेली होते.

"तिबेटी भाषा शिकणारी तू पहिली अंध व्यक्ती आहेस. अनेक डोळस विद्यार्थी पहिल्या सत्रानंतर प्रयत्न सोडून देतात. शिवाय मला एक सांग, तुला हा अभ्यास का करायचा आहे हे तुला मनोमन ठाऊक आहे ना?"

माझे सगळे प्राध्यापक सारखेच होते. चांगले, पण फारसे प्रोत्साहन न देणारे. अभ्यासक्रमाच्या पहिल्याच दिवशी आमच्या संचालकांनी आम्हाला उद्‌घाटनाचे भाषण दिले : मध्य आशियन अभ्यासक्रमात, विशेषत: तिबेटमध्ये रस वाटणाऱ्या व्यक्तींची वाढती संख्या बघून मला बरे वाटते आहे. पण तरीही मला तुमचे काही गोष्टींकडे लक्ष वेधून घ्यायचे आहे आणि ते म्हणजे तिबेटची भाषा शिकल्यावर भविष्यात नोकरीच्या कोणत्याही संधी तुम्हाला उपलब्ध होणार नाहीत ही एक, आणि दुसरी म्हणजे, ही भाषा अतिशय अवघड आहे.

काही हट्टी विद्यार्थी व या अभ्यासामुळे आणि तिबेट किंवा भारतात काही काळ मठात घालविल्यामुळे आपल्याला निर्वाण/मुक्ती मिळेल असा समज असलेले अपरिपक्व बुद्धिस्ट वगळता या उद्‌घाटनाच्या भाषणाचा परिणाम विद्यार्थ्यांवर नक्कीच होत असे. कारण बरेच जण अभ्यासक्रमातून काढता पाय घेत. काही अगदी कडवे बुद्धिस्टही, जे मला ते वापरत असलेल्या सुगंधी तेलामुळे ओळखू येत, वर्गातून अदृश्य होत, पण ध्यानासाठी मात्र आवर्जून उपस्थित राहत.

मग मीच माझे आयुष्य का अधिक अवघड करीत होते? हा प्रश्न मी पहिल्या सत्रात स्वत:ला अनेक वेळा विचारला. तत्त्वज्ञान आणि समाजशास्त्राचा अभ्यासही मी करू शकले असते. माझी परिस्थिती लक्षात घेता ही निवड अधिक सोपी होती, अज्ञात बाराखडीतील मुळाक्षरांना दुसऱ्या भाषेत रूपांतरित करण्याचे कष्ट घेण्यापेक्षा अन्य कोणत्याही शाखेत माझे काम अधिक सोपे होते. कोणीतरी मला तो अभ्यासक्रम वाचून दाखवायचा आणि तो मी मग संगणकाच्या मदतीने ब्रेलमध्ये रूपांतरित करायचा.

पण मध्य आशियाच्या अभ्यासक्रमात माझा अभ्यासक्रम वाचून दाखविण्याची क्षमता असणारे कोणीही नव्हते. तिबेटियन अभ्यासक्रमासाठी कोणतेही सॉफ्टवेअर उपलब्ध नव्हते. त्यामुळे त्या अपरिचित अक्षरांचा अर्थ लावण्यासाठी मला कित्येक तास घालविणे भाग होते, अगदी त्या ऑप्टाकॉन यंत्राच्या आवाजामुळे माझे कान आणि डाव्या हाताचे पहिले बोट बधिर होईपर्यंत!

शेवटी, वर्गातील माझे सहाध्यायी आणि प्राध्यापक यांना त्रास देण्याची इच्छा नसल्याने मी माझे वाचण्याचे यंत्र वापरणे थांबविले आणि सूत्रे व उतारे शक्य तेवढे लक्षात ठेवण्याचा प्रयत्न करू लागले. पहिल्यांदा याचा उपयोग झाला, पण जसा अभ्यास अधिक गुंतागुंतीचा आणि त्यामुळे लक्षात ठेवण्याच्या दृष्टीने अवघड होऊ लागला, तसा मी त्याचा नाद सोडून दिला आणि स्वस्थपणे वर्गात बसून राहू लागले. "ते तो अभ्यासक्रम ध्वनिमुद्रित करू शकत नाही का?" मी माझ्या प्राध्यापकांना विनंती केली.

दुर्दैवाने तिबेटमधील उच्चार असे आहेत की, एका स्वनिमाचा अनेक तऱ्हेने

वैशिष्ट्यपूर्ण वापर करता येऊ शकतो. अनेक शब्दांच्या उच्चारात खूप साधर्म्य असले तरी त्यांची स्पेलिंग्ज मात्र भिन्न असू शकतात.

मी निराशावादी असले तरीही, दृढनिश्चयी असल्याने हा प्रयत्न सोडून न देण्याचा मी निर्धार केला. तिबेटियन भाषेचा अभ्यास हा माझा ध्यास होता, मी मारबर्ग येथे आठव्या इयत्तेत शिकत असल्यापासून घेतलेला. त्या वेळी आम्ही सगळे वर्गमित्र, अंध किंवा ज्यांची दृष्टी अधू होत चालली होती ते, एक दिवस तिबेटसंबंधी प्रदर्शन बघण्यासाठी गेलो होतो. ते आम्हाला नीट समजावे म्हणून तेथील कर्मचाऱ्याने (क्युरेटर) आमच्यासाठी त्या काचा उचलून आतील वस्तूंना, शस्त्रास्त्रे, जपमाळा, लाकडी शिल्पे याला स्पर्श करण्याची अनुमती दिली. मी बोटाने चाचपून त्या कलात्मक वस्तू जाणून घेण्याचा प्रयत्न करीत होते. त्यांपैकी काही धातूच्या बनविलेल्या होत्या. काही लाकडाच्या, तर काही हाडे कोरून बनविलेल्या. त्या दिवशी आम्ही तिबेटी पद्धती, इतिहास आणि भाषेविषयी खूप काही शिकलो. त्या क्षणी मी अक्षरश: पेटलेच. अधिक शिकण्यास उत्सुक असल्याने मी तिबेटी भाषा आणि संस्कृतीचा अभ्यास कोठे करता येईल याची चौकशी सुरू केली. बॉन विद्यापीठात मध्य आशियाई अभ्यासक्रमाचा विभाग असल्याचे मला त्या कर्मचाऱ्याने सांगितले. त्या दिवशी त्या व्यक्तीबरोबर माझे झालेले हे संभाषण माझ्यासाठी फार महत्त्वाचे ठरले. मला माझे काम, व्यवसाय सापडला होता.

मी जेव्हा माझ्या शिक्षकांना माझी ही नवी महत्त्वाकांक्षा सांगितली तेव्हा त्यांनी या कल्पनेला अगदी थंड प्रतिसाद दिला. ''ज्या विषयात ब्रेलमध्ये भरपूर साहित्य उपलब्ध आहे अशा इतिहासाचा अभ्यास का करीत नाहीस?'' अशा शब्दांत त्यांनी मला 'प्रोत्साहित' केले. माझा तिबेटमध्ये जाण्याचा आणि तेथील अंध मुलांसाठी शाळा सुरू करण्याचा सविस्तर बेत आणि स्वप्न मी दुसऱ्या एका प्राध्यापकांना सांगितल्यावर 'अनाकलनीय' अशा एका शब्दात त्यांनी आपली प्रतिक्रिया दिली. ''या प्रकल्पाचा पुन्हा विचारसुद्धा करू नकोस.'' त्यांनी बजावले आणि मग आवाज जरा मृदू करीत म्हणाले, ''आणि स्वत:च्या बळावर हा खटाटोप करण्यापेक्षा सरळ रेडक्रॉसला विचार.''

त्याप्रमाणे मी विचारले. रेडक्रॉस कधीही अपंग अथवा अंध व्यक्तींना प्रत्यक्ष कार्यक्षेत्रात किंवा त्यांच्या परदेशी मोहिमांवर काम करण्याची परवानगी देत नाही. मला ते फारच विचित्र वाटले. दुसऱ्यांच्या गरजा समजावून घेण्यास अपंग व्यक्तीखेरीज अधिक लायक, पात्र कोण असू शकते? अनेक दिवसांमधील तो पहिला दिवस होता, त्या दिवसापासून मी नकार नाकारायला शिकले. तिबेटमधील अंधांना मदत करण्यासाठी मार्ग शोधून काढण्याचा मी निर्धार केला. मला खात्री होती की, एखादा तरी मार्ग असणारच. हे मी स्वत:च्या बळावर करणार होते. आज, अनेक वर्षांनंतर

मी तिबेटी भाषेत शिकता येतील अशी तंत्रे आणि साधने विकसित केली आहेत. ही किमया माझ्या चिकाटीची किंवा ध्यासाची!

मला कळून चुकले, माझे वाचनाचे यंत्र आता पुरेसे नाही. तिबेटी बाराखडी असलेली ब्रेल मिळविण्याचा मार्ग मला शोधायला हवा. आतापर्यंत तरी त्या ब्रेलमध्ये ती भाषा उपलब्ध नव्हती, पण मी त्यासाठी तातडीने प्रयत्न करायचे ठरविले. तिबेटी भाषेत ब्रेलमध्ये काम करण्यासाठी मला त्या भाषेतील वैशिष्ट्यांकडे लक्ष देण्याची गरज होती.

ब्रेल लेखन यंत्राच्या साहाय्याने तिबेटी लेखनाची सोय झाल्यावर मी न थकता लिहू शकत होते, फक्त कोणीतरी डिक्टेशन देण्याची गरज असायची. अनेकदा माझा लेखनाचा वेग डोळस व्यक्तीपेक्षा अधिक असायचा. प्रत्येक नवा शब्द एका स्वतंत्र छोट्या कार्डावर लिहिल्यावर मी त्याचा बाराखडीनुसार क्रम लावायची आणि अशा तऱ्हेने मी माझा तिबेटियन-जर्मन आणि जर्मन ते तिबेटियन असा शब्दकोश ब्रेलमध्ये तयार केला. माझ्या काही डोळस सहाध्यायांना अडणाऱ्या काही शब्दांबाबत जेव्हा या शब्दकोशाचा उपयोग होऊ लागला तेव्हा मला होणारा आनंद अमर्याद असायचा.

यानंतर मी एका अंध गणितज्ञाबरोबर काम केले. एका विशेष प्रिंटरच्या साहाय्याने ब्रेलमधील लॅटिन भाषेतील लेखन तिबेटी भाषेत नेण्यास मदत करणारे सॉफ्टवेअर विकसित करण्यासाठी त्याने मला मदत केली. या सॉफ्टवेअरच्या मदतीने आज अनेक वर्षांनंतर तिबेटमधील अंधांसाठी अनेक पुस्तके उपलब्ध आहेत. पण तो टप्पा अजून आम्ही गाठला नव्हता. पहिल्या वर्षाला शिकणारी विद्यार्थिनी असताना माझे हे छोटेसे संशोधन एक दिवस माझ्याखेरीज इतक्या अंधांना मदत करील याची कल्पनाही मी करू शकत नव्हते. पण तसे झाल्यावरसुद्धा या विषयात रस घेऊन तो मान्य करून प्रत्यक्ष अभ्यासक्रमात त्याची अंमलबजावणी करण्यात मध्य आशियाई विभागाच्या प्रमुखांनी काही सत्रे घालविली.

बॉन विद्यापीठातील तिबेटी अभ्यासक्रमातील एका विचारवंताने मला, मी विकसित केलेल्या या पद्धतीचे सादरीकरण करायला सांगितले. स्वायत्त तिबेट प्रदेशाला आपण वारंवार भेट देतो आणि पूर्व-मध्य तिबेटमधील शाळांना आर्थिक सहकार्य मिळवून देणे हे आपले ध्येय असल्याचे त्यांनी मला सांगितले. माझे तिबेटी ब्रेल हे स्थानिक सांस्कृतिक अधिकाऱ्यांपुढे सादर करण्याची त्याची इच्छा होती. ''एक दिवस तिबेटमध्ये जाऊन याचं सादरीकरण करणं हे तुलाही शक्य आहे,'' असे तो मला पुढे म्हणाला. तिबेटमध्ये जाऊन आपला ठसा उमटविणे हे माझे फार जुने स्वप्न आहे. लेखन आणि वाचनाची माझी पद्धत ही तिबेटमधील अंधांना शिकविण्याइतके महत्त्वाचे काही असू शकते याची मी कल्पनाही करू शकत नाही.

तिबेटच्या स्वायत्त प्रदेशात परदेशी व्यक्तीला काम करण्याची परवानगी मिळत नाही याची मला जाणीव आहे. हे विचारवंत प्राध्यापक तिबेटहून परतल्यावर मला म्हणाले, "तुझी ही पद्धत तिबेटी लोकांना अत्यंत आवडली. पण तू लावलेल्या शोधाचं प्रात्यक्षिक दाखवण्यासाठी तुला आमंत्रित करावं असं मी सुचवल्यावर मात्र ते मूग गिळून बसले." हे ऐकल्यावर मी निराश झाले.

"ते नक्की काय म्हणाले?" मी विचारले.

"अशा प्रकारच्या साहसात यश मिळवण्याइतकं स्वातंत्र्य अंध व्यक्तीला असू शकतं यावर त्यांचा विश्वास नाही."

पण मी स्वतःला निराश होण्यापासून, परावृत्त होण्यापासून रोखले.

काहीही होवो, मी मार्ग काढणारच...

९

अतिशय कष्टाळू, कशामुळेही विचलित न होणारी आणि संघर्षातही शांत राहणारी डोल्मा ही माझ्यासाठी एक फार महत्त्वाची साथीदार ठरली. माझी अभ्यासपद्धती अंध लोकांपर्यंत पोचविण्यासाठी या प्रांताच्या ग्रामीण भागात घोड्याच्या पाठीवरून प्रवास करण्याचा माझा इरादा आहे, असे तिला सांगताच तिच्यात कमालीचा उत्साह संचारला. द्रिगुंग जिल्ह्यापासून या मोहिमेला प्रारंभ करायचा असे आम्ही ठरविले. या भागात अनेक अंध मुले असल्याचे यात्रेकरूंनी आम्हाला सांगितले आणि नेत्ररोगतज्ज्ञांनी त्यास दुजोरा दिला. या समस्येमागचे एक कारण होते, तेथील आहार. त्यात 'अ' जीवनसत्त्वाचा अभाव होता. त्यामुळे जी मुले अंध होण्याची शक्यता होती त्यांची परिस्थिती अधिक वाईट झाली.

द्रिगुंग हे ल्हासापासून शंभर मैल अंतरावर आहे. घोड्यावरून तेथे जायला अदमासे दहा दिवस लागतील, असा डोल्माचा अंदाज होता.

"घोड्यावर कसं चढायचं हे तुला ठाऊक आहे?" पोटालामध्ये फिरत असताना मी तिला विचारले. तेथे पर्यटकांसाठी असणाऱ्या घोड्यांमधील दोन किंवा तीन घोडे भाड्याने घ्यायचा बेत आम्ही आखला होता. "अर्थात!" तिने चटकन उत्तर दिले. मला माझ्याच प्रश्नाची लाज वाटली. तिला असा प्रश्न मी कसा काय विचारू शकले? अगदी व्याख्येनुसारसुद्धा प्रत्येक तिबेटी नागरिक घोडेस्वारीत तरबेज असतो. किंबहुना चालायला लागण्यापूर्वी ते घोड्यावर बसायला शिकतात.

तिबेटमध्ये घोडा विकत वा भाड्याने घेणे ही काही छोटी बाब नाही. विशेषत: परदेशस्थ नागरिकांसाठी नक्कीच नाही. त्यांच्या बाबतीत केवळ किमतीच दामदुप्पट वाढतात असे नाही, तर परदेशी नागरिकांच्या बाबतीत एखादे म्हातारे जनावर गळ्यात पडण्याचा धोकाही असतो.

"फक्त दहा दिवस." एक मालक उद्गारला. त्याच्या ओरडण्यामुळे थोडी माणसे त्याच्याभोवती जमली. "दहा दिवसांनंतर माझा घोडा त्याच्या टाचा मोडून, थकून परत येईल. मग मला तो विकता येणार नाही." तो प्रत्येक घोड्याचे रोज थोडे

भाडे मागत होता. मी मनातल्या मनात हिशेब केला आणि या निष्कर्षाला आले, तो मला जेवढे पैसे आकारणार होता तेवढ्या पैशांत आम्ही दहा चांगले घोडे खरेदी करू शकतो. त्याच्याभोवती जमलेल्या गर्दीत एक 'पोला' होता. तिबेटमध्ये सर्वांत वृद्ध माणसांना 'पोला' – आजोबा म्हणतात. डोल्माला एका बाजूला घेऊन त्यांनी तिला घोडे कशासाठी हवे आहेत, हे विचारले. हाच प्रवास जीपमधून केला तर अधिक सोपा आणि आरामदायी होईल, तो आम्हाला आश्वासन देत म्हणाला. डोल्माने काही उत्तर दिले नाही, पण मी मान हलविली. मला वेगाने आणि जीपमधून प्रवास करणे आवडत नाही. वाहनाच्या खिडक्या बाहेरच्या जगापासून तुम्हाला अलग करतात आणि माझ्या बाबतीत तर, त्या वातावरणाबद्दल अधिक माहिती देणारे आवाज आणि वास मला मिळू शकत नाहीत. शिवाय, जीपमध्ये बसल्यावर तुम्हाला रस्त्यावरून अथवा सुकलेल्या नदीपात्रातूनच जावे लागते. अगदी कोठेही जाऊ शकणारी जीपसुद्धा छोट्या टेकड्या, मऊ चढाव किंवा जेथे पोचणे अवघड आहे, अशा दुर्गम खेड्यांमध्ये जाऊ शकत नाही. घोडा मात्र कोणताही अवघड रस्ता किंवा डोंगर ओलांडू शकतो आणि कोठेही जाऊ शकतो. पोलाला आमचे म्हणणे पटले. "तुम्ही माझ्याकडे असलेल्या घोड्यांपैकी दोन घोडे घेऊ शकता आणि सामानासाठी आणखी एक," तो म्हणाला. "माझी आई अंध होती. कसं लिहा-वाचायचं ते शिकायला तिलाही आवडलं असतं. माझी तुम्हाला एवढीच विनंती आहे की, माझ्या घोड्याला चांगलं खाऊ-पिऊ घाला आणि चांगल्या स्थितीत मला परत करा." त्याच्या औदार्याने मी भारावूनच गेले. पण डोल्मा मात्र माझ्या या उत्साहात सहभागी नव्हती. ती एवढी स्वस्थ कशी याचे कारण मला समजेना. आम्हाला काही तयारी करायची होती. आमच्या प्रवासासाठी आवश्यक असलेल्या किराणा मालाची खरेदी करण्यासाठी आम्ही बारखोरला गेलो. डोल्माने गव्हाच्या पिठाची एक पिशवी आणि थोडे सुकवलेले याकचे मांस घेतले. ते आम्हाला दहा दिवस पुरेल की नाही, याविषयी मला शंकाच होती.

बनाक शूलला परतल्यावर आमच्या छोट्याशा पराक्रमाचे वर्णन मी बिरियाला करीत होते. "काय अद्‌भुत कहाणी आहे!" ती म्हणाली. "तू माझ्यासाठी म्हणून एखादा जास्तीचा घोडा घेतला नाहीस ना? पण घेतला नसशील तरी चालेल. मी बाइकवरून तुझ्या मागोमाग येऊ शकते." तिच्या या प्रश्नावर काय म्हणावे हे मला सुचेना. एक परदेशी किंवा तिबेटी लोक ज्यांना 'लांब नाकाची' म्हणतात, एका अंध व्यक्तीच्या नेतृत्वाखाली मोहिमेवर जाणे योग्य होते? याचा अर्थ, घोड्याला चारा खाऊ घालण्यासाठी आम्ही निश्चितच आणखी एका व्यक्तीचा उपयोग करू शकत होतो. आम्ही मान्य केले. बिरिया आमच्याबरोबर येणार. घोड्यावरून असेल वा बाइकवरून, पण नक्की येणार.

दुसऱ्या दिवशी सकाळी आम्ही तिघी उठलो तेव्हा कमालीच्या उत्साहात होतो. प्रत्येकीकडे खाण्याचे सामान भरलेली एक पिशवी होती आणि घोड्याच्या पाठीवर एक झोपण्याची बॅग बांधली होती. डोल्माच्या सूचनेनुसार मी एक तंबू विकत घेतला होता. विशेषत: मोहिमेसाठी, पण तो मागे ठेवण्याचा निर्णय आम्ही घेतला. वाटेत भेटणारे शेतकरी आपल्याला नक्कीच झोपण्यापुरती जागा देतील, असे तिने मला आश्वस्त केले.

ठरलेल्या वेळी पोला आपले दोन घोडे आणि एक मालवाहू घोडा घेऊन आला. आनंदाची बाब म्हणजे, त्याने घोड्यांना रंगीबेरंगी रिबन आणि छोट्या-छोट्या घंटा बांधून सजविले होते. पारंपरिक लाकडी खोगिरावर एक जाडसर रग टाकून तो चामडी पट्ट्याने बांधून टाकला होता. त्या सफेद घोडीबरोबर एक शिंगरूही होते.

"हे शिंगरू कशाला आणलं?" आम्ही विचारले.

"आईशिवाय शिंगरू सैरभैर होईल असं मला वाटलं," तो उत्तरला. प्रथम आम्ही आमचे सामान मालवाहू घोड्यावर चढविले. सगळे सामान घट्ट बांधून झाल्यावर मी त्या शुभ्र घोडीवर चढले आणि पोलाने सामान वाहणाऱ्या घोड्याचा लगाम माझ्या हातात दिला. दरम्यान, डोल्मा मात्र घोड्यावर चढण्याऐवजी का कोण जाणे त्याच्याभोवती गोल फेऱ्या घालीत होती. ती अगदी छोटीशी व लुकडी होती. त्यामुळे काही अडचण होती का? पोलाने तिला चढण्यासाठी मदत केली, पण डोल्मा डोळ्यात पाणी आणून अखेर एकदम म्हणाली, "मी कबूल करते, घोडा चालवणं मला येत नाही..."

हे ऐकून मला धक्काच बसला. माझ्या घोडीवरून मी खाली उडी मारली. आता आम्हाला आमच्या गटाची फेररचना करणे गरजेचे होते. "घोड्यावरून आपलं सामान खाली उतरवू आणि मग ठरवू काय करायचं ते," मी म्हटले. अतिशय उद्विग्न आणि लज्जित झालेली डोल्मा खेदाने एका बुटक्या भिंतीवर बसली. आमच्याभोवती काही माणसे जमा झाली. तिबेटमध्ये घोडा चालविता न येणे ही लांछनास्पद बाब आहे याची तिला जाणीव होती. मी तिचे परोपरीने सांत्वन करीत होते. बिरियाही तिला शांत करण्याचा प्रयत्न करीत असताना पोला मध्येच म्हणाला, "माझा काही उपयोग होणार असेल तर मला तुमच्याबरोबर यायला आवडेल." काय छान उपाय सापडला आम्हाला! आम्ही देऊ केलेली छोटीशी आर्थिक मदत त्याने स्वीकारली आणि अखेर दुसऱ्या दिवशी निघण्याचा निर्णय आम्ही घेतला. डोल्मानेही आपल्याला वाटणारी शरम झटकून एक हळू चालणाऱ्या घोड्यावर स्वार व्हायचे ठरविले, त्यात तिचे हळूहळू शिक्षणही होणार होते.

आम्ही सकाळी निघालो तेव्हा आमचा चमू नक्कीच लक्षवेधी असणार. पोला त्याच्या काळ्या तुकतुकीत स्टॅलिनवर स्वार झाला होता. फुरफुरणारा स्टॅलिन

त्याला ओलांडून पुढे जाणाऱ्या कोणालाही चावेल असा आक्रमक दिसत होता. पोलाने पारंपरिक रंगीबेरंगी खाम्पा कपडे घातले होते. तीन घोडे आणि एक शिंगरू याच्याशिवाय पोलाने बिरियासाठी एक खास घोडा आणला होता.

आमच्या मोहिमेची वार्ता गावात पसरली असल्याने बनाक शूलचे अंगण तर आम्हाला शुभेच्छा देण्यासाठी गच्च भरले होतेच; पण आसपासच्या भिंतींवरही माणसे बसली होती. या सर्वांनी आम्हाला 'आहझी', 'ओझिआह' असे म्हणत शुभेच्छा दिल्या. आम्ही गाव मागे सोडले. शेते आणि मोकळ्या पटांगणात येताच आम्ही सगळे तणावमुक्त होऊ लागलो. आता कानावर आवाज येत होता तो फक्त डोक्यावरून उडणाऱ्या कावळ्यांचा, मऊ मैदानावर पडणाऱ्या घोड्यांच्या टापांचा आणि त्यांच्या गळ्यात किणकिणणाऱ्या घंटांचा. घोड्यांच्या वाढत्या वेगाबरोबर या घंटांचा निनादही वाढत होता.

डोल्माचा घोडा हळूहळू चालत होता. जाणाऱ्या प्रत्येक मैलागणिक तिची घोड्यावर घट्ट होणारी पकड, त्यामुळे अभिमानाने उंचावणारी तिची मान आणि तिचा वाढणारा आत्मविश्वास बघून आम्ही खूश होत होतो. त्यामुळे तिला तणावमुक्त होण्यासाठी थोडा वेळ लागला. पण तीही हळूहळू शांत होऊ लागली.

एका छोट्या नदीजवळ आमचा पहिला मुक्काम होता. आम्ही घोड्यांच्या पाठीवरील खोगिरे उतरविली, सामानही खाली ठेवून त्यांना पाणी पिण्यासाठी सोडले. थोड्याच वेळात उत्सुक शेतकऱ्यांचा एक जथा आमच्याभोवती जमला आणि आम्हाला प्रश्न विचारू लागला, "कोण आहात तुम्ही?"

"तुम्ही खरंच इथे आमच्या अंधांना मदत करण्यासाठी आला आहात का?"

"आणि कसं करणार हे काम तुम्ही?"

आमच्या उत्तरामुळे समाधानी झालेल्या त्या शेतकऱ्यांनी आमच्या घोड्यांची काळजी घेण्याची जबाबदारी स्वेच्छेने घेतली आणि मोठ्या हुशारीने ती पार पाडली.

आम्ही गवतावर बसून याकच्या मांसाचे तुकडे चघळत असताना, त्या शेतकऱ्यांच्या बायका हातात गरम चहाच्या किटल्या आणि गरमागरम लोणी घेऊन आल्या. गरम लोणी घातलेला चहा मला फारसा आवडत नसतानाही मी एक कप उचलला. कारण तो नाकारणे म्हणजे त्यांचा अपमान करण्यासारखे होते.

ज्या-ज्या वेळी मला तिबेटी जेवणाचे वर्णन करायला सांगितले जाते त्या-त्या वेळी मी म्हणते की, वैविध्यपूर्ण, चवदार आणि सुसंस्कृत जेवणपद्धतीची सवय असलेल्या युरोपियन लोकांना पारंपरिक तिबेटी अन्न फारसे रुचणार नाही. स्थानिक गरजा, मर्यादित व तुटपुंजी संसाधने आणि आहारावर मर्यादा घालणारे अतिउंचावरील तापमान या सगळ्या गोष्टींचा एकत्रित परिणाम होऊन बनणाऱ्या अन्नात फारसे नावीन्य आणणे त्यांना शक्यच नाही... अन्न दीर्घकाळ टिकविण्यासाठी ते याक

आणि बकऱ्याचे मांस बारीक चिरून सुकवितात. गरम, खारा, लोणी घातलेला चहा – ज्याची सवय करून घ्यावी लागते, हा थंडीत तुम्हाला ऊब देतो, तर उन्हाळ्यात शोष पडण्यापासून वाचवितो. याकच्या दुधापासून मिळणारे थोडेफार लोणी हाही ऊर्जेचा एक महत्त्वाचा स्रोत आहे. भाजलेल्या बार्लीचे पीठ करून केलेला 'झाम्पा', लोणी घातलेला चहा, थोडे चीज या जेवणात महत्त्वाची पोषणमूल्ये असतात, जी तिबेटी लोकांना महत्त्वाची वाटतात. रोज खाण्यात येणारा, पण फारसे चविष्ट नसलेला झाम्पा हा जंगलात किंवा वाळवंटात चटकन खाता येऊ शकेल असा पदार्थ आहे.

आमच्या या छोट्याशा सहलीत आणखी काही मुले-स्त्रिया येऊन दाखल झाल्या आणि आमच्याभोवती जमल्या. आम्ही त्यांना आमच्या प्रवासाचा हेतू अगदी तपशीलवार सांगत असताना एक 'मोला' (आजीचा होणारा प्रेमळ उल्लेख) डोल्मापुढे वाकली आणि मला न समजणाऱ्या भाषेत व हावभाव करीत ती आपल्या जवळच असलेल्या कुटुंबाविषयी सांगू लागली. त्या कुटुंबात सोळा वर्षांचे जुळे होते, दोघेही अंध. कोणतेही काम वा व्यवसाय करण्याचे शिक्षण घेणे या दोघांना शक्य नसल्याने त्यांचे पालक फारच नाराज होते.

"द्रिगुंगच्या वाटेपासून हे गाव फार दूर नाही. तुम्ही फारशी वाकडी वाट न करता हे करू शकता." तिने आम्हाला सांगितले.

प्रथम आम्ही उंच पर्वतावर असलेल्या खिंडीपाशी जाऊन किचू नदीच्या मार्गाने निघालो. जाळणाऱ्या सूर्यामुळे आम्हाला वेग पकडणे शक्य होत नव्हते आणि रस्ता असलाच तर तो अतिदुर्गम. गावात पोचण्यासाठी आम्हाला उभी चढण असलेल्या टेकड्या चढून उतरावे लागत होते किंवा घोड्याचे लगाम हातात घेऊन कंबरेएवढ्या पाण्यातून मार्ग काढावा लागत होता. दरम्यान, माझ्या घोडीचे दोन महिन्यांचे शिंगरू मात्र प्रत्येक पावलावर विश्रांतीसाठी थांबत होते. रस्त्याच्या कडेला असणारे गवत हुंगत ते एकदम मोठ्याने खिंकाळू लागे. त्याची आई थोडा वेळ थांबून त्याचे कान खाजवत असे आणि अधिक मोठ्याने खिंकाळत त्याच्या पुढे निघून जात असे.

त्या प्रवासात, घोड्यांना पाणी पिण्यासाठी आणि चारा-दाणा खाऊ घालण्यासाठी तीन वेळा थांबावे लागले. ज्या गावात आम्हाला पोचायचे होते ते अजून काही मैल दूर होते आणि गवत हे फक्त गावाजवळ उगवत असल्याकारणाने घोड्यांना पुरेसा चारा मिळणार नाही, अशी भीती पोलाला वाटत होती. दिवस कलत होता आणि आम्हाला रात्रीच्या मुक्कामासाठी निवारा शोधायचा होता. पण गावकरी मात्र आम्हाला गावात घ्यायला तयार नाहीत, असे आम्हाला सांगण्यात आले. एका कठोर तिबेटी नियमानुसार, स्थानिक लोकांना परदेशी लोकांना आपल्या घरात घेता येत नाही. याची माहिती आम्हाला आधी का नाही मिळाली? मी माझा तंबू ल्हासात सोडून

आल्याबद्दल मला खूप दुःख झाले.

एका खडकाच्या, पुढे आलेल्या कातळाचा निवारा घेण्याचा तडजोडीचा मार्ग आम्ही स्वीकारला, पण आमची गरज जाणणाऱ्या एका शेतकऱ्याने त्याच्या झोपडीच्या आश्रयाला येण्याचे मैत्रीपूर्ण आमंत्रण आम्हाला दिले. कोणताही धोका पत्करण्याची त्याची तयारी नसल्याने त्याने चटकन आपल्या एका मुलाला, आम्हाला रात्री त्याच्या घरी मुक्काम करता यावा याची परवानगी मागण्यासाठी, गावाच्या प्रमुखाकडे पाठविले. खारा चहा आणि गार चँग त्याने आम्हाला देऊ केले. त्यानंतर रग आणि चटया अंथरलेल्या लाकडी बाकावर आम्ही विसावलो. ते आम्हाला बसण्यासाठी आणि झोपण्यासाठी उपयोगी पडले. तिबेटमध्ये रग हा कुटुंबाचा एक मौल्यवान ऐवज असतो. पण रग मात्र वाईट अवस्थेत होते. त्यांना मोठाली भोके पडली होती. कोणाशीतरी बोलता येईल अशी माणसे भेटल्यामुळे आमचे यजमान खूप खूश होते. त्यामुळे भेटल्यावर काही क्षणांतच त्यांनी आम्हाला, आपली पत्नी निवर्तल्यानंतर आपणच तीन मुलांना वाढवत असल्याचे सांगितले. सगळ्यात धाकटा दोन वर्षांचा नुकताच झाला होता आणि मोठा बारा वर्षांचा मुलगा आपली शाळा संपवून वडिलांना शेतीकामात मदत करीत होता.

गावाचा प्रमुख आला आणि आम्ही तिबेटसाठी जे काही करीत आहोत, त्याबद्दल नाट्यपूर्णरीत्या वारंवार झुकून त्याने आमचे आभार मानले. मी हसले. खरे म्हणजे, अजूनपर्यंत आम्ही काय केले होते? खरे बघता, काहीही नाही. मी विचार केला. आतापर्यंत आमच्या नावावर काय जमा झाले असेल, तर उन्हात घोड्याच्या पाठीवरून लांबवर केलेली ही रपेट. आमच्याबद्दल इतक्या लवकर काही निष्कर्ष काढणे योग्य ठरले नसते.

ती दोन माणसे आपापसात बोलू लागली. खूप वेळ कुजबुज केल्यावर तो गावाचा प्रमुख पुन्हा माझ्यापुढे झुकला आणि निघून गेला. "तुम्ही आमच्यासोबत राहण्यासाठी त्यानं हिरवा कंदील दिला आहे!" आमचा यजमान हर्षोल्हासाने म्हणाला. खरे म्हणजे, अंगणात थोडा आडोसा असलेल्या ठिकाणी सामान उतरवून आम्हाला राहायला मिळाले असते तरी चालले असते, पण रात्र आपल्या झोपडीतच काढावी, असा त्याने हट्ट धरला. तो आणि त्याचा मुलगा झोपण्यासाठी बाहेर गेले.

त्या रात्री आमचा कोणाचाही जरासुद्धा डोळा लागला नाही. झोपडीत उंदीर आणि गांडुळांच्या विष्ठेचा असह्य दर्प येत होता. दिवा विझविल्याक्षणी ते अजस्त्र भयावह प्राणी आवाज करीत कामास लागले. ओव्हनजवळ खरवडल्याचा आवाज आणि त्यानंतर इकडून तिकडे पळणाऱ्या उंदरांच्या पावलांचा आवाज आमच्या कानावर पडत होता. ते त्यांच्या कार्यक्षेत्रात उतरले होते. मी मात्र नाही!

कोणताही जिवंत प्राणी मारणे हे बौद्ध धर्मात निषिद्ध आहे. त्यामुळे प्राणी बघून

तिबेटमध्ये कोणालाही अस्वस्थता येत नाही. मी मात्र घाबरून स्वत:ला स्लीपिंग बॅगमध्ये सुरक्षित करून घेतले. त्यामुळे त्या छळवादी घुसखोरांपासून आपण सुरक्षित झालो आहोत या भावनेने मी स्वस्थ झाले. पण ही सुरक्षितता फारशी खरी नव्हती. लवकरच माझ्या सर्वांगास खाज सुटली, त्या खाजेचे मूळ शोधण्यात निम्मी रात्र गेल्यावर थकूनभागून पहाटे केव्हातरी मला झोप लागली. सकाळी, माझी स्लीपिंग बॅग झटकल्यावर मला शेकडो मेलेल्या माश्या आढळल्या आणि माझ्या सर्वांगावर चावल्याच्या खुणा होत्या.

नाश्त्यासाठी यजमानांनी आम्हाला शिळे, वाशेळे लोणी घालून केलेला चहा दिला. आमच्या दयनीय अवस्थेपुढे ते दोघे यजमान मात्र छान ताजेतवाने दिसत होते. उंदीर आणि भंडावून सोडणाऱ्या माश्यांच्या तावडीतून सुटल्यामुळे बहुधा काल प्रथमच रात्री ते निवांत झोपले असावेत! चटकन उठून आम्ही तयार झालो, घोड्यांना तयार केले. आम्ही निघण्याच्या तयारीतच असताना काल रात्री भेटलेल्या गावाचा प्रमुख पुन्हा आला आणि त्याने आम्हाला त्याच्या मागोमाग येण्याची विनंती केली. गावाच्या अगदी टोकाशी असलेल्या एका झोपडीत तो आम्हाला घेऊन गेला. तेथे एका गादीच्या टोकाशी एक वृद्ध स्त्री बसली होती. तिच्या मांडीवर एक छोटे मूल होते. तिची चार वर्षांची अंध नात – तिला आजतागायत चालायला शिकविले गेले नव्हते. तिचे वय ऐकून आम्हाला धक्काच बसला. ती एका वय वाढलेल्या बालकाप्रमाणे दिसत होती.

"ती कधीच चालली का नाही?" आम्ही विचारले. तिच्या पायात काहीही दोष नाही याबद्दल आमची खात्री होती. डोल्मा आणि मी थक्क होऊन तेथे उभे होतो. आपला चेहरा शरमेने झाकून घेत ती आजी म्हणाली, "जेव्हा घरातील माणसं शेतात किंवा कामासाठी बाहेर जात तेव्हा ती मुलगी पडून जखमी होऊ नये म्हणून तिला ते गादीला बांधून ठेवत." त्या मुलीवरचे पांघरूण डोल्माने दूर केले तेव्हा ती मुलगी म्हणजे निव्वळ कातडीत गुंडाळलेला हाडांचा सापळा दिसला. ते दृश्य फार भयावह होते. तिच्या शरीराचा विकास झालाच नव्हता. तिला कधी चालायला शिकविण्यात आले नव्हते. त्यामुळे तिचे पाय म्हणजे निव्वळ दोन निर्जीव काठ्या होत्या!

"हे फार धक्कादायक आहे," डोल्मा ओरडली. "तुम्ही आज, आत्तापासून हिच्या दोन्ही पायांना मालीश सुरू करायला हवं. दररोज. ते नेमकं कसं करायचं हे मी तुम्हाला शिकवते. तुम्ही मालीश नियमितपणे केलं तरच ही मुलगी चालण्याची शक्यता आहे. मी काही आठवड्यांनी परत येऊन हिची प्रगती बघेन..."

"पण ती अंध आहे, ती कशी चालू शकेल?" त्या वृद्ध महिलेने विचारले.

डोल्माचा संयम संपत आला असावा. तिच्या आवाजातील बदल मला जाणवला.

रागावून माझ्याकडे बोट दाखवत ती म्हणाली, "ती तिकडे दिसतेय ना ती केल्सांग मेटोही अंध आहे. पण ती चालते, प्रवास करते, पळते आणि घोडाही चालवते." हे ऐकून ती वृद्ध स्त्री चांगलीच प्रभावित झाली. मालीश करण्याच्या डोल्माच्या सूचनांचे पालन करण्याचे आणि तिच्या नातीला चालण्यासाठी मदत करण्याचे आश्वासन तिने दिले. जे काही समोर दिसले ते बघून कमालीचे उद्विग्न होऊनच आम्ही निघालो. संपूर्ण देशात अशा किती घटना आणखी दडून राहिल्या आहेत याचाच आम्ही विचार करीत होतो. पुढील खेड्यातील अंध मुलांना भेटण्यासाठी घोड्यांच्या पाठीवर बसून आम्ही पुढील डोंगरांकडे वाटचाल सुरू केली....

आदल्या दिवशीच्या प्रवासामुळे थकलेले घोडे अजून ढेपाळलेले होते. त्यांच्यामध्ये उत्साह निर्माण करण्यासाठी पोला चाबूक आपटून मोठा आवाज करू लागला, पण त्याचा कोणताही सकारात्मक परिणाम दिसेना. उलट घोडे एकदम थांबले आणि जागच्या जागी पुढचे दोन पाय उंचावू लागले, जणू त्यांना छळणाऱ्याला त्यांना चावायचे असावे... मग तो त्यांच्याभोवती फिरत त्यांना टोमणे मारू लागला, चिडवू लागला. शिवाय त्यात त्याला मजा वाटत होती. तो त्या प्राण्यांना छळतोय असे आम्हाला वाटत होते आणि त्याच्या या करमणुकीत सहभागी होण्याची आमची इच्छा नव्हती.

दरम्यान, घोडे आता अधिकच आक्रमक होऊ लागले होते. आम्ही ओरडून पोलाला तो प्रकार थांबवायला सांगितला. तिबेटी लोक आपल्या जनावरांना सन्मानाने आणि प्रेमाने वागवितात हा माझा समज चाबकाच्या प्रत्येक फटक्याबरोबर धुळीला मिळत होता. घोड्याने पोलाच्या पार्श्वभागाला चावा घेतला तर त्याला चांगला धडा मिळेल, मी विचार केला. तेवढ्यात त्यातील एका घोड्याने डोल्माचा पाय पकडला, तो तिला पुढे जाऊ देईना. डोल्मा जिवाच्या आकांताने ओरडत होती. अखेर पोलाने तिला भानावर आणले. आपला चाबूक टाकून तो स्टॅलिनजवळ गेला. काहीसा खिन्नपणे तो दुरून नुसता फुरफुरत होता.

पण जेव्हा पोला खोगिरावर बसण्याचा प्रयत्न करू लागला, माझ्या कानावर एक मोठी घोड्याची खिंकाळी आली आणि त्या पाठोपाठ धप्प आवाज! त्या पाठोपाठ आलेल्या घोड्यांच्या टापांचा वेगवान आवाज ऐकताना मला जाणवले, पोलाला जमिनीवर उताणा पाडून घोडा पळाला आहे! बिरिया आणि डोल्मा मोठ्याने, अनिवारपणे हसत होत्या. त्या मला वर्णन करीत होत्या, गोल-गोल फिरत घोड्याने म्हाताऱ्यापासून स्वत:ची सुटका करून घेतली आणि तो पळून गेला. कसेबसे स्वत:ला सावरत पोला त्या आक्रमक घोड्याला पकडू पाहत होता. थोड्या वेळाने आणि थोड्या प्रयत्नांती त्याला ते जमले खरे; पण जेव्हा पुन्हा तो घोड्यावर स्वार होण्याचा प्रयत्न करू लागला तेव्हा पुढचे दोन्ही पाय उंचावत घोड्याने तो प्रयत्न

हाणून पाडला. आम्ही सगळे घोड्यावरून उतरलो, हातात लगाम धरून आम्ही प्रत्येक जण आमच्या घामाघूम झालेल्या आणि भेदरलेल्या घोड्याला शांत करण्याचा प्रयत्न करू लागलो.

अखेरीस, ज्या खेड्याचा मोलाने पहिल्या दिवशी उल्लेख केला त्या खेड्याजवळ आलो तेव्हा मुलांच्या एका मोठ्या जथ्याने आमचे स्वागत केले. मोठ्याने खिदळत, ओरडत ती मुले आमच्याकडे धावत आली. ''आमच्या गावचे प्रमुख तुमची वाट बघतायत.'' एक चिमुरडी आनंदाने उड्या मारीत मला म्हणाली. त्यांना कसे समजले आमच्या भेटीविषयी? आम्हाला या गोष्टीचे नेहमीच आश्चर्य वाटत राहिले. शेकडो मैल दूर असताना त्यांना कसे आमच्याविषयी समजत होते? या दुर्गम खेड्यांमध्ये कोठेही दूरध्वनीची व्यवस्था नव्हती आणि या भागातील खडकाळ, वाईट रस्त्यांची अवस्था बघता इथे वाहने येण्याची शक्यताही फारशी नव्हती. जगात एका खेड्यातून दुसऱ्या खेड्यात बातम्या कशा पोचतात? आम्हाला नेहमी याचे आश्चर्य वाटत आले आणि हे गूढ आम्ही उलगडू शकलो नाही.

आमचे स्वागत केल्यावर तो गावप्रमुख आम्हाला एका मोठ्या घरात घेऊन गेला, जेथे दोन अंध मुलांसह एक कुटुंब राहत होते. काल रात्रीच्या छोट्याशा खोलीच्या नेमके विरुद्ध, या मोठ्या घराला अरुंद पॅसेजने जोडलेल्या अनेक खोल्या होत्या, त्या पॅसेजच्या चक्रव्यूहातून आम्ही त्यांच्या मागोमाग गेलो. या घरात शिळ्या लोण्याचा किंवा बुरशीचा दर्प नव्हता तर गोड पुऱ्या तळल्याचा हवाहवासा वास घरभर दरवळत होता.

एका बुटक्या भिंतीवर दोन अंध मुले शेजारी-शेजारी बसली होती. भेदरलेली असल्याने ती डोल्माच्या संभाषणाच्या प्रयत्नांना अजिबात प्रतिसाद देत नव्हती.

''अंध मुलांसाठी शोधून काढलेली नवी भाषा शिकायला तुम्हाला आवडेल?'' त्यांच्या आईने त्यांना विचारले.

''नाही,'' त्यांनी एकमताने उत्तर दिले. आमच्याकडे पाठ करून ती बोलत राहिली, ''अगदी लहान असल्यापासून त्यांचं एकच मुख्य काम आहे, याच भिंतीवर एकमेकाशेजारी असं बसून राहायचं. नवं काही शिकण्यास ते कितपत योग्य आहेत याविषयी मला शंकाच आहे आणि घर सोडण्याचीही त्यांना भीती वाटू शकेल...''

आणखी एक निराशाजनक, दुःखी भेट. आईचे म्हणणे बराबेर होते, आमची शाळा अधिकृतपणे सुरू होईपर्यंत ही मुले नक्कीच शाळेत येण्याच्या वयाची राहणार नव्हती.

द्रिगुंगच्या दिशेने आमची वाटचाल सुरू राहिली. ज्या-ज्या ठिकाणाहून आम्ही पुढे जात होतो त्या गावात गावकरी आमची वाट बघत असत, गावातील एखाद्या उंच जागी जमून, गावात शिरणारी आमची मिरवणूक उत्सुकतेने बघत. कारण ती

होतीच तशी अनोखी. काळ्याभोर स्टॅलिनवर स्वार झालेला पारंपरिक कपड्यातील एक तिबेटी पुरुष, मागोमाग भिन्न-भिन्न तऱ्हेचे कपडे घातलेल्या आम्ही तिघी स्त्रिया. रंगीबेरंगी रिबिनी – छोट्या घंटा लावून सजविलेल्या घोड्यावर बसलेल्या. पुन्हा एकदा, आमच्यापेक्षा वेगाने आमच्या आगमनाची बातमी कशी पसरते याचा उलगडा आम्हाला होत नव्हता.

द्रिगुंगमध्ये काही लोकांनी आम्हाला एका अंध मुलांच्या घरात नेले. वाटेवरच, एक तरुण माणूस पळत-पळत माझ्याकडे आला आणि त्याच्या अंध आजीला बरे करण्याची विनंती करू लागला.

"मी डॉक्टर नाही. मी स्वत:च एक अंध आहे," मी त्याला म्हटले.

"कृपा करा," त्याने पुन्हा याचना केली.

"मला माफ करा. मी तुमच्या आजीला बरं नाही करू शकत," मी म्हटले. अतिशय खिन्न आणि निराश मन:स्थितीत तो निघून गेला.

द्रिगुंगपासून सहा मैल अंतरावर आम्ही असताना, डोल्माची घोडी अडखळू लागली. उन्हाचा तडाखा आणि खडकाळ, खडतर रस्ता यामुळे तिने अक्षरश: असहकारच पुकारला. पोलाच फक्त तिला राजी करू शकत होता. कोणत्याही दुष्ट वगैरे विचाराने नसेल, पण त्याने डोल्माला त्याचा स्टॅलिन देऊ केला. डोल्माने तेवढ्याच त्वरेने त्यास नकारही दिला आणि मग तीही तिच्या घोडीप्रमाणे अडून बसली. एकही पाऊल पुढे टाकण्यास तिने साफ नकार दिला. मला 'नागपो', तो काळा राक्षस, पहिल्या दिवसापासून आवडला होता. "मी त्या घोड्यावर बसून बघू का?" असे मी पोलाला विचारले.

"अजिबात नाही. नागपो फार धोकादायक जनावर आहे. तो तुला खाली पाडू शकतो," त्या कल्पनेनेच घाबरून पोला ओरडला.

"मग काय बिघडलं?" मी विचारले.

"ते शक्य नाही. तू अंध असल्याने हा निर्णय मूर्खपणाचा ठरेल," बिरिया म्हणाली.

अशा प्रकारच्या अतार्किक युक्तिवादांचा मला संताप येतो. मी अगदी लहानपणापासून घोड्यावर बसते आहे आणि अनेक वेळा नाठाळ घोड्यांशीच माझी गाठ पडली आहे. मी काही घाबरट नवशिकी नव्हते. अखेर पोला राजी झाला आणि त्याने त्याचा चाबूक माझ्या हाती दिला. मी तो त्याला परत केला. माझ्या हातात घोड्याचा लगाम देत तो काळजीपूर्वक मागे सरकला. मी थोडी घाबरले होते, कारण यशस्वी होण्याचा दबाव आता माझ्यावर होता. मी एका बाजूने स्टॅलिनजवळ गेले आणि काळजीपूर्वक माझे तळवे त्याच्या तोंडापुढे धरले. तो शांत होता, मग हळूहळू आणि काळजीपूर्वक त्याने माझे हात हुंगायला सुरुवात केली. शक्य तेवढ्या

शांतपणे मी त्याच्या कानात काहीतरी पुटपुटले. बिरिया तिचे हसू आवरू शकली नाही, त्यामुळे तो घोडा एकदम बिथरला आणि त्याने आपले डोके वर उचलले. पण त्यामुळे विचलित न होता मी त्याच्या कानात माझी कुजबुज चालूच ठेवली. काही क्षणांनंतर नागपो हळूहळू शांत झाला. तो तणावमुक्त झाल्याचे मला जाणवले. मग हलकेच मी त्याच्या खोगिरावर चढले. काही क्षणांनंतर मी त्याच्या पाठीवरची माझी मांड घट्ट केली. मला माझ्या नशिबाची परीक्षा बघायची नव्हती. नागपो पुढे निघाला, आधी तो थोडा का-कू करीत होता, पण लवकरच त्याने वेग पकडला. एका छोट्या मध्यांतरानंतर ते शांतपणे आपल्या नेत्याच्या मागे निघाले. डोल्मा आणि बिरियाचे डोळे आश्चर्याने विस्फारले. त्या घोड्याने मला गवतावर पाडून आपल्या लाथेखाली तुडविले असल्याचे चित्र त्यांनी मनोमन बघितले होते! त्या आक्रमक घोड्याला मवाळ करण्यात माझे प्रयत्न यशस्वी झाले त्याबद्दल पोलाने मात्र काही पावती दिली नाही. पुरुषी अहंकार? पुढील काही दिवसांतच त्याने माझे आणि त्या घोड्याचे जिणे मुश्कील करून टाकले. तो कुठूनतरी मागून येऊन एकदम चाबूक वाजवायचा, त्यामुळे नागपो एकदम उसळायचा. आधी मागचे पाय उचलायचा, मग पुढचे! आणि मग सैरावैरा धावत सुटायचा तेव्हा मी खोगिराला लटकत असायची. हा पोला, भारी विचित्र माणूस होता.

द्रिगुंग जिल्ह्याच्या सीमेवर आल्यावर आम्ही एक रात्र घोडे सोडून ते पोलाच्या देखरेखीखाली ठेवण्याचा निर्णय घेतला. घोड्यांना विश्रांतीची नितांत गरज होतीच. शिवाय, द्रिगुंगपर्यंतचा रस्ता चांगला होता. आमच्या नशिबाने साथ दिली असती तर एखाद्या ट्रकमध्ये स्वार होऊन आम्ही इच्छित स्थळी लवकर पोचू शकलो असतो.

आम्ही त्या छोट्या गावात पोचताच गावाच्या प्रमुखाने आमचे स्वागत केले. त्यालाही आमच्या आगमनाची खबर, बातम्या पोचविणाऱ्या व आम्हाला अद्याप अज्ञात असलेल्या जाळ्याद्वारे मिळाली होती. तो वाटेतच, पांढरे 'कटाग' – शुभेच्छा व्यक्त करणारे पांढरे स्कार्फ घेऊन उभा होता. ते त्याने मग चटकन आमच्या गळ्याभोवती गुंडाळून आमचे स्वागत केले. त्याने आमच्या येण्याची खबर आधीच, दोन अशा कुटुंबांत पोचविली होती ज्यांची मुले अंध होती. आमचा पहिला मुक्काम ज्या घरी होता तेथील कुटुंबात एक पिता आपल्या पाच वर्षांच्या अंध मुलासह राहत होता. पाच वर्षांचा कुंचोग हा अतिशय सावध आणि उत्सुक मुलगा होता. ब्रेल म्हणजे काय हे मी त्याला थोडक्यात स्पष्ट केले तेव्हा त्याने अजिबात वेळ न दवडता मी बरोबर आणलेले ब्रेल साहित्य तपासून बघितले. मी त्याची बोटे त्या ठिपक्यांवरून फिरविली. हे ठिपके म्हणजे अक्षरे आहेत हे मी त्याला सांगितल्यावर त्याला कमालीचा आनंद झालेला दिसला. मुलाप्रमाणेच अतिशय औत्सुक्य, कुतूहल असलेले त्याचे वडील शेजारी बसले. मी मुलाला दाखवत असलेल्या प्रात्यक्षिकाकडे

ते आश्चर्याने बघत होते. त्यांना स्वत:ला वाचता-लिहिता येत असल्यामुळे ती व्यवस्था ते समजू शकत होते. ब्रेलमध्ये पुढील शिक्षण घेण्याची इच्छा त्या दोघांनीही व्यक्त केली.

"कुंचोगला कुठे शिकायला मिळेल हे?" वडिलांनी विचारले.

"तिबेटमधील सर्व अंध मुलांसाठी केल्सांग मेटो ल्हासामध्ये एक शाळा सुरू करण्याच्या तयारीत आहे," डोल्माने स्पष्ट केले. "कुणीही अंध मूल तिथे येऊन ब्रेल शिकू शकतं." डोल्मा पुढे म्हणाली.

मी जरा घाबरलेच. ती फार लवकर खूप काही देण्याचे आश्वासन देत होती का? तिबटमध्ये शिकविण्याबाबत करावा लागणारा करारही मी अजून केला नव्हता आणि चीन व तिबेटमधील माझ्या छोट्याशा अनुभवावरून बघता काहीही घडू शकले असते. अजून प्राथमिक संशोधनही व्हायचे आहे याची मला डोल्माला आठवण करून द्यावी लागायची. त्या संशोधनानंतरच काही ठोस योजना हाती घेतल्या जाणार होत्या.

"तू हे नक्की करू शकतेस. इथपर्यंत मजल मारली आहेसच की," डोल्मा म्हणाली. आणि मग त्या वडिलांना ती सांगू लागली, "आमची शाळा उघडल्याबरोबर आम्ही कळवू तुम्हाला."

मग आम्ही दुसऱ्या कुटुंबाकडे गेलो. एका शेतातील घराच्या अंगणात एक आठ वर्षांचा मुलगा, त्याची लहान बहीण, त्यांचे आई-वडील आणि आजी असे सगळे एका लाकडी बाकावर ओळीने बसले होते. त्या मुलाने, चिलाने आम्ही येत असल्याची चाहूल लागताच उडी मारून आमच्याकडे धाव घेतली आणि आम्हाला अंगणाच्या मधोमध नेले. आमच्या कपड्यांवर हात फिरवत तो आमची ओळख करून घेत होता. मग त्याने आमच्यावर अनेक तऱ्हेच्या प्रश्नांचा मारा सुरू केला. "तुम्ही इथे मला बघता यावं यासाठी मदत करायला आला आहात ना? मी इतर मुलांसारखा व्हावा यासाठी?"

त्याचे प्रश्न सुरू असताना त्याचे आई-वडील आणि आजी मात्र शांत बसून होते. त्या अवघड शांततेचा भंग करण्यासाठी मी शांतपणे ब्रेल बाराखडी बाहेर काढून त्यांना समजावू लागले. पण परिणाम शून्य. त्यांनी कवडीचीही उत्सुकता व्यक्त केली नाही. वातावरणात पूर्ववत शांतता.

"ल्हासामधील अंध मुलांसाठी शाळा सुरू करण्यासाठी केल्सांग मेटो फार दूरवरून आली आहे," जणू माझ्या सुटकेसाठी येत तो गावचा प्रमुख म्हणाला.

"शाळा... पाला, अमाला, मला शाळेत जायचं..." उड्या मारीत चिला म्हणाला.

मग पालक थोडे विरघळले. त्याचे वडील आत जाऊन एक कप भरून

लोण्याचा चहा व थोडा ब्रेड घेऊन आले आणि माझ्याकडे वळून म्हणाले, ''आमच्या गावातील शिक्षक आम्हाला आमच्या मुलांना शाळेत पाठवू देत नाही. आम्ही आमच्या मुलाच्या शिक्षणाच्या सर्व आशा सोडून दिल्या आहेत. तुमची ही भेट आणि तुमच्या शाळेची योजना ही आमच्यासाठी एखाद्या स्वप्नासारखी आहे. आमचा मुलगा खरोखर शाळेत जाईल यावर विश्वास ठेवणं अवघड अन् स्वप्नवत आहे....''

चिला माझ्याकडे आला. आम्ही दोघे एकत्र बसलो. मी त्याला ब्रेलची काही चिन्हे समजावून सांगत असताना त्याची आई एकदम म्हणाली, ''तुम्ही अंध आहात ना म्हणून तुम्ही अंधांची काळजी घेता हे आम्हाला ठाऊक आहे. तुमची तयारी पूर्ण झाली की, तुम्ही येऊन चिलाला ल्हासातील तुमच्या शाळेत पूर्ण वेळ विद्यार्थी म्हणून घेऊन गेलात तर आम्हाला खूप आनंद होईल.''

आम्ही खूश झालो. आमच्यासमोर भावी विद्यार्थ्यांची रांगच उभी राहत होती. आता गरज होती ती एका शाळेची. पल्ला खूप दूरचा होता. त्याची जाणीव होती, पण मधील अंतर रोज थोडे थोडे कमी होत होते, एकेक पावलाने का होईना...

१०

अगदी आजही, डोल्माचे असे ठाम मत आहे की, आमची आणि 'द्रैस'ची अगदी थोडक्यात चुकामूक झाली. त्या रात्रीबद्दल फारसे बोलायला तिला आवडत नाही, कारण तिला ते फारच ओशाळवाणे वाटते. ती एक आधुनिक, सुशिक्षित तरुणी आहे. पण त्या घटनेविषयी न बोलण्याचे ते खरे कारण नव्हे; हे मला ठाऊक आहे. डोल्माला अशी भीती वाटते की, जर त्या दुष्टात्म्यांनी आम्ही त्यांच्याविषयी बोलतोय हे ऐकले तर ते त्या वेळेपेक्षा अधिक रागावतील.

त्या रात्री आम्ही गावप्रमुखाच्या पाहुण्यांसाठी राखून ठेवलेल्या खोलीत मुक्कामाला होतो. त्या तबेल्यासारख्या झोपडीला असलेली खिडक्यांची दोन दारे आणि खिळखिळे झालेले दार रात्री वाऱ्याच्या प्रत्येक झुळकेबरोबर भीतिदायक आवाज करीत होते. ती झोपडी गावाच्या एका टोकाला आणि एका पुढे झुकलेल्या कातळाखाली उभी होती. संध्याकाळी एका बौद्ध भिक्खूने आम्हाला त्या झोपडीपर्यंत आणून सोडले आणि सोबत एक मिणमिणता तेलाचा दिवा दिला.

त्या खोलीत पाऊल टाकण्यापूर्वीच डोल्मा जरा कच खात होती हे बिरिया आणि मला जाणवले होते. "काय झालंय नेमकं? काही बिनसलं आहे?" आम्ही दोघींनी तिला एकदमच विचारले.

"का ते मला ठाऊक नाही, पण मला इथे फारसं सुरक्षित वाटत नाहीय." ती बेचैन होत म्हणाली. अजबच होते...! ती छोटी तबेलासदृश झोपडी जरी मोडकळीला आलेली होती, तरी एका रात्रीपुरती ठीक होती. ती मातीची होती आणि जमीन शेणाने सारवलेली होती. त्यामुळे ती ध्वनी शोषून घेत असल्याने आमचा आवाजही सौम्य होत होता. भिंतीजवळ चार लाकडी चौकटी गालिचा आणि मऊ लोकर लावून उभ्या करून ठेवलेल्या होत्या. खोलीच्या मध्यभागी असलेला मोठा, चपटा दगड एखाद्या टेबलाचे काम करू शकत होता. तो दिवा त्या भिक्खूने त्या दगडावर आणून ठेवला आणि काहीतरी पुटपुटत तो समोरच्या अंधारात दिसेनासा झाला.

शांत बसून आम्ही रात्रीची चाहूल घेत होतो. बाहेरच्या वातावरणात एक

चमत्कारिक शांतता होती. जवळपासच्या खेड्यातील, वाहणाऱ्या पाण्याचा, वाऱ्याचा अगदी खुडबुडणाऱ्या उंदराचा कशाचाही आवाज ऐकू येत नव्हता. ती विलक्षण शांतता आम्हाला केवळ अस्वस्थच नाही तर शंकेखोर करू लागली. त्यामुळे पांघरुणात जाऊन झोपण्याची हिंमत कोणामध्येही होत नव्हती.

"आजचा दिवस काय सुंदर होता." त्या शांततेला जरा वाचा फुटावी म्हणून बिरियाने एक वाक्य टाकले. पण तिचा आवाज फार मोठा, अनैसर्गिक वाटावा इतका मोठा होता. "हो ना! काय अद्‌भुत अनुभव होता तो," मी उत्तरले. माझ्या चटईवर टाकलेला गालिचा थंड आणि ओलसर होता. थोडा वेळ त्यावर बसून थकवा घालविण्याची माझी इच्छा होती.

माझ्या मागे गुडघे दुमडून बसलेल्या डोल्माने खांद्यापर्यंत पांघरूण ओढून घेतले होते आणि आतापर्यंत ती एक शब्दही बोलली नव्हती. तिला बाथरूममध्ये जायचे होते, पण अंधारात तिला एकटीने जाण्याची भीती वाटत होती, असे तिने सांगितले. झोपडीच्या मागे असलेल्या खडकावर बाथरूम होती. म्हणजे आधी त्या खडकाला वळसा घालायचा मग तेथे असलेला लाकडी जिना शोधून काढायचा आणि मग त्या दहा डुगडुगत्या पायऱ्या चढून वर जायचे!

"या जगात तुला कशाची भीती वाटते नेमकी? भुताची? जगात भुतं नाहीयेत. असतील तर फक्त परीकथांमध्ये." बिरिया तटस्थपणे आणि शांतपणे बोलण्याचा प्रयत्न करीत होती, पण तिला त्यात फारसे यश येत नव्हते. अखेर सगळा धीर एकवटून मी म्हटले, "चल डोल्मा, मी तुझ्याबरोबर येऊ शकते. तुला ठाऊकच आहे, मी अंधारात सहज वावरू शकते."

"छे! छे! त्यांच्यापासून सुटका कशी करून घ्यायची हे तुला समजणार नाही," डोल्मा चटकन म्हणाली. "सुटका? कुणापासून?" माझ्या पोटात गोळा आला असूनही मी शांतपणे विचारले.

"माझा रोख आहे द्रैसकडे. इथे शेकडो दुष्टात्मे आहेत..." असे म्हणत तिने आम्हाला तिबेटच्या स्वातंत्र्ययुद्धात ज्यांची हत्या झाली अशा खाम्पाच्या कहाण्या ऐकविल्या. चिनी लोकांविरुद्ध एका पुलासाठी झालेल्या अयशस्वी लढाईत या हत्या झाल्या, असे तिचे म्हणणे होते. ज्यांची हत्या झाली त्यांचे आत्मे द्रैस दुष्टात्मा म्हणून वावरतात असा तिबेटी लोकांचा विश्वास आहे.

ज्या ठिकाणी आम्ही घोडे पोलाच्या ताब्यात दिले तो, या गावापर्यंत घेऊन येणारा जुना दगडी पूल मग आठवला. त्याच्या खालूनच आज सकाळी आम्ही आलो होतो. त्या वेळी दुष्टात्म्यांनी आमची दखल घेऊ नये यासाठी पूर्ण शांत बसण्याची विनंती डोल्माने आम्हाला केली होती! बिरिया आणि मी तिची थट्टा करू लागलो, पण केवळ तीच नाही तर पूल जसा जवळ येऊ लागला तसा पोलाही शांत

आणि गंभीर होऊ लागला. त्यामुळे आम्हीही विरोध न करता शांत राहण्याचे ठरविले. मुद्दाम विनोद, थट्टा नको! त्या दुष्टात्म्यांचा लवकरच आम्हाला विसर पडला. सूर्य झळाळत होता. आमच्या वाटेशेजारून वाहणारी नदीही खळखळत होती आणि घोडेही कालच्यापेक्षा जरा तरतरीत वाटत होते. पण आता रात्रीच्या अंधारात हे द्रैस प्रकरण जरा गंभीर होत चालले होते. मात्र, बिरिया आणि मी, आम्ही दोघींनी भीतीला भीक घालायचे नाकारले. डोल्मा उठून उभी राहिली, दिवा हातात घेऊन एका खिडकीजवळ गेली आणि चाहूल घेत म्हणाली, "ते फार दूर नाहीत. त्यामुळे मी एकटीनेच जाणं जास्त बरं. मला या दुष्टात्म्यांचा थोडा अनुभव तरी आहे."

शक्य तेवढ्या हळू तिने दार उघडले आणि आम्हाला अंधारात ठेवून दिवा घेऊन ती बाहेर अदृश्य झाली.

"भुताखेतांवर तुझा विश्वास आहे?" मी बिरियाला विचारले.

"खुळेपणा! ही सगळी ना अंधश्रद्धा आहे." माझ्या चटईवर सरकत ती शांतपणे म्हणाली.

"पण तिबेटी लोकांचा मात्र या दुष्टात्मा प्रकरणावर विश्वास आहे," मी म्हटले. ते म्हणताना मला त्या दुष्टात्म्यांच्या मी अनुवादित केलेल्या अनेक कहाण्या आठवल्या. 'द्रैस'चे अस्तित्व ज्यांना जाणवू शकते अशा विशेष माणसांविषयीही मी काही मजकूर अनुवादित केला होता. या लोकांनी 'द्रैस'ला बघितले होते, ऐकले होते आणि त्यांच्याशी त्यांचा संपर्कही आला होता. मला द्रैसविषयी जे काही ठाऊक होते त्याविषयी मी बिरियाशी बोलले. अगदी सगळे काही. पण ती केवळ हसली. "तू अशी वागते आहेस जसं काही या सगळ्यांप्रमाणेच तुझाही या वेडेपणावर विश्वास आहे," ती टीकेच्या स्वरात म्हणाली.

"माझा अर्थातच भुताखेतांवर अजिबात विश्वास नाही." मी रागावून म्हटले आणि तिला माझ्या चटईवरून दूर ढकलून माझ्या पांघरुणात शिरले. जरा वेळाने डोल्मा परत आली. आत आल्यावर तिने हलकेच दार लावून घेतले आणि शक्यतो त्याचा आवाज होऊ नये म्हणून प्रयत्न केला. ती फार थकलेली दिसत होती. परत येताना आपला दिवा हरवला असे ती सांगत होती. "पण मला तू दिसलीस," असे ती मला म्हणत होती. तिच्या चेहऱ्यावर सुटकेचे भाव होते.

"तुझा कुणी पाठलाग करीत होतं का?" बिरियाने तिला विचारले. त्या प्रश्नात थोडी उत्सुकता होती आणि थोडा खोचकपणाही.

"मला नक्की ठाऊक नाही. मी वेडीवाकडी वाट करीत आल्यामुळे ते माझा पाठलाग करू शकले नाहीत."

मी द्रैसविषयी अनुवादित केलेल्या एका मजकुरात असा उल्लेख होता की, ते

फक्त सरळ पुढे जाऊ शकतात. त्यांना कोपऱ्यावर वळता वगैरे येत नाही. ही श्रद्धा संपूर्ण आशियामध्ये आहे. येथील घरांच्या दारांपुढे अशा तथाकथित 'भूत भिंती' आहेत ज्या घराच्या दारापुढे सरळ रांग लावणे अवघड करून टाकतात. जेव्हा मी प्रथम 'अँचिली' या द्रैसच्या टाचेविषयी ऐकले, म्हणजे बिचारे हे दुष्टात्मे वळण आल्यावर रस्ता शोधू शकत नाहीत, तेव्हा मला खूप मजा वाटली. आणि आज मात्र माझे अंथरूण खिडकीच्या सरळ रेषेत नाहीय, या कल्पनेने मला बरे वाटते. एखादा द्रैस या झोपडीत येऊ शकलाच, तर तो माझ्यापर्यंत येऊ शकणार नाही. मनात हा विचार असतानाच मी त्या उबदार पांघरुणात शिरले आणि गाढ झोपी गेले.

उत्तररात्री कधीतरी काहीतरी आवाजाने मी जागी झाले. येथे काहीतरी वेगळे वाटत होते. मी माझ्या ढोपरांवर रेलून खूप वेळ चाहूल घेत राहिले, माझ्या मणक्यामधून एक थंड लहर जावी असे येथे नेमके काय आहे हे जाणून घेण्याचा प्रयत्न करीत होते. बिरिया तिच्या पांघरुणात मस्त घोरत होती. डोल्माच्या चटईवरूनही काही आवाज येत नव्हता. कदाचित माझ्याप्रमाणेच तीसुद्धा स्तब्ध बसून बहुधा चाहूल घेत असावी. मी दाराजवळ आवाज ऐकला. प्रथम थोडा खरवडल्यासारखा, मग अगदी मंद आवाजातील कुजबुज आणि मग हालचालीचा सौम्य आवाज, कोणीतरी आत येण्याचा प्रयत्न करीत होते? भुते दरवाजा उघडू शकतात? सर्वसामान्य ज्ञान बाजूला ठेवून मी स्वत:लाच प्रश्न विचारला. माझ्या हाताचे तळवे घामेजलेले होते.

काहीतरी हालचाल सुरू होती. दरवाजासमोर मला सारखी हालचाल जाणवत होती. मातीच्या भिंतीवर कोणीतरी कुरतडत होते. त्याखेरीज झोपडीच्या बाजूला वाजणारा ढोलाचा आवाज हळूहळू वाढत होता.

"डोल्मा, काय चाललंय हे?" मी भीतीने पुटपुटले.

"ते झोपडीत येण्याचा प्रयत्न करतायत." तिच्या चटईवरून आवाज आला.

"त्यांचे आपल्याशी काय वैर आहे?" भयंकर आकृत्या माझ्या डोळ्यांपुढे तरळू लागल्या. एक भलीमोठी सावली त्या बाजूच्या खिडकीच्या मागे-पुढे हलतेय असे मला वाटू लागले. रक्ताने माखलेल्या कट्यारी आमच्या खोलीत ढकलतायत, असेही वाटत होते.

"एकदा ते माझ्या काकांना घेऊन गेले. आम्हाला ते काका परत सापडले तेव्हा ते घरापासून फार दूर होते. त्यांच्या डोक्यावर परिणाम झाला होता. आजही त्यांच्यात फारशी सुधारणा झालेली नाहीय," डोल्मा कुजबुजत होती.

मी भीतीने थरथरत माझी चटई घट्ट धरली.

"पण इतक्या लोकांमध्ये त्यांना नेमकं आपल्याकडून काय हवं आहे?" मी अंधारातच प्रश्न केला.

"आपण इथे नवीन आहोत. त्यामुळे त्यांचं लक्ष आपल्याकडे गेलं असावं."

बाहेर काय चालले आहे, त्याची चाहूल घेत आम्ही खूप वेळ स्वस्थ बसून राहिलो. ढोलाचा आवाज हळूहळू वाढू लागला आणि आम्हाला हळू आवाजातील कुजबुज जाणवू लागली. आपले टोकेरी, चकाकणारे दात आणि हुंगणारी नाके खिडकीला टोकवणाऱ्या रक्तपिपासू घुबडांच्या प्रतिमा माझ्या डोळ्यांपुढे तरळू लागल्या.

डोल्माची चटई थेट खिडकीखालीच होती. एकाएकी तिने अंगावरील पांघरूण फेकून दिले, ती आपल्या जागेवरून उठली आणि माझ्याकडे धावली. माझ्या कल्पनेत जे घडत होते ते जणू ती प्रत्यक्ष बघतेय की काय असे वाटावे! थरथरत ती माझ्यामागे बसली. आम्ही दोघी ते आवाज ऐकत होतो आणि कोणत्याही क्षणी काहीतरी अतर्क्य असे आमच्यासमोर येऊन आदळेल अशी अपेक्षा करीत होतो.

एकदम डोल्माने उडी मारली, "कुत्री इथे आली आहेत." तिच्या श्वासात सुटकेची भावना होती. मला आठवले, तिबेटी लेखनात असा उल्लेख होता की, द्रैस मानवी डोळ्यांना दिसत नाहीत, पण कुत्र्यांच्या जातीतील जनावरांना मात्र दिसू शकतात. मोठ्याने भुंकत आमच्या दिशेने येणारी कुत्री हेच दर्शवत होती की, द्रैस खरोखर तेथे होते.

'आता कुत्री आली आहेत' या शब्दांची जणू बाहेरच्या जगाला प्रतीक्षा होती. कारण एकाएकी वातावरण आवाजाने भरून गेले. गावातील कुत्र्यांची टोळीच्या टोळी, जिवाच्या आकांताने भुंकत आमच्या झोपडीभोवती अक्षरशः थैमान घालीत होती.

त्या गोंधळाने बिरिया जागी झाली. "काय झालं?" तिने भेदरून विचारले.

"काही नाही, कुत्री आली आहेत," मी तुटकपणे उत्तरले. माझ्या लक्षात आले, आता तिलाही काळजीने घेरले होते आणि ते बघून मला समाधान वाटले!

आम्ही तिघीही आपापल्या गाद्यांवर बसून प्राण कंठाशी आणून बाहेर काय चाललेय ते ऐकत होतो. एकाएकी आमचा श्वास रोखला गेला. बाहेर, पिसाटलेली कुत्री भुंकत असताना, आम्हाला सावकाश ओढत येणाऱ्या पावलांचा आवाज येऊ लागला. जवळ, आणखी जवळ...

माझे सगळे शरीर ताठरले... जिभेला कोरड पडली. बधिर झालेल्या माझ्या कानावर बिरियाचा काळजीग्रस्त प्रश्न आला, "खरं म्हणजे भुतं कुत्र्यांना घाबरतात ना?" मी डोल्माचा दंड धरून कुजबुजत विचारले, "डोल्मा, कोण असू शकेल तिकडे? खाम्पाच्या 'द्रैस'विषयी तू काही ऐकलं आहेस?"

"मला नाही ठाऊक," ती पुटपुटली. सावकाश पण थेट आमच्या झोपडीकडेच येणाऱ्या पावलांचा आवाज ऐकून तिचे अवसान पूर्ण गळाले होते. दारापासून

थोड्याच अंतरावर ती पावले थबकली. प्रतिक्षिप्त क्रिया व्हावी तशा आम्ही तिघीही झोपडीतील दूरवरच्या कोपऱ्यात गेलो आणि पाय पोटाशी घेऊन बसलो, त्या क्षणी आम्हाला आमच्या हृदयाचे ठोके इतक्या जोरात ऐकू येत होते की, त्यात बाहेरच्या कुत्र्यांचा आवाजही फिका पडावा. मग, एका गंभीर पुरुषी आवाजात प्रार्थना ऐकू आली आणि कुत्री पुन्हा गावाकडे पळाली. त्यानंतर सर्व काही शांत झाले.

हळूच दरवाजा उघडून एक बौद्ध भिक्खू आत आला. दुष्टात्म्यांपासून सुटका करून घेण्याच्या प्रयत्नात मगाशी डोल्माकडून गहाळ झालेला तेलाचा दिवा त्याच्या हातात होता. त्याने आम्हाला जमिनीवर, पाय पोटाशी घेऊन पडलेले बघितले होते का? आमच्यावर चाल करून आलेल्या भीतीच्या लाटेचे एकाएकी मला आणि बिरियाला कारणच समजेना. नेमके काय घडले होते? हा सगळा भीतिदायक प्रकार आमच्या कल्पनेचाच भाग होता का? का खरेच त्या भयानक रात्री द्रैस आमच्या भेटीला आले होते?

मागे वळून बघते, तेव्हा मला आजही या प्रश्नाचे निश्चित उत्तर मिळत नाही!

११

मध्यरात्र उलटली होती आणि बारखोरमध्ये अजूनही चैतन्य होते. कुजबुजत्या आवाजात केलेल्या प्रार्थना आणि संध्याकाळी भक्तांकडून केल्या जाणाऱ्या 'खोरा', प्रदक्षिणा घालताना केलेल्या प्रार्थना या आवाजांच्या मदतीने मी 'जोखंड' मंदिरापर्यंत पोचू शकले. जेव्हा हे भक्त स्वत:ला त्या दगडी फरशीवर नमस्कारासाठी झोकून देत, तेव्हा या भक्तांच्या हाताला आणि गुडघ्याला बांधलेल्या लाकडी तबकड्या विशिष्ट प्रकारचा आवाज करीत. तो आवाज माझ्यासाठी आणखी एक मदत करू शकणारी खूण ठरली.

मी मंदिराच्या समोर होते. प्रवेशद्वाराजवळ मंदिराच्या सुरक्षेसाठी उभ्या असलेल्या भिक्खूने हलकेच माझा दंड धरून मला मंदिराच्या आतील गाभाऱ्यात नेले. मठाचा भलाभक्कम दरवाजा बंद होताच बारखोरमधील कोलाहल एकदम कमी झाला. जणू मी दुसऱ्या जगात प्रवेश केला होता! या कमालीच्या विरोधाभासाचे मला नेहमी फार आश्चर्य वाटते. आक्रमण करणारा बाहेरचा कोणताही आवाज, मग तो मोठ्याने विक्री करणाऱ्या व्यापाऱ्यांचा असो, नाहीतर भक्तांच्या प्रार्थनांचा खर्जातील आवाज असो, या पवित्र जागेपर्यंत पोचू शकत नाही. हा मठ माझ्यासाठी स्वर्गतुल्य आहे!

दिव्यांमधून येणारा वितळणाऱ्या लोण्याचा तो परिचित, आंबूस वास सर्व गाभाऱ्यात पसरल्यामुळे वातावरण कोंदट झाले होते. जेव्हा संपूर्ण अंधार होतो तेव्हा हे दिवे मी शोधू शकते! हा दिवा माझ्या उजव्या बाजूला ठेवून मी गाभाऱ्यातील माझी अर्ध प्रदक्षिणा केली. आणखी एक पॅसेज ओलांडून मी दुसऱ्या आतील गाभाऱ्यात गेले. तेथे तरुण भिक्खू एकत्र जमून प्रार्थनागृहात जाण्याची वाट बघत होते. आम्ही आतील गाभाऱ्यात जाताच, ते भिक्खू मला प्रेमाने एका खांबाच्या पलीकडे घेऊन गेले जेथे मी गार दगडी फरशीवर बसले. लोण्याच्या आंबूस-गोड वासाने मी हळूहळू शांत आणि तणावमुक्त होऊ लागले आणि संध्याकाळची प्रार्थना सुरू होण्याची वाट बघू लागले. खूप दिवस तिबेटमधील तीव्र ऊन सहन केल्यामुळे थकले, शिणले होते. त्यामुळे त्या दिव्यांमधून येणारा मंद प्रकाश मला बरा वाटत होता.

किंबहुना त्यात शीण घालविण्याची ताकद होती. प्रकाशाच्या तीव्रतेचा त्रास, अंध व्यक्तींनाही त्यांच्या तऱ्हेने होऊ शकतो.

सध्या, रोज संध्याकाळी सूर्य मावळायच्या वेळी जोखंड येथे येऊन चार निवांत क्षण घालविण्याचा परिपाठ मी सुरू केला.

मठातील संध्याकाळची मुख्य प्रार्थना संध्याकाळी सात ते आठ अशी एक तास चालते आणि सुमारे शंभरेक भिक्खू बुद्ध प्रार्थना एका सुरात म्हणतात. मी नेहमी या प्रार्थनेच्या तासाची वाट बघत असते. पण आता, उशिरा आल्यामुळे तेथील शांततेचा लाभ उठवत मी गेल्या आठवड्यात घडलेल्या घटनांवर लक्ष केंद्रित करून ध्यान करीत होते. डोल्मा आणि बिरिया यांच्याबरोबर घोड्यावरून केलेल्या दोन-चार पहिल्याच प्रवासातील घटनांनी आमच्या प्रकल्पाला एक नवी गती दिली होती. त्याचा आढावा घेऊन त्यावर विचार करण्यासाठी अशा निवांत क्षणांची मला नितांत गरज होती आणि मठ ही त्यासाठी अगदी योग्य जागा होती.

हा सगळा प्रवास सुरू झाला तो मी आणि डोल्माने काही दिवसांपूर्वी एका अनाथालयाला भेट दिली तेव्हा. त्याचे संचालक, लोपसांग हे मला भेटायला उत्सुक असल्याने त्यांनीच डोल्माकरवी मला बोलविले होते. त्याच्या अतिशय डौलदार, संपूर्ण गालिच्याने मढलेल्या कार्यालयात त्यांनी आमचे खूप प्रेमाने स्वागत केले. प्रवेशद्वाराजवळील भागापासून अलग, स्वतंत्र करण्यासाठी दरवाजा म्हणून चांगले जाड पडदे तेथे लावले होते. औपचारिकतेचा स्पर्श असूनही त्या कार्यालयाला एक भव्यता होती. पॉलिश केलेल्या डेस्कला कोरीव काम असलेले लाकडी पाय होते. एका कोपऱ्यात असलेल्या मोठ्या मांडणीवर बुद्धाचे अनेक पुतळे होते आणि अतिशय मौल्यवान, नाजूक कोरीव काम केलेले चषक होते. त्या उदात्त, गंभीर वातावरणाला मंद सुगंधाची जोड होती. लोपसांगने इशारा करताच एकदम काही माणसे तेथे प्रकटली, त्यांच्या हातात पेस्ट्री आणि भजी भरलेल्या बश्यांचा ट्रे होता. दूध घातलेल्या गोड चहासह त्यांनी तो ट्रे सर्वांमध्ये फिरविला. दिवसभर प्रत्येकाला लोणी घातलेला खारा चहा देऊ करणाऱ्या तिबेटमध्ये गोड चहा हा विशेष प्रसंगीच दिला जातो. डोल्माशी थेट तिबेटी भाषेत बोलणाऱ्या लोपसांगने माझी आणि माझ्या प्रकल्पाची सखोल चर्चा केली. तिबेटमध्ये मी आणलेल्या ब्रेलबद्दल विचारले. आमच्या प्रकल्पाचे बारीकसारीक तपशील डोल्माने त्यांना सांगितले. ते जे काही ऐकत होते त्यामुळे प्रभावित होऊन ते जिभेने विशिष्ट प्रकारचा आवाज काढत होते. एखादी गोष्ट आवडली की, तिबेटमध्ये असा आवाज काढतात. आम्ही त्यांना मग अंध मुलांच्या शोधार्थ छोट्या गावांतून घोड्यावरून केलेल्या आमच्या प्रवासाबद्दल सांगितले. आम्ही ज्या मुलांना भेटलो त्यांची अत्यंत दयनीय अवस्था बघून आम्ही

कसे अवाक झालो हेही त्यांना सांगितले.

"अंधांसाठी एका संस्थेची अत्यंत गरज आहे, किंबहुना फार पूर्वीपासून गरज आहे," असे मी त्यांना म्हटले. "पहिल्यांदा एक अभ्यास शिकवणारी आणि मग व्यवसाय-शिक्षण देणारी शाळा सुरू करण्याचं आमचं उद्दिष्ट आहे."

ती भेट अतिशय प्रसन्न झाली. त्यात परस्परसंपर्काचा एक सामाजिक भाग होता. काही दिवसांनंतर, त्या अनाथाश्रमाचा एक कर्मचारी, पाल्डेन नावाचा माणूस माझ्याकडे आला. "आमच्या संचालकांना तुमची भेट हवी आहे, आत्ताच." असे सांगणाऱ्या त्याच्या स्वरात तातडी होती. आतापर्यंत माझ्या सर्व व्यावसायिक भेटींसाठी मी डोल्मावर अवलंबून होते, पण अकस्मात उद्भवलेल्या या प्रसंगात मला तिचा शोध घेण्याइतका वेळ नव्हता. ते आमंत्रण स्वीकारण्याशिवाय माझ्यापुढे पर्यायच नव्हता. पाल्डेनच्या बाइकच्या मागील सीटवर जेमतेम स्वत:ला टेकवत मी लगेच लोपसांगला भेटायला गेले.

या वेळी एका भल्यामोठ्या, अतिशय थंड आणि कोरडे वातावरण असलेल्या हॉलमध्ये लोपसांगने माझे स्वागत केले. बसायला त्रासदायक वाटेल अशा चामड्याच्या खुर्चीवर मी बसले असताना मला खारा, लोण्याचा चहा देण्यात आला. त्यांच्या टेबलावर वाजणाऱ्या बोटांच्या आवाजावरून ते माझ्यासमोर बसले असावेत, असा मी अंदाज केला.

"तुमच्याशी झालेली पहिली भेट खूप छान झाली," संभाषणाला तोंड फोडण्याच्या इराद्याने मी म्हटले. "पुन्हा बोलावून तुम्ही माझा सन्मानच केला आहे." मी पुढे म्हटले.

"ओह... हो, हो." एक मोघम उत्तर आले. मी थोडी अस्वस्थ होऊ लागले असतानाच दरवाजा उघडून आणखी एक व्यक्ती आत आली. लोपसांगने सुटकेचा एक नि:श्वास सोडल्याचे मला ऐकू आले.

"माझं नाव चुंग्डा." अस्खलित इंग्रजीमध्ये ती म्हणाली. "मी संचालकांची मुलगी. माझे वडील फक्त तिबेटी किंवा चिनी बोलू शकत असल्याने मी दुभाष्या म्हणून काम करावं, अशी त्यांची इच्छा आहे," असे म्हणत चुंग्डाने एक खुर्ची जवळ ओढली आणि तिचे वडील बोलू लागले.

"आमच्या प्रांतातील गरजू लोकांना मदत करण्यासाठी तू आली आहेस हे वडिलांना ठाऊक आहे. ते तुला तिबेटची सखी मानतात. गरीब आणि पददलितांना मदत करणाऱ्यांबद्दल त्यांना अतिशय आदर वाटतो."

माझी कितीही स्तुती करणारे असले, तरी ते भाषण मला निर्जीव वाटत होते. कोणत्याही चर्चेची सुरुवात तिबेटी लोक अशा तऱ्हेने करतात? मला पुढे काय म्हणतायत ते ऐकायला हवे.

''माझ्या वडिलांना तुमचं स्वागत करायचं आहे आणि तिबेटी लोकांसाठी जे देऊ करताय त्याबद्दल तुमचे आभार मानायचे आहेत.'' हे सगळे जरा अति होतेय असे वाटून मी उत्तरले, ''धन्यवाद! पण आजपर्यंत तरी मी असं काही अद्वितीय वगैरे काही केलंय असं मला वाटत नाहीय.''

''तुम्ही अंधांना एक नवी लेखनपद्धती शिकवण्यासाठी आला आहात हे ल्हासात प्रत्येकाला ठाऊक आहे. म्हणून तर माझ्या वडिलांना तुमचे आभार मानायचे आहेत.''

''वा! किती छान! पण मला तातडीने भेटायला बोलावण्यामागं हे कारण असावं असं वाटत नाही. त्यांचा नक्की काहीतरी वेगळा हेतू असावा.''

एक दीर्घ श्वास घेत ती पुढे म्हणाली, ''माझे वडील आधी भिक्खू होते. धर्मासाठी अनेक वर्षं त्यांनी आपलं आयुष्य दिलं, पण एक दिवस त्यांना एका मोठ्या राजकीय प्रश्नाला तोंड द्यावं लागलं. त्यांना तुरुंगात डांबण्यात आलं. तो काळ त्यांच्यासाठी आणि आमच्यासाठीही फार अवघड होता. शेवटी त्यांची आपल्या सर्व राजकीय हालचाली बंद करण्याच्या अटीवर मुक्तता करण्यात आली. मग त्यांच्या धार्मिक गुरूंनी त्यांना बोलावून आपल्या तिबेटी बांधवांसाठी आयुष्य देण्यासाठी सुचवलं, पण ते अराजकीय मार्गानं. आपल्या काही परदेशी मित्रांच्या मदतीने त्यांनी हा अनाथाश्रम स्थापन केला. आता इथे तीस विद्यार्थी लिहा-वाचायला शिकतात. नंतर आम्ही त्यांना व्यवसाय-शिक्षण देणार आहोत.''

''आम्हाला कोणतीही अधिकृत मदत इथे मिळाली नाही. आम्ही आमच्या देशासाठी काय करतोय याबद्दल कुणालाही काहीही घेणं नाही,'' लोपसांग कडवटपणे म्हणाले. मग माझ्यापासून दूर जात, पाठ फिरवत समोर असलेल्या अदृश्य जमावाशी बोलावे तसे नाट्यपूर्ण आवाजात ते बोलू लागले, मात्र त्यांची मुलगी त्याचा अनुवाद ऐकवत असताना कमालीची शांत व सौम्य होती.

''माझ्या वडिलांनी आयुष्यात खूप गरिबी बघितली. आज त्यांनी अनाथ मुलांना कपडे, अन्न, शिक्षण आणि प्रेम देण्याची शपथ घेतली आहे. त्यांना आयुष्याला भिडून त्याचा आनंद घेता यावा हे त्यांच्या आयुष्याचं उद्दिष्ट आहे.''

या म्हणण्याचा अनुवाद माझ्यापर्यंत पोचतोय न पोचतोय तोच ते माझ्याकडे आले आणि थेट बोलू लागले. त्यांच्या तिबेटी वाक्यापाठोपाठ त्यांच्या मुलीचे इंग्रजी ऐकू येत होते.

''माझे वडील एक संधी तुम्हाला देऊ इच्छितात,'' ती म्हणाली. ''तुमच्याबद्दल जे काही ऐकायला मिळालं आहे ते आणि तुमचा प्रकल्प ऐकून वडील भारावून गेले आहेत आणि अंधांसाठी तुम्ही जी शाळा उघडणार आहात त्यासाठी ते तुम्हाला मदत करू इच्छितात.''

मी जे ऐकले त्याबद्दल माझी खात्री वाटत नव्हती. काही मिनिटांपूर्वी मी जे नाट्यपूर्ण दृश्य बघितले व ऐकले त्या पार्श्वभूमीवर ही ऑफर पूर्णपणे अनपेक्षित होती. मी त्या संचालकांकडे वळून कसेबसे म्हटले, "काय ही अद्वितीय आणि उदार ऑफर! तुमचं कोणत्या शब्दात आभार मानू मी?" नेमके कोणते शब्द वापरायचे याबद्दल माझ्या डोक्यात गोंधळ उडाला होता. चुंग्डा बोलत होती, "आम्ही आमच्या अनाथालयाची इमारत मोठी करीत आहोत. आता होणारी इमारत बरीच मोठी आहे. माझे वडील त्यातील मोठी जागा तुमच्या शाळेसाठी देऊ इच्छितात."

शाळा? शाळेसाठी खरेखुरे वर्ग? ज्या देशात काहीही सरळ चालत नाही अशा या देशात अशी जादू एकाएकी कशी घडू शकते? येथे सर्वत्र राज्य करणाऱ्या चिनी नोकरशाहीमुळे येणाऱ्या अडथळ्यांना तोंड देण्याची मी पूर्ण मानसिक तयारी केली होती. मी असे ऐकले होते की, तिबेट किंवा चीनमध्ये, कोणी तुमचे ऐकत नाही, तुम्हाला कोणाकडूनही कशाचाही शब्द मिळत नाही. पण स्पष्टपणे नकारही मिळत नाही. कोणत्याही गोष्टीचे धड स्पष्टीकरण मिळत नाही आणि नोकरशाहीतील कोणीही व्यक्ती कोणती जबाबदारी घेत नाही. चेंडू इकडून तिकडे टोलवायचा हे या सगळ्या खेळाचे नाव आहे.

या प्रकारात तुम्ही फक्त या खात्यातून त्या खात्याकडे पळत राहता. लोपसांगची थेट, उदार ऑफर मला सुखद धक्क्यासारखी समोर आली.

मला आठवण आली, काही दिवसांपूर्वी मी माझा शाळेचा प्रकल्प एका नगरपालिकेच्या अधिकाऱ्यापुढे मांडला होता. अंधांसाठी एक संस्था सुरू करण्याचे माझे उद्दिष्ट मी त्याला सांगितले. त्यानंतर मी अंधांसाठी शोधून काढलेल्या नव्या भाषेची तत्त्वे आणि त्यातील बारकावे याचे प्रात्यक्षिक त्याला देऊ लागले आणि तिबेटी लोकांना ब्रेल शिकविण्याचा इरादा सांगू लागले. मी त्या अधिकाऱ्याला हे सगळे स्पष्ट करून सांगत असताना बाकीच्या कार्यालयातील लोक दारापाशी एकत्र येऊन माझे म्हणणे ऐकत असल्याचे मला जाणवले.

"परदेशातील, नुकतंच शिक्षण पूर्ण केलेली एक अंध विद्यार्थिनी कोणत्याही अधिकृत परवानगीशिवाय एकटी असं साहस कसं करू शकते?" माझ्यासमोर बसलेल्या अधिकाऱ्याने मला विचारले.

तो क्षण पकडून, त्याच्या कार्यालयाबाहेर जमलेल्या गर्दीचा पूर्ण फायदा घेत आणि बोलण्याची हीच योग्य व एकमेव वेळ आहे याची सूक्ष्म जाणीव झाल्याने मी माझा शाळा-प्रकल्प सविस्तर मांडू लागले. "कोणताही शासकीय अधिकारी खाजगी व्यक्तीला आपल्या दिवसातील वेळ देत नाही," मी म्हटले आणि तो माझे म्हणणे ऐकून घेत असल्याबद्दल त्याचे आभार मानले. त्याच्या ऑफिसमध्ये मी बसू

शकते हे माझे भाग्यच आहे, असेही त्याला सांगितले. माझे सादरीकरण संपताच बाहेर घोटाळणारी सगळी मंडळी धावत आत आली आणि माझा हात हलवत आभार मानू लागली.

"तुम्ही या प्रकल्पासाठी आधी पैसे उभे करा. आपण तिथून सुरुवात करू," त्या अधिकाऱ्याने म्हटले, पण त्याने दिलेल्या प्रतिसादाबद्दल त्यालाच आश्चर्य वाटत होते. बहुतेक अनपेक्षितपणे जमलेल्या गर्दीचा हा परिणाम असावा.

माझ्या मनात त्या बैठकीचे चित्र अजून स्पष्ट आहे. त्या पार्श्वभूमीवर लोपसांगची ही उत्स्फूर्त ऑफर मला फारच आकर्षक वाटली. त्यांचे आभार मानताना मी सुचविले, आपल्या भावी परस्परसहकार्याची कलमे-अटी निश्चित करण्यासाठी आपण लवकरच भेटू. भावनांच्या कल्लोळातच मी, लोपसांगच्या जीपमधून बनाक शूलमध्ये आले आणि घाईघाईने डोल्माला भेटण्यासाठी गेले.

"किती विशाल हृदयाचे आहेत लोपसांग!" मी दिलेली बातमी ऐकून डोल्मा अत्यानंदाने म्हणाली. "तुला शाळा काढण्यासाठी स्थानिक सहकारी लागणारच आणि लोपसांग हे त्यासाठी सर्वोत्तम ठरू शकतात. पण ते या सहकार्याकडे कसं बघतात, त्यांच्या नेमक्या काय कल्पना आहेत ते समजून घेणंही फार महत्त्वाचं आहे. त्यांच्याबरोबर भागीदारी करण्यापूर्वी प्रत्येक पैलू काळजीपूर्वक तपासून घेणं खूप गरजेचं आहे हं."

त्यानंतरच्या काही आठवड्यांत लोपसांग आणि मी खूप वेळा भेटलो, पण आता पहिल्या भेटीत कानावर पडलेली मधाळ आणि मैत्रीपूर्ण भाषा मावळली होती. काही दिवसांतच मी माझी वाटाघाटींची सर्व कौशल्ये पणाला लावली. मी स्वत:ला बदलून हुशारीने युक्तिबाज होणे आवश्यक होते.

आमच्या सर्व बैठकांमध्ये लोपसांगची मुलगी सहभागी होत असे. दरम्यान, डोल्मा या प्रकल्पात नसावी हे त्यांनी मला अगदी स्पष्टपणे नाही, पण पुरेसे स्वच्छपणे सूचित केले होते आणि त्याबाबत मला काळजी वाटत होती. पण आमच्या प्रत्येक किचकट आणि खूप वेळ चालणाऱ्या बैठकांनंतरही मला हे ठाऊक होते की, डोल्मा या प्रकल्पात असेल. आमच्या व्यवहाराचे सर्व तपशील परस्परांना मान्य झाले आहेत असे वाटल्यावर साक्षीदारांच्या उपस्थितीत मी आणि लोपसांगने एका तात्पुरत्या करारावर सह्या केल्या. या प्रकल्पासाठी पैसे उभे करणे, प्रकल्पाचे नियोजन आणि सर्व एकत्रित उभे करणे ही माझी जबाबदारी होती, तर अंधांच्या शाळेसाठी जागा उपलब्ध करून देणे ही लोपसांग यांची जबाबदारी.

हा आनंद साजरा करण्यासाठी आम्ही एका रेस्टॉरंटमध्ये जाऊन चविष्ट जेवण घेतले आणि त्यासोबत 'अर्का' — स्थानिक वाइनही.

भिक्खूंच्या पायघोळ अंगरख्याची सळसळ आणि एखादा खाकरण्याचा आवाज यामुळे माझ्याभोवती असलेल्या असीम शांततेचा भंग झाला. काहीशा खर्जात एक प्रार्थना सुरू झाली ज्याचे शब्द मला समजत नव्हते. त्यापाठोपाठ तरुण आणि उंच पट्टीतील आवाज कानावर पडू लागले. तीन पट्ट्यांमध्ये फिरत-फिरत ती प्रार्थना पुन्हा हळूहळू मूळ पट्टीत आली. त्या क्षणी, छोट्या घंटा, ढोल आणि शंखाचा आवाज वाढू लागला. त्याचा माझ्यावर अद्भुत असा परिणाम होऊ लागला. अगदी एकसंध आवाजात, त्या शंखाचा आवाज चढत-चढत टिपेला गेला आणि मग परत खाली आला. सर्व वाद्ये शांत झाल्यावर पुन्हा प्रार्थना सुरू झाल्या. दुसऱ्या एका आवाजावर, वेगळ्या ठेक्यावर, तो खर्जातील आवाज पुन्हा ऐकू येऊ लागला. मग सर्व वाद्यांसह ते सगळे वेगाने गाऊ लागले, अधिक वेगाने. आता आवाजाचा नुसता कल्लोळ झाला होता. अर्धवट बोलणे, थोडे गाणे अशा या समूहगायनातही तीन आणि चार ठोके मला स्पष्टपणे वेगळे ऐकू येत होते. मग एकामागोमाग एक अनेक वेगवेगळे आवाज त्या समूहगायनातून माघार घेऊ लागले आणि प्रार्थनेच्या नाट्यपूर्ण सांगतेला फक्त तो खर्जातील आवाज उरला.

एकसुरातील तो प्रार्थनेचा आवाज मला नेहमी स्वप्नवत अवस्थेत नेतो, पण किणकिणणाऱ्या नाजूक घंटेचा आणि ढोलाच्या ठोक्याचा आवाज मला त्यातून पुन्हा बाहेर काढतो. माझ्यासाठी हा तास तणावमुक्त होण्याचा आणि स्वत:त वळून बघण्याचा होता. मला येथे कोणीही ओळखत नाही. कोणी प्रश्न विचारीत नाही आणि मला उत्तर द्यावेसे वाटत नाही. माझ्यामागे कोणीही मला अवमानकारक टोमणे मारत नाही.

प्रार्थना सभागृहातील या सुगंधित अंधारात असताना मला बाहेरच्या चौकस नजरांपासून खूप सुरक्षित वाटते आणि स्वत:ला मी या संगीताशी, मंत्रघोषांशी जोडून देते.

“हॅलो!” कोणीतरी येऊन माझ्या कानात म्हटले. वाद्यांचा आवाज इतका मोठा होता की तो आवाज मी ओळखू शकले नाही. त्या दगडी फरशीवर माझ्या शेजारी कोणीतरी बसल्याचे मला जाणवले, पण त्याची दखल घ्यायची नाही, असे मी ठरविले. जेव्हा वाद्यांचा आवाज थांबला तेव्हा पुन्हा उद्‌गार ऐकू आले, “काय पवित्र वातावरण आहे हे. तणावमुक्तीसाठी अद्भुत.” मी काहीच उत्तर न देता त्या आवाजापासून आणखी दूर सरकले. तो, आवाज पुरुषाचा होता. तो माझ्या आणखी जवळ सरकला आणि निर्लज्जपणे वटवट करू लागला, ज्यामध्ये कोणावरतरी कंटाळवाणी टीका सुरू होती. भिक्खूंच्या आवाजावरही तो आवाज मात करीत होता. या अनाहूत घुसखोरीला मी कंटाळले होते. कोण असावी ही आगाऊ व्यक्ती? मी कधी भेटले आहे तिला? तो आवाज मला नेमका ओळखू येत नव्हता

आणि मग एकाएकी डोक्यात प्रकाश पडला, अरे हा पॉल! बनाक शूलमध्ये पूर्वी भेटलेला डच नागरिक. माझ्या थंड प्रतिसादाची मग मलाच लाज वाटली आणि कदाचित त्याची भरपाई करण्यासाठी असेल, पण मी फारच प्रेमाने, आस्थेने त्याचे स्वागत करीत म्हटले,

"पॉल, अरे गेले काही आठवडे कुठे गायब झाला होतास? आणि तू इथे काय करतो आहेस?"

"रेडक्रॉस संस्थेबरोबर स्वयंसेवी काम. पुढच्या वर्षी रेडक्रॉसतर्फे फोरमन म्हणून शिगास्ते इथे काम करण्याचा मी करार करणार आहे."

आपण नोकरी शोधण्याचा प्रयत्न करणार आहोत, त्यामुळे तिबेटमध्ये राहता येईल, असे पॉल मला म्हणाला होता. खूप धडपड्या होता तो आणि त्याच्या या धडपडीला यश आले होते तर! तो जेव्हा आपले बेत सांगत असे तेव्हा बरोबर असणारे पर्यटक संमतिदर्शक मान हलवत, माझा प्रकल्प सांगत असतानाही ते अशीच मान डोलावत. "तुम्ही एक गोष्ट विसरता, लठ्ठ पाकीट असणाऱ्या परदेशी पर्यटकांचंच इथे स्वागत होतं आणि एखाद्या प्रसिद्ध, प्रभावी सेवाभावी संस्थेशी तुमचा संबंध नसेल तर तुम्हाला काम करण्याचा परवाना मिळत नाही."

या असल्या भविष्यवाणीकडे मी किंवा पॉलने कधीच लक्ष दिले नाही आणि दोघांनाही या प्रकारच्या दृष्टिकोनाचा फायदाच झाला. सतत बडबड करणारा, मग ती चांगली असो वा नसो, पॉल हा कोणत्याही पार्टीत चैतन्य आणणारा होता. याखेरीज त्याला प्रत्येक गोष्टीचे थोडे-थोडे ज्ञान होते आणि कोणत्याही बांधकामात तो सदैव मदत करण्यास तत्पर असे. त्यामुळे तो तिबेटमध्ये काम मिळवू शकला, यात आश्चर्य काहीच नव्हते.

मी त्याला माझ्या प्रकल्पातील आजपर्यंतच्या घडामोडी सांगितल्या.

"वा! फारच छान! कधी सुरू होणार मग शाळा?"

"तोच तर खरा प्रश्न आहे. पैसे उभे करण्यासाठी काही महिने लागतील, मग..."

"म्हणजे पुढच्या वर्षी आपण दोघं इथे एकत्र असू जर तुला कोणत्याही कामासाठी, बुक किपिंग, संगणकासंबंधी किंवा अन्य कोणतीही मदत लागली तर मला सांगायला संकोच करू नकोस."

त्याची अमर्याद ऊर्जा आधीच मला थकवत होती.

"थँक्स! पण अजून आम्ही तिथपर्यंत पोचलो नाही."

"तू तिबेटमध्ये परत कधी येणार हे तुला समजलं की मला कळव."

"नक्की," मी वचन दिले. मी पुन्हा खांबाला टेकून डोळे मिटले. मागील आठवड्यात झालेल्या वाटाघाटींमुळे मी थकून गेले होते. मला माझ्या पोटात

छोटीशी गाठ लागत होती. मला घराची आठवण येत होती का? मी अशा आयुष्याचे स्वप्न बघत होते ज्यात थोडीफार सुरक्षितता असेल, बदल आणण्यासाठी नियमावर विसंबून राहता येईल आणि गरम पाण्याची मस्त अंघोळ... तेथील गोडसर वास मला गुंगून टाकत होता, मळमळत होते.

"तुला थोडा कोका-कोला चालेल?" पुन्हा मोठ्या आवाजात पॉलने विचारले. अशा पवित्र वास्तूत घ्यावे असे ते पेय नक्कीच नव्हते. मी स्वत:ला सांगितले, पण त्या तेलाच्या दिव्याच्या धुरामुळे कोंदटलेल्या वातावरणात मला ताजेतवाने करणारे पेय हवे होते. पण पॉलने आपल्या बॅगेतील कॅन धुंडाळण्याचे अवघड काम आता करायला नको...

"श्श..." मी त्याला दटावले. ही अशी वेळ होती ज्या वेळी भिक्खू अतिशय शांततेत ध्यानमग्न असतात. काळ जणू थांबलेला असतो. मीही माझा श्वास रोखून धरला; जणू एखादा छोटा आवाजही थाळीनादासारखा निनादला असता. अखेर पॉलला बॅगेत कॅन सापडला. पण त्याची खुडबुड फार बेचैन करणारी होती. देवासाठी. "छे! बुद्धासाठी का होईना, ती खुडबुड थांबव." मी प्रार्थना केली.

आता आणखी प्रश्न उद्‌भवला, तो कॅन त्याला उघडता येईना आणि त्याने तो उघडला तेव्हा असा आवाज आला जणू सगळे दुष्टात्मे एका वेळी पळून चालले असावेत. मठातील वातावरण उबदार होते, शिवाय तो कॅन दिवसभर पॉल आपल्या पाठीवर बाळगून हिंडत होता. त्याचा परिणाम व्हायचा तोच झाला. त्यातील पेय फसफसून वरती आले आणि त्याचा फवारा उंच, अगदी छतापर्यंत उडाला आणि जमलेल्या सगळ्यांवर आणि गाभाऱ्यातील पुतळ्यांवर शिंतोडे उडवत तो सावकाश खाली ओघळत आला.

मी ताजीतवानी झाले; पण तेवढीच घाबरलेही.

१२

मी जर्मनीत परतल्यावर एल्मार नावाच्या माझ्या मित्राने मला माध्यमांसाठी माझ्या शाळेसाठी पैसे उभे करण्याच्या कामाबाबत एक आवाहनपत्र लिहून दिले; ते आम्ही सर्व माध्यमे आणि वृत्तसंस्थांना पाठविले. पत्र असे होते :

ऑगस्ट १४, १९९७

बॉन विद्यापीठात 'तिबेटियन स्टडीज'चा अभ्यास करणारी सॅब्रिए टेनबर्केन ही २६ वर्षांची युवती मे ते ऑगस्ट, १९९७ या कालावधीत स्वायत्त तिबेट राज्यात फिरली. अंध लोकांविषयी माहिती आणि त्यांच्या परिस्थितीचा अभ्यास करण्याचा हेतू यामागे होता. अधिकृत सूत्रांनुसार, तिबेटमध्ये दहा हजार अंध माणसे असून, त्यांपैकी बरीच शाळकरी वयाची मुले आहेत. अतिशय प्रखर सूर्यकिरणे, धूळ, घरातील काजळी आणि सर्वसामान्यपणे वैद्यकीय सुविधांचा अभाव ही या समस्येची प्रमुख कारणे आहेत.

अंध मुलांना कोणत्याही प्रकारची शिक्षणाची संधी येथे उपलब्ध नाही, तसेच सामाजिक जीवनात मिसळण्याची शक्यताही नाही. अनेक अंध मुले अंधाऱ्या झोपडीत डांबून ठेवलेली असतात. या मुलांची शरम वाटणारे पालक त्यांना शेजाऱ्यापाजाऱ्यांपासून लपवून ठेवतात, तर काही मुलांना अगदी लहान वयापासून भिकेला लावले जाते. अनेकांना कुटुंबांकडून अक्षरश: बेदखल केले जाते. आपल्या या प्रवासादरम्यान या विद्यार्थिनीला एक चार वर्षांची मुलगी घरात पलंगाला बांधून ठेवलेली आढळली. आपण शेतात गेल्यावर तिला एकटे सोडल्यास ती जखमी होईल अशी त्यांना भीती होती.

तिबेटला जाण्यापूर्वी सॅब्रिए टेनबर्केन हिने तिबेटी भाषा ब्रेलमध्ये आणण्याचे साधन शोधले आहे. आपल्या आशिया दौऱ्यात तिने अधिकाऱ्यांशी

संपर्क साधून एक पथदर्शी शाळा सुरू करण्याची परवानगी मागितली आहे. अंध मुलांना ब्रेल शिकविणे हे या शाळेचे उद्दिष्ट असेल, पण स्वतंत्रपणे आपले आयुष्य जगता यावे यासाठी आवश्यक तंत्रांचा परिचय करून देणे हेही त्याचे ध्येय असेल.

पुढील वर्षी एप्रिल महिन्यात ही शाळा सुरू होईल. सात ते तेरा वयोगटातील आठ मुलांनी या शाळेसाठी आपली नावे नोंदविली आहेत. या शाळेला जागा ल्हासामधील एका अनाथाश्रमाने दिली आहे. तत्पूर्वी सॅब्रिएचा इरादा शिक्षकांना प्रशिक्षित करण्याचा असून, ते शिक्षक त्यानंतर तिला मदत करू शकतील. या अंध मुलांना गावातील सर्वसामान्य मुलांच्या शाळेत सामावून घेतले जावे अशा उद्दिष्टाने टेनबर्केन काम करू इच्छिते. त्या शाळेत तिने प्रशिक्षित केलेले शिक्षक पाठविण्याची तिची योजना आहे.

या शाळेसाठी सॅब्रिए टेनबर्केन सध्या जर्मनी आणि उर्वरित युरोपमधून निधी उभा करीत आहे.

''जर तुला तुझ्या शाळेसाठी पैसे उभे करायचे असतील तर लोकांना तू माहिती होणे गरजेचे आहे. तुला तुझी कल्पना लोकांना विकता आली पाहिजे,'' एल्मार म्हणाला. बहुसंख्य वृत्तपत्रांनी या आवाहनातील जो भाग विशेषत्वाने छापला होता, त्यामुळे त्याचा हेतू काही फारसा सफल झाला नाही.

'एका अंध मुलीने घोड्यावरून तिबेटचे पठार ओलांडले' असा एक मथळा होता, तर दुसरा मथळा होता, 'एका अंध जर्मन मुलीने अंध तिबेटी मुलांना घराच्या अंधारातून बाहेर काढले. तिने त्यांच्या आयुष्यात प्रकाश आणला, ती जी लिपी मुलांना शिकविते त्यामुळे मुलांच्या चांगल्या भविष्याचा मार्ग खुला होणार.' थोड्याच वृत्तपत्रांनी निधी संकलनाचा मुद्दा विशेषत्वाने मांडला होता. एका पत्रकाराने मला बोलावून म्हटले, ''खरं सांगायचं तर सॅब्रिए, तुझ्या या कहाणीवर आमचा विश्वास नाही.''

''तू या माध्यमाच्या भरवशावर राहू नकोस, तू शासकीय संस्थांकडून अनुदान मिळवण्याचा प्रयत्न कर, अगदी बीज रक्कम मिळाली तरी बाकी पैसा आपोआप येईल,'' असा सल्ला दुसऱ्या एका मित्राने दिला. आर्थिक सहकार्य खाते आणि विकासासाठी सहकार्य करणाऱ्या खात्यांतर्फे मला सांगण्यात आले की, सार्वजनिक कामाच्या संघटनेतर्फे प्रायोजित करण्यात आलेल्या लोकांनाच आर्थिक मदतीसाठी अर्ज करता येतो.

''फारच छान. अशी संघटना स्थापन करण्यासाठी किती वेळ लागेल?'' मी विचारले.

"छे! छे! सध्या अस्तित्वात असलेल्या संघटनेने तुम्हाला पाठिंबा द्यायला हवा, जी गेल्या पाच वर्षांपासून कार्यरत आहे अशा." मला धक्काच बसला. जर्मनीत मी जे काही थोडे आठवडे आहे तेवढ्या काळात मी अशी संघटना कशी शोधणार होते? थोडक्यात काय, हे प्रकरण अवघड होते किंवा अशक्य.

पण नशिबाचा भाग असेल कदाचित. काही दिवसांतच माझ्या काही मित्रांमार्फत मी अशा एका स्त्रीला भेटले जी केवळ अशा संघटनेची प्रमुखच नव्हती तर, मदत करण्यास अतिशय उत्सुक होती. आमच्या नव्या भागीदारीची चर्चा करण्यासाठी आमच्या गावातील मध्यवर्ती अशा एका, सुंदर ऊन असलेल्या गच्चीवर मी आणि माझ्या नव्या संघटनेची अध्यक्ष भेटलो. केक, फळांचे रस असा पाहुणचार तिने केला. सात वर्षांपूर्वी तिने आपल्या संघटनेची स्थापना केली. अपंग असलेल्या चिनी नागरिकाला मुख्य प्रवाहात सामील होण्यास मदत करण्यासाठी तिने ही संघटना स्थापन केली होती. आता-आतापर्यंत ती बऱ्यापैकी निधी जमवू शकत होती, पण एवढ्यात लोक देणगी देण्यास फारसे उत्सुक नव्हते. आपली मान हलवत ती म्हणाली, "पैशांचा ओघ आटतो आहे."

पण माझ्या प्रकल्पाविषयी तिला जरा आशा होती आणि तरुण रक्ताबरोबर काम करण्यास, त्यांना भेटण्यास ती उत्सुक होती. दुसऱ्या दिवशी तिने मला तिच्या संघटनेच्या पदाधिकाऱ्यांना भेटण्यास बोलविले आणि सर्व सभासदांशी माझी ओळख करून दिली. ती दुपार फार सकारात्मक ऊर्जेने भारलेली होती. त्या सभासदांपैकी सर्वांना अंध मुलांच्या भवितव्याबाबत चिंता होती. माझ्या लोपसांगबरोबरच्या भेटीचे तपशील मी त्या सर्वांना दिले आणि प्रसन्न भावनेने त्यांचा निरोप घेतला.

त्यापाठोपाठ जर्मन टेलिव्हिजनवर माझी मुलाखत प्रसारित करण्यात आली. माझा प्रकल्प हा त्या मुलाखतीचा केंद्रबिंदू होता. त्याचा परिणाम म्हणजे, अनेक शाळा, विद्यापीठे आणि क्लब्ज यांनी मला व्याख्यानासाठी आमंत्रित केले. अनेक लॉटरी आणि लिलावाचे कार्यक्रम झाले, ज्यातून मिळालेला पैसा थेट शाळेला मिळाला. मी अर्थातच खूश होते.

गोष्टी पुरेशा वेगाने पुढे सरकत आहेत असे मला वाटत होते, पण तरीही आश्चर्याची बाब म्हणजे, 'फेडरेशन फॉर द ब्लाइंड' आणि 'रिलीफ ऑर्गनायझेशन फॉर तिबेट' अशा महत्त्वाच्या संस्था मात्र मोकळेपणाने पुढे येत नव्हत्या. राजकीयदृष्ट्या तिबेटच्या बाजूने असलेल्या या संस्था, ज्या मी स्वत: बघायला गेले होते, फारच अनुत्साही, निरिच्छ दिसल्या.

"आम्ही तिबेटसाठी जे पैसे पाठवतो ते सगळे चीनमध्येच पळवले जातात. तिबेटच्या स्वातंत्र्याच्या कामासाठी त्याचा काहीही वापर होत नाही हे आम्हाला ठाऊक आहे," त्यांनी स्पष्टीकरण दिले.

मी उत्तरले, "त्या तपशिलात मला फारसा रस नाही. अंध व्यक्ती शिकून समाजातील मुख्य प्रवाहात सामील व्हाव्यात, यासाठी त्यांना मदत करणे हे माझं प्राधान्य आहे. तिबेटहून परत आल्यापासून मला सर्वाधिक धक्का बसला आहे तो 'चांगले काम' करू इच्छिणाऱ्या तथाकथित संघटनांना अंध व्यक्तींमध्ये, त्यांच्या प्रश्नांबाबत अजिबात नसलेला रस याबाबत."

"तिबेटमधील अंध व्यक्तींची आम्ही का बरं काळजी करायची?" असे एका अंध व्यक्तीने एक भलेमोठे कटलेट तोंडात कोंबत मला विचारले. मी एका दुपारी एका स्वस्तशा रेस्टॉरंटमध्ये जेवण घेत असताना या व्यक्तीशी माझी गाठ पडली. "आपण आपल्या देशातील अंध माणसांना मदत करायला हवी," ती पुढे म्हणाली.

"तुम्हाला नेमकं काय म्हणायचं आहे?" मी विचारले.

"आपण वाहतुकीच्या सिग्नलपासून सुरुवात करू. त्या जागी ध्वनी असलेली यंत्रणा लावली पाहिजे."

"अगदी बरोबर, हांझ," त्याच्या पत्नीने त्याला दुजोरा दिला. आणि अर्थातच प्रत्येक बसमध्ये एक लाउडस्पीकर लावायला हवा म्हणजे पुढील थांबा कोणता याची सूचना तो थांबा येण्यापूर्वी देता येईल. त्यामुळे अंध व्यक्तींना खाली उतरण्यास पुष्कळ वेळ मिळू शकेल. अशा गोष्टी करण्याची गरज आहे.

माझ्या मुक्कामाच्या काळात मी अशी खूप शेरेबाजी ऐकली, पण ती मी फारशी मनावर घेतली नाही. अर्थात, ज्या अनेकांनी अनपेक्षितपणे माझ्या प्रकल्पाला मदत केली त्यांचे दातृत्व माझ्या मनाला स्पर्श करून गेले. अनेकांनी आपल्या लग्नाचे वाढदिवस, लग्नसमारंभांना मिळणाऱ्या भेटी नाकारून त्याऐवजी माझ्या शाळेला देणगी देण्यास सांगितले.

दरम्यान, मला प्रायोजकत्व देऊ करणारी संस्था मात्र इतकी शांत होती की, ती शांतता मला अस्वस्थ करू लागली. दोनच आठवड्यांपूर्वी मी ज्या स्त्रीबरोबर कॉफी घेतली त्या संस्थेच्या संस्थापिकेला अखेर मी फोन केला.

"तुझा प्रकल्प हा तुझ्यासाठी सतत काळजीचा विषय असणारच, पण आमची संघटना अशा पुष्कळ प्रकल्पांत सहभागी आहे. शिवाय मी एकल पालक आहे त्यामुळे फार व्यस्त आहे..." ती मला फोनवर म्हणाली... कागदपत्रांची पूर्तता करण्याच्या दृष्टीने सर्व ती मदत करून या प्रकरणी पुढे जाण्यास तिने संमती दिली. तिची जबाबदारी फक्त अधिकृत कागदपत्रांवर सह्या करण्यापुरती राहणार होती. माझ्या समजूतदारपणाबद्दल तिने माझे कौतुक केले.

या संघटनेच्या अध्यक्षांच्या सूचनेवरून मी शिक्षण खात्याकडे गेले. तेथे मला प्रोत्साहन देणारे थोडे वातावरण होते. माझ्या शाळेच्या प्रकल्पाला लोकांनी सकारात्मक प्रतिसाद दिला, पण त्यांनी एक मोठी अडचण सांगितली. ती होती मला प्रायोजित

करणाऱ्या संघटनेची – "आमच्या मते, तो पुरेसा व्यावसायिक गट नाही. तुमचा प्रायोजक अधिक दमदार हवा."

मी दुसरी संघटना शोधण्याचे वचन दिले, पण तसे करण्यापूर्वीच मला चांगली बातमी मिळाली, सध्या मला प्रायोजित करू इच्छिणाऱ्या संस्थेने मला शाळेसाठी बीज रक्कम देण्याचे मान्य केल्याची! मी त्या दिवशी त्यांच्या पदाधिकाऱ्यासमोर केलेले सादरीकरण नक्कीच त्यांना आवडले असणार. ती बीज रक्कम आणि त्यापूर्वी मिळालेल्या भेटी व देणग्या याचा अर्थ होता, मी जर्मनीत आल्यावर सहा महिन्यांपेक्षाही कमी अवधीत शाळा सुरू करण्यासाठी आवश्यक तेवढा निधी उभा केला होता. आता मला लोपसांगकडून अधिकृत आमंत्रण गरजेचे होते आणि कामाचा परवाना. मी लोपसांगला ल्हासात फोन केला आणि दोन महिन्यांनंतर आवश्यक ती कागदपत्रे अखेर झाली. आशियात गोष्टी हलायला थोडा वेळ लागतो, पण त्या हलतात.

काठमांडूला जाण्यासाठी विमान तिकीट माझ्या हातात आले; मी माझ्या आयुष्यातील एका मोठ्या प्रकल्पावर जाण्यास सिद्ध झाले होते. अखेरीस माझे स्वप्न प्रत्यक्षात येणार होते. जर्मनीतील माझ्या परिचितांचा निरोप घेण्यासाठी मी जाऊ लागले. या सर्वांचा माझे स्वप्न प्रत्यक्षात आणण्यात काही ना काही वाटा होता. कोणाचा निरोप घेणे बाकी नाही ना हे मी पुन:पुन्हा तपासून बघितले आणि मग आठवले, पॉल क्रोनेनबर्ग. मी तिबेटला निघण्यास सज्ज झाल्यावर फोन करण्याचे आश्वासन त्याला दिले होते. "हॅलो पॉल, मला तुला एवढंच सांगायचं आहे की, मी पुढील आठवड्यात ल्हासाला निघाले आहे आणि तुझा निरोप घेण्यासाठी मी फोन केला आहे."

"निघालीस तू?" त्याने अगदी परकेपणाने विचारले. माझी बातमी ऐकून त्याने दिलेला एवढाच प्रतिसाद मला चकित करणारा होता. कमीत कमी मला प्रवासाला शुभेच्छा तर द्यायच्या. मनात विचार आला.

आणि मग जणू कधीही न संपणारी आमच्या दरम्यानची शांततेची भिंत तोडत तो म्हणाला, "माझा निरोप घेते आहेस म्हणजे काय? उद्या मी माझी नोकरी सोडतोय. मी तुझ्याबरोबर येतोय."

१३

"**स्त्री-पुरुषहो,** काही क्षणांतच तुमच्या डाव्या बाजूला तुम्हाला जगातील सर्वोच्च पर्वतशिखर माउंट एव्हरेस्ट दिसेल..." त्या क्षणाची सर्व प्रवासी वाट बघत होते. विमानाच्या डाव्या बाजूला धावत जात सगळ्यांनी आपापली डोकी खिडकीच्या काचेला टेकली. मी मात्र विमानाच्या उजव्या बाजूला आपल्या खुर्चीवर बसून होते आणि विचार करीत होते, माझ्यामुळे विमानाचे संतुलन कायम राहते आहे!

"आपण किती नशीबवान आहोत हे तुला जाणवतंय?" माझ्या शेजारी बसत पॉलने विचारले. "आपल्याला आपल्या आयुष्यात काय करायचं आहे त्याबाबतचा निर्णय आपण घेऊ शकतो."

जर्मनीहून मी त्याला निरोपाचा फोन केल्यावर त्याने खरोखरच आपला शब्द पाळत डच ॲम्युझमेंट पार्कच्या समन्वयकपदाचा राजीनामा दिला. गेल्या काही वर्षांपासून तो तेथे येणाऱ्या पर्यटकांच्या समस्या निवारणाचे काम करीत होता. गेल्या बारा महिन्यांत त्याने किमान बावीस हजार तक्रारी हाताळल्या होत्या. आता ते त्याला कंटाळवाणे झाले होते. ते सर्व नकारात्मक काम मागे टाकून त्याला माझ्याबरोबर तिबेटमध्ये येण्याची इच्छा होती.

"आयुष्यात काही गोष्टी अधिक महत्त्वाच्या असतात. मला तुझ्या शाळेच्या संकल्पनेवर विश्वास आहे. तुला मदत करण्याची माझी इच्छा आहे. मी तुला शाळा बांधण्यासाठी, शाळेत संगणक लावण्यासाठी मदत करू शकतो. अनेक मार्गांनी मी तुझ्या उपयोगी पडू शकेन," तो मला सांगत होता.

"केल्सांग मेटो...! अखेर पोचलीस तू इथे... आम्ही गेल्या आठवड्यापासून तुझी वाट बघत होतो..." ल्हासामध्ये आल्या आल्या एक उंच पट्टीतील उत्साही आवाज माझ्या कानावर आला. ती चुंग्डा होती, जी काही सूचना न देता एकदम माझ्या खोलीत शिरली. मी ल्हासामध्ये पोचताच ताबडतोब कामाला लागेन असे तिला बहुतेक वाटत असावे.

माझ्या एकूणच गबाळ्या अवतारावर तिने जो कटाक्ष टाकला त्याचाही मला

राग आला. खरे म्हणजे मी पूर्णपणे थकले होते आणि त्यातून मला बाहेर यायचे होते. सहा दिवस आम्ही काठमांडूत अडकून पडलो होतो आणि आदल्या रात्री सहा ते बारा फुटांची उभी चढण चढल्याने मी आजारी पडले होते. मला अजूनही तीव्र अर्धशिशी जाणवत होती.

"ड्रायव्हर खाली वाट बघतोय. मी तुला शाळा दाखवायला अगदी आतुर झालेय. ती पूर्ण तयार झालीय..."

"मी येते लगेच..." असे म्हणत मी तिला काही क्षण मला एकटीला सोडण्याची विनंती केली.

"मी तुला मदत करते..." असे म्हणत ती माझ्या उघड्या बॅगांमध्ये उचकपाचक करू लागली. आता ही मला कपडे घालायला मदत करणार की काय?

"प्लीज, मला पाच मिनिटं दे. मी आलेच..." माझ्या कपाळावर ओल्या रुमालाची घडी बांधून मी लोपसांगच्या जीपमध्ये बसून माझ्या नव्या शाळेकडे निघाले. चुंग्डाची अखंड वटवट माझ्या अर्धशिशीत भरच घालत होती.

"तू आलीस याचा खूप आनंद झालाय. गेल्या आठवड्यात तीन वेळा माझे वडील विमानतळावर गेले. आता तू येणारच नाहीस कधीच, असं आम्हाला वाटत होतं."

"माफ करा. पण काठमांडूत आमचं पुढचं विमान चुकलं."

अनाथाश्रमाची नवी इमारत गावाच्या दुसऱ्या टोकाला होती. पण रस्ते खराब असल्यामुळे तेथे पोचायला खूप वेळ लागला. भेटीनंतरच्या पहिल्या काही उपचारानंतर, भेटवस्तूंची देवाणघेवाण आणि थोडा लोण्याचा खारा चहा घेतल्यावर आम्ही थेट त्यांच्या नव्या ऑफिसमध्ये गेलो. माझी शाळा अनाथाश्रमाच्या पलीकडे होती. लोपसांग यांना मला तेथे नेल्यावाचून राहावेना.

खिडकीतून मुलांची तिबेटी बाराखडीची उजळणी कानावर येत होती. त्याचबरोबर, विजेवर चालणाऱ्या करवतीचा आणि हातोड्याचा आवाजही येत होता. मुलांचा एक गट काही प्रश्न घेऊन धावत आमच्याकडे आला.

"ही केल्सांग मेटो. तुमच्या अंध मित्रांना ती शिकवणार आहे," चुंग्डाने सांगितले. पुंगीवाल्यामागे उंदीर जावे तशी सगळी मुले अंगणातून आमच्यामागे निघाली.

"ही तुमची शाळा. त्याला दोन पातळ्या आहेत. वर्ग, जेवणाची खोली आणि स्वच्छतागृहं खाली आहेत." आम्ही एका मोठ्या, चौकोनी आणि उंच छताच्या खोलीत प्रवेश केला. आधी ती रिकामी जागा मला अस्वस्थ करीत होती, पण फर्निचर आल्यावर सगळे छान होईल, असे मला वाटले. एक जिना चढल्यावर आम्ही एका सपाट जागी आलो. तेथे एक बाल्कनी होती. तेथून तीन निवासाच्या

मोठ्या खोल्या, शिक्षकांसाठी दोन खोल्या आणि एक स्नानगृह होते.

"एवढं ऐशआरामी..." मी उद्‌गारले. लोपसांग आणि चुंग्डा यांनी समाधानाचे उद्‌गार काढीत मला प्रतिसाद दिला.

आतापर्यंत अतिशय दारिद्र्यात वाढलेल्या त्या गरीब मुलांना येथे आल्यावर काय वाटेल? मी विचार करीत होते. येथे आरामशीर वातावरणात राहिल्यावर त्यांना त्यांच्या खेड्यातील झोपडीत जायला पुन्हा आवडेल?

मोठे अंगण ओलांडून आम्ही दुसऱ्या एका इमारतीत प्रवेश केला.

"इथे आम्ही तुझ्या शाळेचं कार्यालय ठेवलं आहे," चुंग्डा अभिमानाने म्हणाली. आणखी एक जिना चढून आम्ही एका मोठ्या हॉलमध्ये आलो. येथे ऐकू येणारे प्रतिध्वनी काहीसे अपरिचित होते.

"ही खोली पाचशे स्क्वेअरफूट आहे," चुंग्डा अभिमानाने सांगत होती. "संपूर्ण जमिनीवर जाड गालिचा अंथरला आहे. तुझ्या डाव्या बाजूची खिडकी अंगणात उघडते आणि उजव्या बाजूला झाडं. इथून पोटालाकडे जाणारा सगळा मार्ग दिसतो. जर तुला लोकांवर प्रभाव टाकायचा असेल तर तू त्यांना इथे आणलं पाहिजे."

खोलीत सर्व दिशांनी चालून मी माझी त्या खोलीशी स्वत:ची ओळख करून घेत होते. ती खोली खूप मोठी आणि रिकामी होती. अपवाद फक्त एक टेबल आणि काही खुर्च्यांचा. मला ती उदास करणारी वाटली. चुंग्डा मला दरवाजातून एका दुसऱ्या खोलीत घेऊन गेली.

"हे तुझं कार्यालय. दोन टेबलांसह," ती म्हणाली.

"आपण फर्निचर एकत्रितपणे घेण्याचं गेल्या वर्षी ठरवलं होतं." मनातील नाराजी लपवत मी म्हटले.

"आम्ही सगळं पूर्ण केलं आहे."

"सगळं? टेबल, खुर्च्या, बाक, चटया, चादरी, ताटल्या, भांडी-कुंडी सगळं?"

"होय. आणि त्यासाठी बजेटचा विचार केला नाही," स्वत:वरच खूश होत ती बोलत होती.

हे सगळे पैसे मी ल्हासाला आल्यावर हस्तांतरित होणार होते. आठ महिन्यांपूर्वी मी जर्मनीला जाण्यापूर्वी चुंग्डा व मी मिळून आवश्यक त्या गोष्टींची एक यादी केली होती आणि मी परतल्यावर खरेदी एकत्रितपणे जाऊन करायची, असे ठरविले होते. मला हे जाणवत होते की, तिने माझा बराच वेळ आणि प्रयत्न वाचविले होते, त्यामुळे या खरेदीत मला सामील करून न घेतल्याबद्दल मी नाराज न होता स्वस्थ बसणेच इष्ट होते.

"इथे दुकानदार परदेशी नागरिकांना फसवण्याची शक्यता असते. मग कशाला

उगीच जास्त किंमत मोजायची ना? तू अंधांसाठी जमा केलेल्या देणगीतील पैसे वाचवू या की.''

शाळेत सामान आणण्याचा आमचा अपेक्षित खर्च ११ हजार मार्क्स एवढा म्हणजे तिबेटच्या राहणीमानाच्या दृष्टिकोनातून कमीच होता. ''पण, एवढे सगळे पैसे तू आणलेस कुठून?'' मी चुंग्डाला विचारले.

''माझ्या वडिलांनी आणि मी तुला ते उसने दिले. लवकरच जर्मनीहून आमच्या खात्यात पैसे जमा होतील अशी खात्री आहे ना...''

मला प्रायोजित करणाऱ्या संघटनांकडून लवकरच पैसे माझ्या खात्यात जमा होण्याची अपेक्षा होती. माझी अर्धशिशी पुन्हा वाढू लागली आणि मी संथपणे खोलीत फिरू लागले.

''तू खूश नाहीयस?'' थोड्या साशंकतेने चुंग्डाने मला विचारले.

''आहे ना... मी फक्त एवढ्या मोठ्या जागेची अपेक्षा केली नव्हती.''

''ही जागा खूप हवेशीर आणि अतिशय स्वच्छ आहे. इमारतीचं बांधकाम हिवाळ्यातच पूर्ण झालं. सिमेंटमध्ये बांधलेली ही इमारत खूप आधुनिक आहे.''

मग आम्ही निवासी भागाकडे वळलो. तेथे मी ताबडतोब राहायला येऊ शकते, असे तिने मला सांगितले. तळमजल्यावर व पहिल्या मजल्यावर तीन बेडरूम्स आणि एक अद्ययावत बाथरूम होती. मागच्या बाजूला असलेली गच्ची पुढे बागेकडे जात होती. तेथे आम्ही चालत असताना चुंग्डा त्या बागेतील झाडांची आणि रोपांची नावे सांगत होती. ती सगळी आता फुलली होती.

मी लगेचच पॉलला फोन केला –

''शाळेची इमारत बांधण्यासाठी तुला मला मदत करण्याची फारशी गरज नाही. ते काम झालं आहे,'' मी म्हटले.

''कशी आहे इमारत?''

''एकदम झकास आणि प्रशस्त.'' मी त्याची नेमकी रचना (Topography) सांगू शकले नाही. मला त्याची खरी ओळख पटायला थोडा अधिक वेळ द्यावा लागेल आणि तेथे अधिक भटकावे लागेल. ''पण तरी नेमकं सांगता येणार नाही, कारण असं वर्णन करण्याजोगं तिथे फारसं काहीही नाही. पण एकदा तिथे सामान लागलं की ते वातावरण बदलेल.''

लोपसांगने मोठ्या औदार्याने देऊ केलेली ती इमारत खरोखरच प्रशस्त होती हे मला मान्य करायलाच हवे. तिबेटमधील माझ्या शाळेचे स्वप्न बघताना मी कधीही एवढ्या आरामाची कल्पना केली नव्हती. अर्थात माझ्या नेमक्या अपेक्षा काय होत्या हेही मला आठवत नव्हते. मातीच्या छोट्या झोपड्या? तबेले? की याकच्या कातडीचे तंबू?

ल्हासासारख्या आधुनिक शहरात इमारती कॉंक्रीटच्या का बांधलेल्या नाहीत? दुसरीकडे, तिबेट असा देश आहे जेथे भाजून काढणारा उन्हाळा आणि गोठून टाकणारा हिवाळा असतो आणि पारंपरिक तिबेटी झोपड्या थंडीपासून ज्या तऱ्हेने रक्षण करतात त्या तऱ्हेने कॉंक्रीटच्या इमारती रक्षण करू शकत नाहीत. पण आता पर्याय नव्हता. सर्व काही तयार होते आणि मी सुरुवात करणे फक्त बाकी होते. मी खूप भारावून गेले होते आणि त्या इमारतीच्या नवेपणामुळे मनातून थोडी घाबरलेही होते.

बागेतील बुटक्या भिंतीवर बसून मी अतिशय आनंदाने पक्ष्यांचा किलबिलाट, मधमाश्यांची गुणगुण ऐकत होते. बागेतील फुलांचा सुवास मी श्वासाद्वारे छातीत भरून घेतला. मी नक्कीच स्वर्गात उतरले होते. लोपसांग आणि चुंग्डा यांनी सर्व बाबतीत अपेक्षेपेक्षा कितीतरी पुढे मजल मारली होती. अगदी या किल्ल्यात मला घरासारखे वाटावे यासाठीसुद्धा... अंधांसाठी शाळा काढण्याचे माझे स्वप्न आता वास्तवात उतरले असल्याची माझी खात्री पटली होती. अर्थातच या बापलेकीमुळे!

जूनच्या पहिल्या आठवड्यात मी तळमजल्यावरील एक खोली ताब्यात घेऊन तेथे राहण्यासाठी गेले. अंगणाच्या पलीकडे असलेल्या अनाथाश्रमाच्या खिडक्यांमधून येणारा मुलांचा आवाज छान पार्श्वभूमी निर्माण करीत होता. अगदी निर्व्याज, गोड आवाज, एका लयीत चढणारा आणि उतरणारा, जोरवांगमध्ये ऐकलेल्या प्रार्थनेशी नाते सांगणारा. या अनाथ मुलांच्या संध्याकाळच्या प्रार्थना हे माझे रोजचे पार्श्वसंगीत होणार होते.

त्या निवासस्थानी मी एकटीच राहत होते. पॉल, ल्हासापासून पाचशे मैलांवर शिगात्से येथे रेडक्रॉसच्या कामासाठी गेला होता. माझ्याभोवती अनेक अपरिचित आवाज मला धक्के देत होते. करकरणारे दरवाजे, आदळणारी शटर्स, आपटणाऱ्या खिडक्या आणि क्वचित गच्चीवर वाजणारी पावले. हे सगळे आवाज मला खूप वेळ जागे ठेवत होते. रोज रात्री मी स्वत:ला आश्वस्त करीत होते आणि माझी भीती हाकलून लावीत होते. लोपसांगने हे बांधकाम करताना खिडकीला भक्कम तावदाने लावली आहेत असे स्वत:ला बजावत होते.

पहिल्या रात्री केव्हातरी उशिरा एका मोठ्या आवाजाने मला जाग आली. मी न घाबरता दार उघडले आणि मला जाणवले, मी काही इंच थंड पाण्यात उभी होते. पाण्याचा एक पाइप फुटला होता. आधीच मला पॉलने इशारा दिला होता. तो म्हणाला होता, ''इथेही तसंच असेल. वरवर सगळं फार छान दिसतं, पण नीट बघितल्यावर जाणवतं, छत गळतंय, कुणी जरा मोठ्याने खोकललं तर बाथरूमच्या भिंतीवर लावलेली फरशी गळून पडतेय आणि पाइपचा वापर होण्यापूर्वीच त्यांना गंज लागलाय...''

मी अक्षरश: जागच्या जागी खिळले होते आणि पाणी हळूहळू वाढत होते. इमारतीत राहणारा वृद्ध रक्षक झोपेतून उठला आणि इतर कर्मचाऱ्यांना इशारा देण्यासाठी धावला. त्यांनी जाऊन पाणीपुरवठ्याची मुख्य पाइपलाइन बंद केली. बिचाऱ्या त्या अनाथ मुलांना हलवून अंथरुणाबाहेर काढून त्यांच्या हातात बादल्या आणि मोठाले स्पंज देण्यात आले. छोट्या यंत्रमानवांप्रमाणे त्यांना पाणी पुसण्याच्या कामाला लावले गेले.

या घटनेनंतर माझ्या दिमाखदार बाथरूममध्ये एक थेंबही पाणी कधी आले नाही. मला अंगण ओलांडून रोज सकाळी विहिरीवर जाऊन पाणी आणावे लागे. तो रोजचा परिपाठ मला स्मरण देई – मी तिबेटमध्ये आहे, अशा जागी जेथे मला राहायचे होते.

१४

चालत जुन्या ल्हासापर्यंत कसे जायचे ते अनुभवण्याच्या इराद्याने मी एका सकाळी निघाले. मी मुख्य दरवाजापर्यंत पोचते न पोचते तोच एका किंकाळीने मला थांबविले. माझा दंड धरून मला कोणीतरी थांबविले होते.

"हे काय चाललंय?" मी तिबेटी भाषेत विचारले. सगळे खूप घाबरले होते. मी स्वतःहून इथून बाहेर पडू शकत नाही, असे त्या वृद्ध रक्षकाने मला सांगितले. "का बरं?" मी विचारले.

त्याने काही उत्तर देण्यापूर्वीच चुंग्डा तेथे आली.

"तुला गावात जायचं आहे? एक मिनिट थांब, मी ड्रायव्हरला बोलावते."

"मला चालायला आवडेल. रस्ता माहिती करून घेणं हा यामागचा हेतू आहे."

"ते अशक्य आहे. माझ्या वडिलांना ते मंजूर नाही." मग मी तेथे आलेल्या लोपसांग यांना स्पष्ट केले की, शाळेची भावी प्रमुख या नात्याने त्यांनी अंध लोकांवर विश्वास ठेवणे गरजेचे आहे आणि त्याची सुरुवात माझ्यावर विश्वास ठेवण्यापासून व्हायला हवी. "माझी काळजी करू नका," मी पुन्हा आग्रहपूर्वक सांगितले. यामुळे चुंग्डा चांगलीच वैतागली असणार याची मला खात्री आहे.

"जुन्या ल्हासात जाण्यासाठी सरळ पुढं जायचं, बरोबर? मला एक संधी दे. मी वचन देते मी व्यवस्थित, सुखरूप परत येईन."

माझ्याशी वाद घालण्याचा कंटाळा आल्यामुळे असेल कदाचित; पण त्यांनी अखेर प्रवेशद्वार उघडून मला बाहेर जाऊ दिले. मी कोणतीही अडचण न येता गावाच्या मध्यभागी आले. पहिल्याच चौकात मी चुकून मुलांच्या घोळक्यात शिरले. त्या मुलांनी मला मोठ्या आनंदाने पोटाला पार्कपाशी आणून सोडले आणि एक बाइक टॅक्सी मिळविण्यासाठी मदत केली. हे चुकून झाले का? मला मनात अशी उगीचच एक भावना आहे की, या छोट्या काळजीमागे लोपसांग असावे. मला अतिसंरक्षण देण्याच्या त्यांच्या प्रयत्नांबद्दल माझी आधी चिडचिड होत असली तरी मला हे मान्य करायलाच हवे की, त्यांना माझी एवढी काळजी वाटते ही भावना

फार हृदयस्पर्शी होती.

दुपार छानपैकी डोल्माच्या सहवासात घालविल्यावर आम्ही दोघींनी एकत्र जेवायला जायचे ठरविले. मला जेव्हा घरी जायची वेळ आली तेव्हा, मी टॅक्सी करून परत जावे हा डोल्माचा आग्रह मी मान्य केला.

''शाळा कुठे आहे ते तुला ठाऊक आहे?'' मी चालकाला चिनी भाषेत विचारले.

''अर्थात. माझा जन्म ल्हासात झालाय, हे गाव मला आतून-बाहेरून चांगलं परिचयाचं आहे.''

नशीब म्हणायचे की काय ते ठाऊक नाही, पण हा चालक केवळ अज्ञानीच नव्हे तर मूर्ख निघाला. मी अंध आहे यावरही त्याचा विश्वास बसत नव्हता.

''तुझे डोळे हलतायत. ही किती बोटं आहेत सांग बरं.''

''अर्थात पंधरा,'' असे मी उत्तर देताच तो मोठ्याने हसला. आयुष्यात यापूर्वी अनेकदा अशा प्रसंगांतून मी गेलेय. आम्ही एक पूल ओलांडला. शेजारून जी गाडी गेली त्याच्या आवाजावरून मला हे समजले. मी ताबडतोब त्याला गाडी थांबवायला सांगितली. मला गाडीतून उतरायचे होते. ''इथून पुढचा रस्ता मला ठाऊक आहे.'' बाहेर पडून चालायला लागण्यापूर्वीच मी म्हटले.

''नाही. तू अंध असल्याने मी तुला मुळीच जाऊ देणार नाही,'' असे म्हणत त्याने गाडी आणखी जोराने हाकायला सुरुवात केली. मग मला वाटले की, शाळेजवळ असलेल्या कचऱ्याचा वास मला ओळखू येतोय म्हणून मी पुन्हा त्याला गाडी थांबवायला सांगितली.

''इथे जवळ एक शाळा आहे,'' तो म्हणाला. आम्ही नेमके कुठे आहोत याची त्याला आता कल्पना नव्हती आणि मलाही नव्हती. तो रात्रीच्या अंधारात गाडी दामटत राहिला आणि अखेर एका प्रवेशद्वारापाशी आला. गाडी आत अंगणात नेऊन त्याने थांबविली तेव्हा अनेक खिदळणाऱ्या स्त्रियांनी आमच्याभोवती कोंडाळे केले. कोण आहेत या? मी विचार करीत होते आणि एकदम डोक्यात उजेड पडला. आम्ही कुंटणखान्यात आलो होतो! शंकाच नाही. ''या बाई कोण ते तुम्हाला ठाऊक आहे?'' त्याने त्या स्त्रियांना विचारले. ''तिला कुठे जायचंय याची तुम्हाला काही कल्पना आहे?''

आता माझा पारा खरोखरच चढू लागला होता. मी त्याला कडकपणे म्हणाले, ''मला कुठे जायचं आहे हे मला चांगलं ठाऊक आहे. आता मुकाट्याने वळ आणि माझ्या सूचनांचं पालन कर.''

काही वेळानंतर, बहुधा मला फिरवून वैतागल्याने, तो एकाएकी थांबला आणि काहीशा मोठ्या आवाजात म्हणाला, ''आलो आपण मुक्कामी.'' तो मला बनवतोय

हे मला समजत होते, पण निरर्थक गोल-गोल फिरण्याचा मलाही कंटाळा आला होता. मी त्याच्या हातात टॅक्सीचे किमान भाडे दहा युआन ठेवले आणि बाहेर पडून धाडकन दरवाजा आपटला.

"एक मिनिट थांबा," तो ओरडला. "हे पैसे पुरेसे नाहीत."

"अगदी पुरेसे आहेत. तुम्हाला रस्ता सापडवता येत नाही. आता तुमच्यामुळे मला एकटीला पायी जावं लागेल. थँक्स." त्याने आपले मूर्खपणाचे नाटक पुढे चालूच ठेवले आणि माझी काठी घट्ट पकडून मला पुढे चालणे अशक्य केले. मी माझ्या सर्व शक्तिनिशी ती सोडवून घेतली आणि त्या अंधारातही निर्धाराने पुढे निघाले. अजिबात ठाऊक नसलेल्या, जागोजागी डबकी आणि कचरा असलेल्या रस्त्यावरून चालता-चालता माझी काठी एका स्टीलच्या पाइपवर आदळली. ही एक ओळखीची खूण होती. आपण शहराच्या बाहेरच्या भागात आलोय हे ओळखून मी सुटकेचा निःश्वास सोडला. आज दुपारीच त्या पाइपची मी नोंद घेतली होती. चला, मी जवळजवळ शाळेपर्यंत आले होते.

आमच्या दारापर्यंत जाणारी लांब गल्ली ओलांडून मी दारापाशी आले. आश्चर्य म्हणजे दरवाजा लगेच उघडला. मी यायला इतका उशीर लावल्यामुळे काळजीत पडलेले अनाथाश्रमाचे सगळे कर्मचारी प्रवेशद्वारामागे जमले होते. मी नीट सुखरूप आल्याचे बघितल्यावर सगळ्यांनी एकदम सुटकेचा निःश्वास सोडला.

"काय झालं तुला? एवढा उशीर?"

"अरे, फार काही नाही. तुम्ही माझी एवढी काळजी करत जाऊ नका..." मी सहजतेचा आव आणीत म्हटले. मग त्यांना वाटणाऱ्या माझ्या काळजीबद्दल त्यांचे आभार मानीत आणि खूप दमल्याचा बहाणा करीत मी माझ्या खोलीत गेले. माझ्या त्या चार भिंतीआड आल्यावरच मी स्वतःशी कबूल केले, सारे प्रकरण किती भीतिदायक होते ते! माझ्या या साहसाची चिंता वाढून मी पॉलला फोन लावला.

मी त्या चालकाशी झालेल्या भांडणाचा किस्सा पॉलला सांगत असतानाच जिन्यावर पावले वाजली. मी बोलणे थांबवून लक्षपूर्वक ऐकू लागले. ती अनोळखी व्यक्ती नुकतीच जिना चढून आली होती आणि माझ्या हॉलमध्ये प्रवेश करण्याच्या बेतात होती. त्या व्यक्तीने दरवाजा ढकलला.

"काय चाललंय? तू बोलत का नाहीयस?" पॉल फोनवर ओरडत होता. मी फोन तोंडाच्या अगदी जवळ नेत कुजबुजले, "मी तुला नंतर फोन करते. घरात कुणीतरी आलं आहे. कोण ते मला ठाऊक नाही."

हलकेच मी फोन ठेवून दिला. माझी काठी हातात घेतली आणि वळले. त्या अनोळखी व्यक्तीमध्ये आणि माझ्यामध्ये आता फक्त एक दरवाजा होता, जो किंचित किलकिला होता. दिवे लागलेले नव्हते. नेहमीप्रमाणे, मला अंधारात अधिक

सुरक्षित वाटत होते. त्या अनोळखी व्यक्तीची उपस्थिती हे एक संकट होते आणि त्याची मला काळजी वाटत होती. फार काळ स्वस्थ न बसता मी तणावपूर्ण आवाजात विचारले, ''तुम्ही कोण आहात? आणि तुम्हाला काय हवं आहे?''

समोरची व्यक्ती काहीशी घाबरून एका पायावरून दुसऱ्या पायावर उभी राहत असल्याचे मला जाणवले आणि मग एकाएकी शब्दांचा धबधबा बरसू लागला, ज्यातील एक अक्षरही मला समजत नव्हते. ती तिबेटीही नव्हती आणि चिनीही नव्हती. तो वैतागलेला टॅक्सीचालक नसेल ना? मी पैसे कमी दिले म्हणून वसुली करायला आलेला? अखेर मला समजले, तो मोडकेतोडके इंग्रजी बोलत होता. हा नक्कीच पाल्डेन असणार. अनाथाश्रमातील शिक्षक. इतर सगळ्यांप्रमाणेच त्याला माझी आत्यंतिक काळजी वाटून तो आला होता, सगळे काही ठीक होईल, असे मला आश्वस्त करण्यासाठी. एकदम सुटकेची भावना दाटून येऊन मी काठी खाली ठेवली आणि टेबलावर बसले. मी रात्री कोणते साहस केले ते ऐकल्याशिवाय तो जाणार नाही, हे मला ठाऊक होते म्हणून मी त्याला सर्व सांगितले.

''तुम्हाला परतीची वाट सापडली कशी?'' त्याने विचारले.

''या माझ्या शहाण्या, जुन्या काठीचे आभार मानायला हवेत,'' मी उत्तरले आणि काठी त्याच्या हातात ठेवत म्हणाले, ''डोळे बंद करून हिच्या मदतीने रस्ता शोधण्याचा प्रयत्न कर बरं...''

पाल्डेन हा खूपच हुशार विद्यार्थी निघाला. त्याला काठी घेऊन चालताना बघणे गमतीशीर आणि शहाणे करणारे होते. आम्ही दोघे खूप हसलो. गोल-गोल फिरत तो गोंधळ घालीत होता, पण फर्निचरवर आदळण्यापासून स्वत:ला कसे वाचवायचे हे तो लवकरच शिकला. आम्ही तब्बल एक तास या प्रयोगात घालविला आणि मग एकाएकी मला आठवले, पॉल माझ्या फोनची वाट बघत होता...

काही दिवस गेल्यावर पाल्डेन पुन्हा मला भेटायला आला. माझा प्रकल्प कुठवर आलाय हे जाणून घेण्यास तो उत्सुक होता. त्याच वेळी माझ्या शाळेतील शिक्षकभरतीसाठी मी मुलाखती घेत होते. काम करण्यास उत्सुक अशा पात्र व्यक्ती शोधायच्या होत्या. या माणसांमध्ये दोन गुणविशेष आवश्यक होते. इंग्रजी भाषेचे प्राथमिक ज्ञान आणि चिनी भाषेचे उत्तम ज्ञान. पण त्यापेक्षाही महत्त्वाचे म्हणजे, अंध व्यक्तीच्या मनात शिरण्याची क्षमता, पण ती असणे हे वाटते तेवढे सोपे नव्हते. मी जी परीक्षा शोधून काढली होती त्यात त्यांचे भाषिक ज्ञान तपासून बघण्याचे फारसे उद्दिष्ट नव्हते, पण एखादी अनोळखी, अजिबात ठाऊक नसलेली गोष्ट समजून घेण्याची त्यांची क्षमता मात्र मला तपासून बघायची होती. या मुलाखतीविषयी ऐकून अंगणात जमलेल्या लोकांमधून माणसे निवडण्याची कामगिरी मी पाल्डेनवर सोपविली होती. मी त्याच्याकडे डोळे बांधायच्या मऊ पट्ट्या ठेवलेली एक बॅग

दिली. या पट्ट्या मी माझ्या वेगवेगळ्या विमानप्रवासात गोळा केल्या होत्या. त्या पट्ट्या या व्यक्तींच्या डोळ्यावर बांधणे हे पाल्डेनचे काम होते. मग एकेकाला माझ्याकडे आणले जाई आणि मी त्यांना त्या अवस्थेत तेथील नव्या वातावरणाची ओळख करून घ्यायला सांगत असे. बहुतेक जण पहिल्याच पावलाला ठेचकाळत आणि मग निरुद्देश भटकत राहत. या नवीन जागेची ओळख करून देणारी एखादी खूण शोधून काढा, असे मी त्यांना सुचवत असे.

खोलीच्या मधोमध ठेवलेले टेबल ज्यांनी प्रारंभबिंदू धरला त्यांनी टेबलाचा बाह्य आकार जाणून घेत पुढे जाण्याचा प्रयत्न केला, पण ते जेव्हा फारसे उपयोगी पडत नाही असे कळले तेव्हा ते टेबलाभोवती फिरत त्याच्या जवळ राहण्याचा प्रयत्न करू लागले. थोड्या अधिक साहसी लोकांनी भिंतीला मिठी मारली, त्यामुळे त्यांना एकूण अवकाशाचा सर्वसाधारण अंदाज आला. दरवाजाजवळ उभे राहून मी त्यांच्याशी बोलत होते. माझा आवाज त्यांना त्या जागेचा अंदाज घेण्यास आणि त्यात ते कोठे आहेत हे जाणून घेण्यास मदत करेल या भावनेतून एखादी व्यक्ती जेव्हा पुस्तकांनी भरलेल्या कपाटावर आदळायची तेव्हा मी त्यांना सुचवायचे, असे अपघात टाळण्यासाठी हात पुढे लांब करून चालणे हे शहाणपणाचे ठरेल. एखादा उमेदवार त्या अवकाशाला सरावला आणि भिंतीपासून दूर राहून चालणे त्याला जमू लागले की, तो पुढील साहस करण्यास उद्युक्त होत असे. कोणत्याही खुणेचा आधार न घेता खोली ओलांडून जाण्याचे साहस या सत्रात अनेक जण चक्कर येऊन पडले आणि काही लोक बुचकळ्यात पडले. एखादा सूक्ष्म आवाज, प्रतिध्वनी किंवा तापमानातील अगदी थोडा बदल यांच्या आधारे स्वत:ला त्या वातावरणाशी कसे जमवून घेता येऊ शकते याबद्दल!

अशाच एका सत्रात एक तरुण तिबेटी मुलगी एक वृत्तपत्र आणि गुंडाळण्याचे कागद भरलेल्या खोक्यात चांगली गुंतली. मी तिच्या सुटकेसाठी त्या कागदाच्या भेंडोळ्यातून तिला बाहेर काढण्यासाठी गेले तेव्हा ती मला म्हणाली, ''हे माझं काम आहे. मी यापूर्वी अशी मौज कधीच केली नव्हती.''

तिचे नाव अनिला. ल्हासामधील एका चर्चमध्ये ती नन होती. पण प्रश्न हा होता की, तिला इंग्रजी वा चिनी यांपैकी काहीही वाचता व लिहिता येत नव्हते. त्यामुळे मी तिला शिक्षिका म्हणून नेमू शकत नव्हते. तिबेटमधील सर्व नन्स यांना 'अनिला' हेच नाव दिले जाते, हिला मग आम्ही शाळेची व्यवस्थापक किंवा 'गृहमाता' म्हणून घेतले. आजतागायत, ती मला जगातील सर्वोत्तम गृहमाता वाटते.

पण ज्यांच्या मी मुलाखती घेतल्या त्यांपैकी अनेकांनी वैतागून शेवटी आपल्या डोळ्यावरील पट्ट्या फाडून टाकल्या. बघता येत नसल्याची भीती वाटणे ही काही फारशी योग्य सुरुवात नव्हती असे मला वाटले. ज्यांना अंध लोकांशी नाते बांधता

येईल अशी माणसे मला हवी होती. अगदी सुरुवातीपासूनच प्रत्येक मुलातील क्षमता आणि मर्यादा ओळखणे ज्याला शक्य आहे तोच अंधांसाठी चांगला शिक्षक होऊ शकला असता. रोजच्या आयुष्यात वावरताना आनंद, आत्मविश्वास आणि साहस हे कसे मिळवायचे याचे शिक्षण देणाऱ्यामध्ये आधी ते गुण हवेत ना!

पाल्डेन हा सावध आणि उत्साही होता. पण प्रश्न हा होता की, तो लोपसांगचा कर्मचारी होता. त्यामुळे मी त्याला अनाथाश्रमातून माझ्या कामासाठी घेणे शक्यच नव्हते. मग मी लागपारवर माझे लक्ष केंद्रित केले. आतापर्यंत तो सर्वाधिक पात्र उमेदवार ठरला होता. लागपार एका स्थानिक हॉटेलचा संचालक होता आणि बऱ्यापैकी कमावता होता, पण त्याला त्या कामाचा कंटाळा आल्याचे त्याने मला सांगितले.

''मला माझ्या कामात काही मजाच येत नाहीय, त्यामुळे मुलांबरोबर मी कमी पगारावर काम करायलासुद्धा तयार आहे.'' तो खूप कल्पक होता आणि काठीच्या साहाय्याने, न बघता कसे वावरायचे हे तो इतर उमेदवारांपेक्षा फार चटकन शिकला. डोळ्यांवर कपडा बांधून तो एखाद्या प्रकाशरेषेप्रमाणे केवळ अंगणातच नाही, तर सगळ्या इमारतींमध्ये कमालीच्या सहजतेने आणि वेगाने वावरला. त्याच्या वाटेत अडथळा बनून उभे राहताना, त्याला भलतीच दिशा देताना आणि त्यांनी दिलेल्या चुकीच्या माहितीमुळे झालेली त्याची फजिती बघताना या अनाथ मुलांना खूप मौज वाटत होती, ते मनापासून खिदळत होते.

लागपारला कामावर घेण्याचा निर्णय मी घेतला खरा, पण मग त्याने मला एका पत्राद्वारे आपण आपल्या पदाचा राजीनामा देणे कसे अशक्य आहे हे कळविले. मी केवळ निराशच नाही तर अस्वस्थ झाले. माझ्या शाळेचे पहिले सत्र सुरू होण्याचे दिवस जवळ आले होते आणि माझ्याकडे अद्याप शिक्षक नव्हता!

मला रोज भेटायला आणि माझ्याशी गप्पा मारायला येणाऱ्या पाल्डेनला मी माझी समस्या सांगितली आणि आश्चर्याची बाब म्हणजे, लोपसांग आपल्याला कामावर ठेवण्यास फार उत्सुक नाही, असे त्याने मला सांगितले. पाल्डेन इतका उत्तम शिक्षक होता की, लोपसांग असे का करतोय याचे कारणच मला समजेना. जेव्हा जेव्हा मी त्याच्या वर्गावर जात असे तेव्हा समोर बसलेल्या तीस मुलांवर त्याचे पूर्ण नियंत्रण असल्याचे मला जाणवत असे. त्या मुलांची वेगवेगळी वये आणि व्यक्तिमत्त्व बघता त्याच्या विषयात रस निर्माण करणे हे काम सोपे नव्हते. इतर शिक्षकांना वर्गात शिस्त राखण्यासाठीसुद्धा विद्यार्थ्यांच्या रांगांमधून फिरावे लागे. बेशिस्त मुलांना कधी उचलून, तर कधी एखादी जोरदार थप्पड मारून ठिकाणावर आणावे लागे. मुलांना मारण्याची ही पद्धत मला अजिबात मान्य नव्हती. या पार्श्वभूमीवर पाल्डेनचा संयम अगदी वाखाणण्याजोगा होता.

"मला महिन्याला फक्त दोनशे यान पगार मिळतो. ज्यामध्ये मी जेमतेम घरभाडे देऊ शकतो आणि दोन वेळा जेवू शकतो," त्याने मला सांगितले. मग ओशाळवाणे होत त्याने सांगितले, "जेव्हा मी पगारवाढ मागितली तेव्हा लोपसांग रागावले आणि त्यांनी मला नोकरी सोडायला सांगितली. त्यांना मला नोकरीवर ठेवण्यात फारसा रस नाहीय असं दिसतं."

आमच्या शाळेतील शिक्षकांना आम्ही जो पगार देऊ करणार होतो आणि तेवढी आर्थिक तरतूद केली होती ती सर्वसामान्य शिक्षकांपेक्षा खूप जास्त होती. म्हणजे जवळजवळ एक हजार यान इतका तो पगार होता. पाल्डेनला नोकरी देण्याची माझी इच्छा मी चुंग्डाकडे व्यक्त केली. त्यांची काही हरकत नसेल तरच हे घडेल असे म्हटले तेव्हा तिने आनंदाने त्याला संमती दिली. मी अगदी खूश झाले. लोपसांग नेहमीच फार औपचारिक वागत असल्याने त्यांनी मात्र विचार करण्यासाठी वेळ मागून घेतला आणि ही बाब काही अटींवर मान्य केली जाईल, असेही सांगितले. अनाथाश्रमातील मुलांसाठी पाल्डेनने काही तास शिकवावे, अशी त्यांची अट होती मात्र ते तास किती असतील हे ते ठरविणार होते. आमच्या शाळेच्या पगाराचे व्यवस्थापन चुंग्डा करणार होती आणि पगार देण्याचे काम लोपसांग करणार होते. परिणामांचा फारसा विचार न करता मी मान्य केले.

अशा रितीने तिबेटमधील अंधांच्या शाळेतील पहिला शिक्षक म्हणून पाल्डेनची नियुक्ती झाली.

१५

''**केल्सांग** मेटो, केव्हाची मी शोधतेय तुला, कुठे होतीस इतका वेळ? आपल्याकडे चीनमधून काही महत्त्वाचे पाहुणे आले आहेत. त्यांना तुला भेटायचं आहे.''

खालच्या आणि वरच्या मजल्यावर मला शोधून दमलेल्या चुंग्डाला धाप लागली होती. त्या दिवशी मी छोट्या निवासस्थानाच्या छोट्या हॉलमध्ये काम करत होते. अनिला आणि पाल्डेन यांच्या मदतीने मी मुलांच्या दुमजली पलंगाच्या लोखंडी बाजूचे सगळे स्क्रू पक्के करून टाकले. ही परिस्थिती, आमंत्रित नसलेल्या पाहुण्यांचे स्वागत करण्याजोगी नक्कीच नव्हती. टी-शर्टवर पडलेले वंगणाचे काळे डाग, हातोडा, पकड घेऊन केलेल्या कामामुळे धूळ उडून अस्ताव्यस्त झालेले केस, मान्यवर पाहुण्यांना भेटण्यासाठी असा अवतार?

''मी घरी जाऊन चटकन कपडे बदलून जरा नीटनेटकी होऊन येते...'' मी फार दूर गेले नव्हतेच पण जिन्यातच लोपसांगने मला अडविले आणि माझे दोन्ही दंड धरून मला काही पायऱ्या उतरविले. माझी फारशी इच्छा नसताना तेथे माझी ओळख एका मान्यवर पाहुण्याशी करून देण्यात आली. चीन अपंग व्यक्ती महासंघाचे ते शिष्टमंडळ होते. बीजिंगहून ते स्वायत्त तिबेट प्रांतात आले होते आणि माझ्या शाळेविषयी त्यांनी ऐकले होते. त्यामुळे मला भेटण्यास उत्सुक होते. मला एकदम ताण अंगावर चालून येतोय असे वाटू लागले. बीजिंगमधील माझ्या पहिल्या भेटीत मी या संघटनेकडे गेले होते. मध्य चीनमध्ये उत्तम कामगिरी करणारी ही संस्था तिबेटमध्ये मी सुरू करीत असलेल्या प्रकल्पाचे महत्त्व लक्षात घेऊन त्याला पाठिंबा देईल, अशी माझी अपेक्षा होती.

तिबेट हे आपल्या प्राधान्यक्रमावर नसल्याने २००७ सालापूर्वी त्यांच्यासाठी कोणतीही योजना आखण्याचा आपला विचार नाही, असे त्या वेळी मला नि:संदिग्धपणे सांगण्यात आले. चीनचे माजी प्रमुख डेन झिओ पेंग यांचा मुलगा डेंग पुफांग हे या महासंघाचे नेतृत्व करीत होते. ही संघटना चीनमध्ये अधिकाधिक प्रबळ आणि महत्त्वाची होत होती.

सांस्कृतिक क्रांतीच्या काळात डेंग पुफांग याला खिडकीतून बाहेर फेकून देण्यात आले होते. अतिशय जखमी झालेल्या डेंगचे आयुष्य व्हीलचेअरला बांधले गेले. तेव्हापासून चीनमधील अपंग व्यक्तींच्या हक्कांसाठी तो अतिशय प्रभावीपणे लढत होता. त्यांच्या प्रश्नाचे प्रतिनिधित्व करीत होता. काही वर्षांतच त्याच्या संघटनेने लक्षणीय कामगिरी केली आणि डेंगच्याच प्रयत्नांमुळे अपंगांसाठी बंद असलेले अनेक दरवाजे उघडले. काही व्यवसाय फक्त अपंगांसाठी राखून ठेवले गेले. उदाहरणार्थ, चीनमध्ये अनेक भागांमध्ये व्यावसायिक, वैद्यकीय आणि फिजिओथेरपी मसाज ही क्षेत्रे अंध अथवा कर्णबधिर लोकांसाठी राखून ठेवली गेली आहेत. डोळस अथवा सर्वसामान्य व्यक्तींपैकी कोणाला या व्यवसायात यायचे असेल तर त्यासाठी खास परवानगी घ्यावी लागते. १९९० सालापासून अंध लोकांचे पगार निश्चित मिळावे या दृष्टीने अनेक नवे कायदे केले गेले आहेत आणि या व्यक्तींचे सामाजिक स्थान कायम राहावे यासाठी प्रयत्न केले जात आहेत.

चीनमधील अन्य प्रांत सोडून मी तिबेटची निवड का केली, असा प्रश्न प्रत्येक पाहुण्याकडून मला आधी विचारला जातो. विशेषत: चीनमधील अधिकारी मला नेहमी हा प्रश्न विचारतात. तिबेटमध्ये येणाऱ्या कोणत्याही युरोपियन अथवा उत्तर अमेरिकन व्यक्तीविषयी ते फार शंका घेतात, अर्थात त्याला काही राजकीय कारणे नक्कीच आहेत. माझी निवड ही एक संधी होती असे मी घाईघाईने स्पष्टीकरण केले आणि अशा प्रसंगात मी चिनी भाषेत तयार केलेले एक छोटेसे भाषणच ठोकते. "जर्मनीत मध्य आशिया भाषा केंद्रात तिबेटी ही माझी प्रमुख भाषा होती. मंगोल आणि चिनी अंधांसाठी वेगळी लेखी लिपी अस्तित्वात असल्याचं मला ठाऊक होतं. त्याच्या आधारे मला या संस्कृतीचा अभ्यास करता येणार होता. पण तिबेटीमध्ये ती सोय नव्हती. माझ्या वैयक्तिक गरजेपोटी मी तिबेटी भाषेत ब्रेल विकसित केली, मग ती मला तिबेटमधील अंधांसाठी वापरावी असं वाटलं."

"वा! फारच छान!" पाहुणे उद्‌गारले. माझा कोणताही छुपा राजकीय हेतू नाही हे ऐकून त्यांनी सुखाचा नि:श्वास टाकला. मग त्यांनी नव्याने मी जे काही सांगतेय त्यात रस दाखवायला सुरुवात केली. माझ्या प्रकल्पाविषयी अधिक तपशील विचारणे सुरू केले. मग मी इंग्रजीमध्ये बोलू लागले आणि चुंग्डा लगेच त्याचा अनुवाद करून सांगू लागली. तिबेटमधील अंध व्यक्तींना समाजाने एक व्यक्ती म्हणून स्वीकारावे व आपल्यात सामावून घ्यावे, यावर माझा विशेष भर असल्याचे मी स्पष्ट केले. आता तरी माझा बेत अंध मुलांना वाचायला आणि लिहायला शिकविणे आणि परिसराशी ओळख करून घेण्याच्या पद्धती शिकविणे हा होता. यामुळे त्यांना सर्वसामान्यांच्या शाळेत जाता येईल आणि त्यांच्या क्षमतांप्रमाणे नोकरी मिळविण्याच्या दृष्टीने शिक्षण घेणे शक्य होईल.

ते पाहुणे आपापसात बोलत होते. एक अंध मुलगी, एकटी, ही अवघड जबाबदारी कशी हाताळू शकते याबद्दल ते आश्चर्य व्यक्त करीत होते. मात्र चुंग्डा करीत असलेला अनुवाद तितकासा प्रामाणिक नव्हता.

"तुझे वैयक्तिक शिक्षण काय आहे हे या मान्यवर सदस्यांना जाणून घ्यायचं आहे."

"मुलांमध्ये आत्मविश्वास निर्माण करणं हे माझं पहिलं उद्दिष्ट आहे आणि त्यासाठी मी माझ्या अनुभवापासून सुरुवात करते. सर्वसामान्य मुलांच्या शाळेत त्यांना आणायचं असेल तर त्यांना आधी वाचा-लिहायला शिकवायचं आणि काठीच्या साहाय्याने परिसराची ओळख करून घ्यायला शिकवायची. त्यानंतर त्यांना व्यवसाय शिक्षण देणाऱ्या शाळेत, प्रत्येकाच्या वैयक्तिक क्षमतेनुसार व्यावसायिक शिक्षण दिलं जाईल. अशी व्यावसायिक कौशल्यं शिकल्यावर ते इतर नागरिकांसारखे होऊन त्यांचे भविष्य निश्चित होईल. ते कोणाच्या दयेवर अवलंबून राहणार नाहीत."

"पण एखादी महिला, तीही अंध आणि एकटी, एवढं ओझं कसं पेलू शकते?" एक व्यक्ती दुसरीला सांगत असताना मी ऐकले.

"अंध व्यक्तीबरोबर काम करायला मला खूप आवडतं. त्यांच्याबरोबर काम करताना मला शक्यतेची मर्यादा आजमावून बघता येईल आणि ती मर्यादा अधिक पुढं नेण्याचा, वाढवण्याचा मी प्रयत्न करीत असते," मी म्हटले.

"अगदी बरोबर. पण या उदात्त प्रयत्नांमध्ये तुम्हाला कोणाची साथ आहे?" त्यांनी माझ्या म्हणण्याला संमती देत एकसुरात विचारले.

"काही कल्पक आणि स्वयंप्रेरित व्यक्ती एकत्र करून एक गट जमविण्याचा मी प्रयत्न करते आहे. शिवाय मला ही छान इमारत वापरण्याची परवानगी देणारे अनाथाश्रमाचे संचालक व त्यांच्या मुलीचे मला आभार मानावे लागतील. सुरुवात तर चांगली झाली. जरा भोवती नजर टाकून त्यांनी मला काय-काय उपलब्ध करून दिलं आहे ते बघा तर खरं." मी लोपसांगविषयी जे काही सांगितले त्यामुळे खूश होऊन त्यांनी मग अंध मुले शोधण्यासाठी मी कशी दुर्गम खेड्यांमधून घोड्याच्या पाठीवरून प्रवास करीत फिरले ते त्यांना ऐकविले. एकूणच वातावरण प्रसन्न आहे हे मला जाणवले आणि मी तणावमुक्त होऊ लागले.

मी जे काही साध्य केले होते त्याबद्दल त्या शिष्टमंडळाच्या सदस्यांना मनापासून किती आवडले, हे माझ्यासाठी गूढच राहील. चिनी माणसे इतकी नम्र असतात की, सभ्यतेच्या त्या कठोर आवरणाखाली असलेल्या खऱ्या भावना कायम अव्यक्तच राहतात. त्यामुळे त्यांना खरेच काय वाटतेय हे जाणून घेणे युरोपियन व्यक्तीसाठी खरोखर अशक्य असते.

दोनच दिवसांनंतर परत पाहुणे. आता वेळ होती युरोपियन पाहुण्यांची. मध्य

आशियाच्या दौऱ्यावर आलेले आणि अंधांसाठी पुनर्वसन केंद्रे स्थापण्याच्या मोहिमेवर असणारे, कोणत्यातरी जागतिक मानव साहाय्यता संघटनेचे प्रमुख माझ्या भेटीसाठी आले होते. आमचा संवाद अर्थपूर्ण होईल अशी मला आशा होती. पण काही क्षणांतच तो भलत्याच वळणावर गेला. मी त्यांना आधी शाळेत फिरवून आणले आणि मग माझ्या भावी योजना सांगितल्या. त्यावर काहीही प्रतिसाद मिळाला नाही. ही शांतता मला भीतिदायक वाटत होती. मग त्यांनी पद्धतशीरपणे व्यक्तिशः माझ्यावर आणि माझ्या प्रकल्पावर हल्ला सुरू केला.

"तुला या विषयाचं पुरेसं ज्ञान नाही किंवा तशी पार्श्वभूमीही नाही. सगळा प्रकल्प फारच अवास्तव आहे. शिवाय तू व्यावसायिक नसल्यामुळे केवळ मजा म्हणून तू हे काम हाती घेतलं असावं असं आमचं मत आहे."

आरोपांच्या फैरी सुरूच होत्या. अंध मुलांना त्यांचे कुटुंब आणि घरापासून तोडून इतक्या दूर शाळेत डांबून ठेवून मी तेथील सामाजिक ऐक्याला बाधा आणली असल्याचा आरोपही त्यांनी केला.

"मग हे काम कोणत्या वेगळ्या पद्धतीने करता येईल?" माझी अस्वस्थता चेहऱ्यावर न दाखविता मी विचारले. थोडासा अवमान करीत त्यातील एक जण, बहुधा तो त्यांचा नेता असणार, उत्तरला, "तुझा प्रयत्न सर्वच आघाड्यांवर चुकीचा आहे. अंध व्यक्तींना समाजात सामावून घेणं हे सर्वसामान्य वातावरणात घडलं पाहिजे. त्यासाठी मुलांना त्यांच्या घरापासून तोडण्याची गरज नाही. ती जरी नंतर समाजात परत गेली तरी ती उलटी प्रक्रिया होईल. समाजात सामावून घेतल्यावर मग शिक्षण येतं. तू केलेली चूक दुरुस्त करणं अवघड आहे."

मी अवाक् झाले. "ज्या समाजाचा त्यांच्यावर विश्वासच नाही अशा समाजात अंध व्यक्ती आत्मसन्मान कसा मिळवू शकतील? आत्मविश्वास तर फार दूरची बात झाली. तुम्हाला ठाऊक नसेल, पण या देशातील अनेक अंध मुलांचा कुटुंबाकडून त्याग केला जातो आणि ती त्यांच्या पालकांच्यासुद्धा विस्मरणात जातात. ती मुलं एकतर त्यांच्या झोपडीतील काळोखात जेमतेम पोट भरत असतात किंवा पालक त्यांना रस्त्यावर भीक मागायला पाठवतात."

माझ्या या शाब्दिक हल्ल्याचा त्या दोन्ही तज्ज्ञांवर काही परिणाम झाला नाही.

"तुम्हाला आमच्यावर विश्वास ठेवावा लागेल. कारण आम्हाला याचा अनुभव आहे. आमच्या पद्धतीप्रमाणेच खरंखुरं एकत्रीकरण होऊ शकतं."

"तुम्ही तिबेटमध्ये काम केलेलं दिसत नाहीय. तुम्ही म्हणता ती पद्धत इथे चालू शकेल याची कल्पनाही मला अशक्य वाटतेय. मला तुम्हाला आणखी एका गोष्टीचं स्मरण करून द्यायला आवडेल. हा प्रांत जर्मनीच्या साडेतीनपट मोठा आहे आणि याची लोकसंख्या आहे फक्त २.४ दशलक्ष. या देशाच्या काही भागापर्यंत

पोचणंही मुश्कील आहे. थंडीत आणि पावसाळ्यात इथल्या रस्त्यांची पार वाट लागलेली असते. तुम्हाला एका भागातून दुसऱ्या भागात जाणं अशक्य होऊन बसतं. अशा परिस्थितीत, या अंध मुलांचं घर जिथे आहे त्या गावामध्ये जाऊन त्यांना शिकवणं कसं शक्य आहे?'' पुन्हा उत्तर नाही.

''अंधत्व ही परमेश्वराने दिलेली शिक्षा आहे ही समजूत जोवर आहे आणि ती तिबेटमध्ये आहे, तोपर्यंत अंध व्यक्ती कोणत्याही खेड्यातील समाजजीवनाचा एक भाग म्हणून जगू शकणार नाही.'' आता माझा आत्मविश्वास वाढू लागला होता.

''फक्त विशेष शिक्षणाने व त्यासोबत व्यावसायिक कौशल्यं शिकवूनच अंध व्यक्ती तिबेटच्या समाजात सामावून जाऊ शकते. आपण इतरांपेक्षा कमी, दुय्यम दर्जाचे नाही हे फक्त व्यावसायिक अंधच समाजाला दाखवून देऊ शकतात. पण हे घडण्यासाठी त्यांना योग्य संधी मिळायला हवी. म्हणूनच या अंध मुलांना त्यांच्या दैनंदिन वातावरणातून बाहेर काढणं गरजेचं आहे, विशेषतः या भागात. त्या मुलांना हे कळायला हवं की, त्यांच्या घराबाहेर अशी माणसं आहेत ज्यांचा त्यांच्यावर विश्वास आहे. शिक्षण देणं, त्यांचा आत्मविश्वास विकसित करणं आणि त्यांच्यात साहस व अभिमान जागृत करणं ही त्यांची मूलभूत गरज आहे. या प्राथमिक शिक्षणानंतरच अंध लोक समाजाचा भाग होऊ शकतात.''

हे तज्ज्ञ येथे आले तेव्हा त्यांच्यात असलेला आत्मविश्वास आता नक्कीच कमी झाला असणार असे मला आता वाटू लागले होते. त्यामुळे मी माझे बोलणे सुरूच ठेवले.

''मी अगदी लहान असताना माझ्या पालकांना माझ्यात असलेला दृष्टिदोष जाणवला, पण तरीही अन्य सर्वसामान्य मुलांप्रमाणे मला शाळेत पाठवायचं असं त्यांनी ठरवलं. हे तथाकथित एकात्म शिक्षण आदर्श नव्हतं, पण तरीही ते माझ्यासाठी महत्त्वाचं होतं. जे डोळस आहेत त्यांचं विश्व काय असतं हे त्यामुळे मला समजू शकलं. पण तरीही मी खूप वेगळी आहे असं मला वाटत राहिलं. त्याचं कारण मात्र मी समजू शकले नाही. मी जिकडे जात असे त्या प्रत्येक ठिकाणी मला विशेष वागणूक मिळत असे आणि काही शिक्षक तर माझ्याशी इतक्या प्रेमाने, हळुवारपणे बोलत जणू मी असहाय होते. अगदी उदाहरण देऊन सांगायचं तर मला केकचा नेहमी मोठा तुकडा मिळत असे. मला नेहमी वर्गात आणि वर्गाबाहेरही सर्वांत आधी जायला मिळत असे.

''मी तरुण असल्यामुळे मला माझ्या डोळ्यांबाबत काही वेगळं आहे हे जाणवत नव्हतं. पण माझ्यावर केले जाणारे क्रूर विनोद हे मात्र माझ्यासाठी एक दुःस्वप्न होतं. त्यातील एक अतिशय लोकप्रिय विनोद म्हणजे, एखाद्या सहाध्यायाबद्दल मला काय वाटतं ते विचारणं आणि असं विचारलं जात असताना ती व्यक्ती माझ्या

शेजारी बसलेली आहे हे मला ठाऊक नसायचं. मग मी जाळ्यात कशी फसले म्हणून सर्व जण हसत. माझ्यात काही विशेष होतं? काय होतं ते? काही शिक्षक आणि मुलं यांचा माझ्या बाबतीत असलेला द्वाड दृष्टिकोन समजून घ्यायला काही काळ जावा लागला. कदाचित अंधत्वाच्या कल्पनेचीच त्यांना भीती वाटत असावी आणि त्याचा सामना करण्यासाठी त्यांनी हा द्वाडपणा स्वीकारलेला असावा! अशी निदान मी स्वत:ची समजूत काढत होते.

"अशा वेळी जर मी माझ्या कोशात, माझ्या कुटुंबाकडे परत आले असते तर त्याचा नेमका उलटा परिणाम झाला असता. मी बारा वर्षांची झाल्यावर मारबर्गमध्ये खास अंधांसाठी असलेल्या शाळेत दाखल झाले. माझ्यासाठी हा एक शोध होता. एकाएकी, प्रथमच मला जाणवलं की, मी एकटी नाही. जेव्हा अन्य अंध विद्यार्थी आपले वैयक्तिक अनुभव सांगत तेव्हा खूप बरं वाटत असे. शिक्षक आणि बरोबरीचे विद्यार्थीही प्रथमच मला समानतेने वागवत होते, गांभीर्याने घेत होते. ज्यांच्याशी मी चटकन मैत्री करीत होते, त्यांना मी वेगळी वाटत नव्हते. माझ्यासाठी तो एका नव्या अद्‌भुत आयुष्याचा प्रारंभ होता.

"मी ब्रेलमध्ये वाचायला आणि लिहायला शिकले. पांढऱ्या काठीच्या मदतीने आरामात फिरायला शिकले. मी छोटे प्रवास एकटीने करू लागले, एकटीने स्वयंपाक कसा करायचा ते शिकले आणि त्यामुळे मला किती मुक्त वाटू लागलं ते सांगता येणार नाही. स्कीइंग, घोडेस्वारी शिकल्यावर मला जाणवू लागलं, सगळं जग माझ्यासाठी खुलं आहे, फक्त मी जगात वावरण्याचं योग्य तंत्र आत्मसात करण्याची गरज आहे. मारबर्गच्या शाळेतील माझी ही वर्षं केवळ महत्त्वाचीच नव्हती, तर माझ्या शिक्षणाच्या दृष्टीने माझ्या आयुष्याला वळण लावणारी होती. आता माझ्यामध्ये जो आत्मविश्वास आहे ती या शाळेने मला दिलेली देणगी आहे. या शाळेतील शिक्षकांनी प्रोत्साहन दिलं नसतं तर समान संधी आणि समान हक्क म्हणजे काय, याचा अर्थ मला कधीच समजला नसता."

माझ्या या लंब्याचौड्या आणि अतिशय व्यक्तिगत अशा स्वगताचा त्या दोन सभ्य गृहस्थांवर काहीही परिणाम झाला नाही, हे त्यांच्या प्रतिसादावरून मला समजले.

"तुमचा हा शैक्षणिक प्रवास यशस्वी झाला हे आम्ही मान्य करतो, पण तो तुमचा अनुभव तुम्ही अन्यत्र लागू करू शकाल असा क्षणभरही विचार करू नका." ही त्यांची प्रतिक्रिया होती.

"ज्यांच्या डोळ्याला काही दिसत नाहीय त्यांच्यासाठी उत्तम काय ठरू शकतं हे तुम्ही डोळस माणसं ठरवू शकता," मी कडवटपणे म्हटले.

पुन्हा एकदा मी दुर्लक्षिले गेले.

“आम्ही पुन्हा सांगतो. योग्य प्राधान्यक्रम निश्चित करणं गरजेचं आहे आणि त्यात लक्ष, समाजजीवनाशी ही मुलं जोडली जाणं हे असावं. शिक्षण त्यानंतर. आणि कृपा करा, या मुलांना त्यांच्या घराबाहेर काढू नका.”

हे सगळे कल्पनेच्या पलीकडे त्रासदायक होते. मी त्राग्याने ओरडले, “समाजात मिसळणं आणि शिक्षण या दोन वेगळ्या गोष्टी नाहीत.”

“असं असेल तर आम्ही तुम्हाला एक सल्ला देऊ इच्छितो. ल्हासामधील मुलांना घ्या. त्यामुळे तुम्ही तुमचे दोन्ही कार्यक्रम पार पाडू शकता,” असे म्हणून ते उठले.

माझा स्वत:वर विश्वास असूनही, अशा बैठकांनंतर मी पुन्हा एकदा डळमळीत होते आणि अस्वस्थही.

१६

सर्व काही ठाकठीक होते. अखेरीस प्रकल्प सुरू झाला. पण तिबेटमधील अंध मुलांची निश्चिती करणे अजून पालिकेच्या अधिकाऱ्यांना जमले नसल्याने माझे भावी विद्यार्थी शोधणे माझ्यासाठी अवघड झाले होते. मला हे नक्की ठाऊक होते की, शहराच्या अनोळखी गर्दीत अनेक चेहरे हरविले होते.

पण नेत्ररोगतज्ज्ञ आणि 'डॉक्टर्स विदाउट बॉर्डर्स' या संघटनेच्या मदतीने आम्ही अशी मुले शोधू शकलो. सदैव उत्साही असलेली डोल्मा मुले मिळविण्यासाठी शक्य ते सर्व प्रयत्न करीत असायची. स्वत:च्या वैद्यकीय मोहिमेवर गावोगावी प्रवास करताना आमच्या विस्तारणाऱ्या शाळेची माहिती ती देत असे. जून, १९९८पर्यंत आठ मुले शोधली गेली. त्यांपैकी पाच जणांनी आवश्यक ती कागदपत्रे भरली आणि ते शाळेत येण्यास उत्सुक होते. ही सुरुवात आटोपशीर, पण उत्साहवर्धक होती.

शाळेतील पहिला विद्यार्थी आणण्याचे श्रेय डोल्माला द्यावे लागेल. तो तेंदसिन नावाचा मुलगा होता. आरोग्यविषयक तिच्या नेहमीच्या प्रात्यक्षिकांमध्ये समोरच्या गर्दीत तिला एक मुलगा दिसला; ज्याला त्या प्रात्यक्षिकांमध्ये फारसा रस नव्हता. ती त्याला रागावणार होती, पण तेवढ्यात तिच्या कानात कोणीतरी कुजबुजले, तो इतका सैरभैर आहे याचे कारण तो अंध आहे.

''तू अंध आहेस?'' तिने त्या मुलाला विचारले.

''अर्थात,'' तेंदसिन सहज बेफिकिरीने उत्तरला.

मग डोल्माने अजिबात वेळ न दवडता त्याला शाळेची माहिती द्यायला सुरुवात केली आणि आमच्या शिकविण्याने त्याचे भविष्य कसे बदलू शकेल हे स्पष्ट केले. त्याचा तातडीचा प्रतिसाद म्हणजे त्याने अस्वस्थपणे आपल्या पायावर चापट्या मारायला सुरुवात केली.

''मग मी कधी सुरू करू शाळा? त्यासाठी मला काय करायला हवं?''

''जर तू माझ्या सूचना पाळल्यास, म्हणजे रोज सकाळी आणि रात्री अंघोळ

केलीस, तर केल्सांग मेटो गाडीतून येऊन तुला ल्हासातील शाळेत घेऊन जाईल. मला तुझ्या पालकांशी बोलायला आवडेल. त्यांची परवानगी आवश्यक आहे,'' डोल्मा म्हणाली.

''ते परवानगी देतील याची मला खात्री आहे. अर्थात मी तुला आईकडे घेऊन जातो...'' तो म्हणाला. या शाळेचा हेतू आणि उद्दिष्ट सांगताना डोल्माला जाणवले की, त्याच्या आईला याबाबतीत पटविण्याची गरजच नव्हती.

''तू फार दिवस लावणार नाहीस असं मला वचन दे,'' तेंदसिन म्हणाला.

''मी वचन देते.'' त्याचा उत्साह बघून डोल्मा खूश झाली होती. तो शब्द तिने लवकरच पाळला. काही दिवसांतच लोपसांगची जीप त्याच्या गावात आली, त्यात चुंग्डा दुभाष्याचे काम करीत होती.

ते गाव चांगलेच मोठे होते. एक आजी – मोला आम्हाला त्या अंध मुलाच्या घरापर्यंत घेऊन गेली. तेंदसिनचा सहा वर्षांचा भाऊ त्या साध्याशा झोपडीच्या दारापाशी उभा होता. त्या मुलाचा आरडाओरडा ऐकून आई काय ते समजली आणि आमच्या स्वागतासाठी पुढे आली.

''तेंदसिनला त्या शाळेविषयी समजल्यापासून तो रोज सकाळ-संध्याकाळ आपले तोंड, हात खसखस घासून स्वच्छ करतोय. पण कुणीच त्याला घ्यायला आलं नाही तेव्हा तो खूप निराश झाला. कुणी कधीच येणार नाही अशी त्याला भीती वाटायला लागली. आता तो बाहेर; जनावरं घेऊन शेतात गेलाय. तुम्ही आत या ना...''

तिने मगाशी आरडाओरडा करणाऱ्या आपल्या धाकट्या मुलाला, भावाला आणायला पाठविले. मग आम्हाला तेचँग देऊ केला आणि नंतर आमच्या शेजारी बसून तिबेटमधील अन्य बायकांप्रमाणे आपल्या व्यथा आम्हाला सांगू लागली. नवऱ्याने फार वर्षांपूर्वी तिचा त्याग केल्यावर आपल्या दोन्ही मुलांना तिने अतिशय कष्टाने वाढविले. ते दिवस तिच्यासाठी खरोखरच फार खडतर होते.

''तेंदसिन अगदी हाताबाहेर जातोय. पण एक बरं आहे, आता रानात गुरं चरायला घेऊन जाण्यात त्याची शक्ती खर्च होते आहे,'' ती म्हणाली. धाकटा मात्र फारच भित्रा, स्वतःच्या सावलीलाही घाबरणारा असल्यामुळे तो कायम आईला चिकटलेला असतो. ''तो अंध नसूनही अपंग मुलासारखा वागतो,'' ती म्हणाली.

अर्ध्या तासानंतर तेंदसिन आला. धावत आल्यामुळे तो धापा टाकत होता. नऊ वर्षांचा असूनही तो वयाच्या मानाने खूप सावध वाटत होता.

''मी कित्ती दिवसांपासून तुमची वाट बघतोय!'' अतिशय आनंदी होत तो म्हणाला आणि मग लगेच आईकडे वळत त्याने विचारले, ''मी आताच यांच्याबरोबर ल्हासाला जाऊ?''

काही मिनिटांतच त्याने आपले सामान भराभर गोळा करून त्याचे एक छानसे गाठोडे बांधले. मग नातलग आणि मित्रांचा निरोप घेण्यासाठी जाऊन, तो काही क्षणांत परत आला. आता तो आमच्याबरोबर येण्यास एकदम तयार होता. येथे काही गोष्टी तरी जगापेक्षा अधिक वेगाने घडतात तर...! मी विचार केला. त्या 'शहाण्या' युरोपियन अधिकाऱ्यांनी हे दृश्य बघायला हवे होते. 'एक गोष्ट तुम्ही करा, त्या मुलांना त्यांच्या घरापासून तोडू नका' हे त्यांचे शब्द आमच्या कानात निनादत होते. येथे तिबेटमध्ये, कोणीही आम्हाला मुले पळविणारे/पळवून नेणारे समजले नाही! आम्हाला निरोप व शुभेच्छा देण्यासाठी सगळे गाव बाहेर आले.

मी नेहमी करते तसेच याही वेळी तेंदसिनच्या आईला आमच्याबरोबर येऊन काही दिवस राहण्याचे आमंत्रण दिले. किमान तेंदसिन त्या वातावरणात रुळेपर्यंत तरी त्यांनी राहावे असे मला वाटत होते. पण आपण ल्हासाला येणार नाही असे तिने त्या संध्याकाळीच जाहीर केले. तेंदसिन चटकन आणि सहजपणे रुळेल अशी तिला खात्री होती. तिला खरी चिंता होती, धाकट्या सहा वर्षांच्या मुलाची. आता घराबाहेर पडण्यापूर्वी तिला त्याला आजीकडे सोडावे लागणार होते आणि मोलाला तिच्या या धाकट्या नातवाची फार काळजी असल्याने तिच्याकडे त्याला ठेवणेही अवघड होते. जेवढ्या म्हणून अंध मुलांच्या पालकांना मी भेटले त्यांच्या मनात आपल्या अपत्याला शाळेत पाठविताना नकारात्मक विचार आले नसतीलच असे नाही. पण वेळोवेळी मला हेच वाटत आलेय की, काहीही करू न शकणाऱ्या आपल्या अपत्याच्या भविष्याच्या काळजीतून सुटल्याची भावना या कुटुंबांना नक्कीच वाटत असणार.

बारा वर्षांच्या ताशीचेच उदाहरण घेऊ या. एका दूरवरच्या जिल्ह्यातील राज्यपालांनी त्याला आमच्याकडे पाठविले. ताशीचे गाव अतिशय मागासलेले होते. तेथे वीज नव्हती. गावातील लोकांनी कधी ट्रक किंवा गाडी बघितलीही नव्हती. आम्ही आमच्या जीपने त्या गावात गेलो तेव्हा फक्त डुगडुगत्या मानेचे मोला आणि पोला आम्हाला भेटायला आलेले बघून आम्ही चाटच पडलो. म्हणजे या गावात फक्त याच वयाची माणसे राहतात की काय? मग आम्हाला सांगितले गेले, ताशीच्या पालकांच्या वयाची सगळी माणसे त्यांचे याक आणि बकरे घेऊन शेतात कामासाठी गेली आहेत.

"तो अंध मुलगा कुठेय?" चुंग्डाने विचारले.

"त्याला घरात डांबून ठेवलंय, काही इजा होऊ नये म्हणून." आजीबाईने स्पष्टीकरण दिले. थोड्याच वेळात ताशीची आई आली आणि आम्हाला तिच्या घरात घेऊन जाता-जाता 'आपल्या मुलाला घेऊन जा' म्हणून विनवू लागली. चुंग्डाने ताशीला प्रथम बघितले तेव्हा तो अगदी चैतन्यहीन, एकाकी आणि कुटुंबाने टाकून

दिलेला असा दिसत होता. आम्हाला असेही सांगण्यात आले की, फक्त वडिलांशीच ताशीचा संवाद होऊ शकतो.

"कुठे आहेत त्याचे वडील?" मी विचारले.

आम्ही त्यांची वाट बघायचे ठरविले आणि कित्येक तास आम्ही निव्वळ वाट बघत होतो. पण ही प्रतीक्षा निष्फळ ठरली नाही. ते येताक्षणी ताशीत जणू चैतन्य संचारले. दोघांमधील खूप काळ चालणारा संवाद आम्ही सगळे बघत होतो. खूप उत्साहात असलेला ताशी आपल्या वडिलांच्या कानात शाळेविषयी सांगत होता. त्यांच्यामधील ते जिव्हाळ्याचे संबंध आणि त्या मुलात एकाएकी संचारलेली ऊर्जा बघून आम्ही त्याच्या वडिलांना आमच्याबरोबर ल्हासाला येण्याची विनंती केली, आणि आश्चर्याची बाब त्यांनी ती मान्य केली.

आम्ही निघण्याच्या तयारीत असताना एका महिलेने थांबवून म्हटले, "तुम्ही थोडं अधिक काळ इथे थांबू शकाल? शेजारच्या गावातील एका नऊ वर्षांच्या मुलीला दुष्ट शक्तीने पकडले आहे. तुम्ही तिला बघायला याल?" मध्ये वाट वाकडी करून आम्ही तिच्या गावात गेलो. तेंदसिनच्या गावाप्रमाणे हे गाव मागासलेले नव्हते तर भरभराटीला आलेले आणि आधुनिक होते. गावात मोठाली घरे होती आणि वीजही आली होती. ही चकित करणारी भरभराट ही त्या गावात असलेल्या आणि कित्येक शतकांपासून पवित्र मानल्या गेलेल्या गरम झऱ्यांची कृपा होती. कारण त्यामुळे जगभरातील पर्यटक या गावात येत होते. गावात केवळ उत्तम वैद्यकीय सेवाच उपलब्ध नव्हती, तर एक स्पासुद्धा होता.

त्या मुलीच्या आजीने आमचे स्वागत केले. नऊ वर्षांची असे जिचे आम्हाला वर्णन केले होते ती प्रत्यक्षात एक तीन वर्षांची छोटीशी गोड मुलगी होती. आम्ही विचारलेल्या प्रश्नांना ती थेट आणि साधी उत्तरे देत होती. आम्ही तिला थोडी फळे दिली. ती तिने घेतली आणि मनापासून आभार मानले. ती छोटी मुलगी फरशीवर बसून त्या फळांशी खेळत असताना तिची आजी आम्हाला सांगत होती, जर तुम्ही त्या मुलीला घेऊन गेलात तर फार बरे होईल. उत्तम दृष्टी असलेली तिची मोठी बहीण एका दीर्घ आजारपणानंतर नुकतीच निवर्तली होती आणि त्या तीन वर्षांच्या मुलीला सांभाळणे त्या कुटुंबाला जमेल असे दिसत नव्हते. "खरं म्हणजे हिच्या बहिणीऐवजी ही गेली असती तर बरं झालं असतं," ती आजी बोटे मोडत म्हणाली. "शिवाय तिला दुष्ट शक्तीने धरलं आहे," आमच्याजवळ येत ती कुजबुजत सांगू लागली. "ती फार धोकादायक आहे. ती सगळं काही बघू शकते. ती अशा तऱ्हेने वावरते जणू तिचे दोन्ही डोळे शाबूत असावेत. मला खात्री आहे, तिला आपले विचारसुद्धा दिसतात."

कोणतीही आजी आपल्या नातीविषयी अशा तऱ्हेने कसे काय बोलू शकते?

मला आश्चर्य वाटले. दुर्दैवाने, ती शाळेत येण्याच्या वयाची नसल्याने आम्ही तिला काही मदत करू शकलो नाही. तिला मागे सोडून जाण्याचा विचार करताना मला खूप खचल्यासारखे वाटत होते.

त्यानंतर थोड्याच दिवसांनी 'डॉक्टर्स विदाउट बॉर्डर्स'कडून मला नोरबू नावाच्या मुलाविषयी समजले. त्याच्या पालकांना आमच्या शाळेविषयी समजले होते आणि आम्हाला भेटण्यासाठी ते अगदी अधीर झाले होते. मग अधिक वेळ न दवडता आम्ही ते छोटेसे खेडे शोधून काढले. ते गाव म्हणजे एका टेकडीच्या रस्त्यावरील दहा घरे होती. बकरे, कोंबड्या, कुत्री आणि मुले सगळीकडे भटकत होती. नोरबूच्या घरातही इकडेतिकडे उडणाऱ्या कोंबड्यांनी घराचा कबाडखाना केला होता. एक बकरी आणि तिच्या छोट्या पिलांनी चाऱ्याच्या ढिगारावर मुक्काम ठोकला होता आणि डुकराचे एक छोटे पिलू जोमदारपणे आपले म्हणणे मांडत होते. या सगळ्या गोंधळात एक बुटका मुलगा उड्या घेत होता. तो अगदी ठेंगू होता आणि उंच आवाजात तो सांगत होता, "मी नोरबू, मी नऊ वर्षांचा आहे." तो जेमतेम चार वर्षांचा दिसत असल्याने त्याचे वय नऊ आहे हे मान्य करण्यास चुंग्डा अजिबात तयार नव्हती.

तिबेटमध्ये नेमकी माहिती, तपशील, उदाहरणार्थ, एखाद्या मुलाचे खरे वय समजणे हे अक्षरश: अशक्य आहे. कारण जन्माच्या नोंदी अस्तित्वात नाहीत. त्यामुळे पालक स्वत:च गोंधळात पडतात. या देशात, अगदी परंपरेने, एखादे मूल जेव्हा जन्माला येते तेव्हाच ते एक वर्षाचे असते. त्या हिशेबाने तिबेटी नववर्षाच्या थोडे आधी जन्माला आलेले मूल काही दिवसांतच दोन महिन्यांचे होते.

"तुम्ही नोरबूला न्यायला आलात ना? पण एक सांगा, तो तुमच्या शाळेत नेमकं काय करणार आहे?" हे विचारणाऱ्या त्याच्या आजोबा-आजीला काळजी वाटत होती.

"तो लिहा-वाचायला शिकेल," चुंग्डा उत्तरली.

"नाहीतरी काही झालं तरी या खेड्यात त्याला काही संधी मिळाली नसती." त्याच चालीवर त्याचे आई-वडील बोलले.

आपला नातू गमावण्याच्या भीतीने त्याचे आजोबा मोठ्या आवाजात चिंता व्यक्त करीत होते आणि त्यामुळे कोपऱ्यात जमा होणाऱ्या कोंबड्या बिचकत होत्या, तर नोरबू मूकपणे अश्रू ढाळीत होता.

माझे अंत:करण जड झाले होते आणि मला त्या दोन युरोपियन तज्ज्ञांची आठवण येत होती. ते येथे असते तर त्यांनी मला ज्या गोष्टींचा इशारा दिला होता आणि ज्या गोष्टींबद्दल माझा धिक्कार केला होता त्याच गोष्टींना जणू पाठिंबा मिळाला असता. 'मुलांना कधीही आपल्या कुटुंबापासून तोडू नको' ही त्यांची भुणभुण माझ्या

कानात घुमत होती. आजोबांचा शब्द अंतिम असल्याने ते जर नाही म्हटले असते तर नोरबू आमच्यासोबत आला नसता, हे नक्की.

हुंदके देणाऱ्या त्यांच्या मुलाची समजूत काढता काढता, मी त्याच्या वडिलांना सगळे काही ठीक आहे की नाही ते बघण्यासाठी माझ्याबरोबर येण्याचा आग्रह करीत होते. त्यामुळे ते आश्वस्त झाले आणि शेवटी ते राजी झाले.

तेंदसिन, ताशी आणि नोरबू या तिघांखेरीज चिला आणि कुंचोग हे आमच्या पहिल्या अधिकृत विद्यार्थ्यांपैकीच. द्रिगुंग जिल्ह्यात या दोन, चैतन्याने उसळणाऱ्या पिलांना मी वर्षभरापूर्वी बघितले होते. आमच्या अंदाजाप्रमाणे चिला आठ वर्षांचा होता. गावाचा कथाकार अशी असलेली त्याची ओळख त्याला पुढे घेऊन आली. छोटेसे जरी निमित्त मिळाले तरी तो लगेच गाण्याचे बोट धरीत असे आणि त्यातील बहुसंख्य गाणी त्यानेच तयार केलेली असत. अगदी लहान असल्यापासून तो गावातील चौकाच्या मध्ये असणाऱ्या एका दगडावर जाऊन बसे आणि बाकी मुलांना गोष्टी सांगून गुंगवत असे. तो कायमच सगळ्यांचे मनोरंजन करीत असल्याने त्याला बाकी काही जबाबदारी कोणी दिलीच नाही. त्यामुळे हा छोटासा कलाकार बघता-बघता आळशी झाला आणि स्वत:च्या स्वप्नात हरवून गेला. त्यानंतर ल्हासातील आमच्या शाळेतही तो नेहमी झाडाच्या सावलीत बसून मित्रांसाठी काही गमती-जमती करीत असे किंवा जाणाऱ्या-येणाऱ्या भटक्या जनावरांशी गप्पा मारताना आम्ही त्याला पकडत होतो. शिक्षक जवळ येताच चिला हवेत टाळ्या वाजवत असे आणि त्याला पळवून लावताना भसाड्या आवाजात गाणे गात असे.

कुंचोग या दुसऱ्या उत्साही मुलाला घेण्याचे मी ठरविले. जेमतेम पाच किंवा सहा वर्षांच्या कुंचोगला मी हातात उचलून घेतले. आम्ही त्याच्या खेड्यात जाताच तो आम्हाला गावातील एका कारंज्याजवळ घेऊन गेला आणि केवळ स्वत:चे हात-तोंडच नाही तर कपडे धुवायलाही आपण कसे शिकलो आहोत याचे प्रात्यक्षिक आम्हाला दाखवू लागला. मी त्याला आधी काही दिवस प्रयोग म्हणून ल्हासाच्या शाळेत नेण्याचा प्रस्ताव मांडताच त्याच्या वडिलांनी एकदम उत्साहवर्धक प्रतिसाद दिला.

आता आमच्या शाळेत पाच मुलांनी नावनोंदणी केली – सर्व मुले.

मेटो ही आमच्या शाळेत आलेली पहिली मुलगी. आपल्या आईचा हात धरून ती आमच्या शाळेत आली तेव्हा मध्यरात्र उलटली होती. मी गाढ झोपेत असताना आमच्या रखवालदाराने मला उठविले. आमचा एखादा मुलगा घरच्या आठवणीने बेजार झाला असेल किंवा आजारी पडला असेल या काळजीने मी घाईघाईने कपडे चढवत मुले झोपायची त्या हॉलकडे पळाले. पण स्वयंपाकघरावरून पुढे जात असताना मला पाल्डेन आणि अनिला स्वयंपाकाच्या ओट्यावर बसून त्या मुलीशी

व तिच्या पालकांशी बोलत, त्यांना लोणी घातलेला चहा पाजत असल्याचे आढळले. एका नेत्रविकारतज्ज्ञाकडून त्यांना शाळेची माहिती समजताच त्यांनी तिच्या सामानाचे बोचके बांधले आणि मध्यरात्र उलटून गेल्याची पर्वा न करता ते विनाविलंब ल्हासात पोचले.

त्या बुजऱ्या, भेदरलेल्या छोट्याशा मुलीला प्रश्न विचारल्यावर आपले तोंड ती हाताच्या तळव्यात लपवत होती आणि जमिनीकडे बघत काहीतरी एकअक्षरी उत्तर देत होती.

"तुझं वय काय?" आम्ही विचारले.

"बारा," असे पुटपुटत तिने आईच्या मागे लपण्याचा प्रयत्न केला. तिला अंधूक अशी दृष्टी असल्याचे तिच्या पालकांनी सांगितले. मेटो आठ वर्षांची असताना ती आणि तिच्या काही मैत्रिणींचा पाय ग्रेनेडवर पडला आणि ग्रेनेडचा स्फोट झाला. तिच्या एका मैत्रिणीला हात गमवावा लागला, तर दुसरीचा पाय छाटावा लागला. मेटोला सर्वाधिक गंभीर जखमा झाल्या. तिचे दोन्ही डोळे गेले. चार शस्त्रक्रिया झाल्यानंतर जेमतेम, आपली वाट शोधण्यापुरती दृष्टी तिला उरली.

"तिच्या अपघातानंतर ती पुन्हा शाळेत गेली?" मी विचारले.

"छे! एकानेही तिचं स्वागत केलं नाही. त्या अपघातानंतर ती घरी राहून मला घरकामात मदत करू लागली, बस्स."

ते कुटुंब ल्हासाच्या एका उपनगरात राहत होते. त्या अपघातानंतर मेटो कधीच घराबाहेर पडली नाही आणि तिच्या वर्गमैत्रिणींना भेटली नाही. पुन्हा दुसरा एखादा अपघात तिच्या वाट्याला येऊ नये म्हणून तिची आईच तिला घराबाहेर पाठवत नव्हती.

अनिला मेटोजवळ झुकली आणि तिने विचारले, "तुला या शाळेत येऊन बाकी अंध मुलांबरोबर शिकायला आवडेल?"

तिचे भय तिला जेवढ्या उत्साहाची परवानगी देत होते तेवढ्याच उत्साहात "मी येईन," हे शब्द तिने उच्चारले....

मेटो वसतिगृहाची विद्यार्थिनी म्हणून आमच्याकडे राहिली. तिची आई तिला रोज पोचवू व मग परत नेऊ शकली असती, पण तिने आमच्या सोबत राहणे, निदान सुरुवातीचा काही काळ तरी आम्हाला हवे होते. तिचा आत्मविश्वास नव्याने बांधण्यासाठी आणि इतरांबद्दलची भीती घालविण्यासाठी तिला एका सुरक्षित कोशाची गरज होती.

१७

'मी काहीही होईन, पण शिक्षिका होणार नाही,' अशी शपथ मी लहानपणी घेतली होती आणि आज, एका प्रसन्न सकाळी मी माझा पहिला वर्ग घेणार होते. मी उठले तेव्हा सूर्य उगवलेला नव्हता. तिबेटी लोकांसाठी ती अगदी पहाट होती. व्यापक अर्थाने विचार केला तर, नव्या दिवसाला प्रारंभ करण्यासाठी ही वेळ उत्तम.

माझी बादली हातात घेऊन सकाळचे पाणी आणण्यासाठी अंगण ओलांडून मी विहिरीकडे निघाले असताना माझ्या कानावर पहाटेचे प्रार्थनेचे स्वर कानावर पडावेत तशी मुलांची गोड किलबिल कानावर पडली. ती अनाथाश्रमातील मुले नव्हती, कारण शाळेच्या त्या भागात अगदी शांतता होती. हातातील बादली खाली ठेवून मी आमच्या शाळेकडे गेले. वर्गातून येणारा हा कर्कश आवाज नक्कीच मेटोचा.

"आता तुझी पाळी, नोरबू." काल-परवा बघितलेली हीच ती बुजरी मेटो? त्या भेदरलेल्या मुलीतून, सुरवंटाचे फुलपाखरू व्हावे तशी अधिकार गाजविणारी व्यक्ती बाहेर आली होती. छोटासा नोरबू, तिने सांगितलेल्या कविता आपल्या उंच पट्टीत तिच्या पाठोपाठ म्हणत होता. कुंचोगचे लक्ष विचलित झाले किंवा चिलाला स्वत:चे गाणे म्हणण्याची लहर आली तर ती छडी टेबलावर आपटून सगळ्यांना गप्प करीत होती आणि सर्वांना मोठ्या आवाजात एकत्र प्रार्थना म्हणायला लावत होती. तिच्यात इतक्या झपाट्याने झालेला हा बदल मला सुखावून टाकणारा होता.

जवळच्या स्वयंपाकघरातून लोणी घातलेल्या खाऱ्या चहाचा वास दरवळत होता. अनिला चहा बनवत होती. सकाळी-सकाळी लोणी घातलेला चहा पिण्याची मला कल्पनाही करवत नव्हती. मी तिथून काढता पाय घेतला.

वर्ग नऊ वाजता सुरू होणार होता. अंधांना लिखाणाची मूलभूत तत्त्वे शिकविणे हा त्या दिवशीचा अजेंडा होता. वर्गापुढे मी एकटीच जाणार असल्याने मनात थोडी धाकधूक होती. पाल्डेनची मदत मी गृहीत धरली होती. पण त्याला अनाथाश्रमात शिकविण्याची अजून थोडी जबाबदारी पार पाडायची होती. मुलांच्या मानसशास्त्राची अजिबात ओळख नसताना, शिकविण्याचे कोणतेही प्रशिक्षण वा अनुभव नसताना

मी या प्रसंगाला कशी तोंड देणार होते? मी थोडी नर्व्हस झाले होतेच, शिवाय मनात एक बोचरी जाणीव होती. वेगवेगळ्या वयाच्या, व्यक्तिमत्त्वाच्या आणि भिन्न परिस्थितीतून आलेल्या या मुलांना मी अशा भाषेतून शिकविणार होते जी मलाच जेमतेम परिचयाची होती!

ब्रेल शिकण्यासाठी त्या विद्यार्थ्याला किमान सहापर्यंत अंक मोजता येणे गरजेचे होते. ब्रेल लिपीतील प्रत्येक अक्षर या एक ते सहा अंकांनी बिंदूच्या साहाय्याने बनलेले आहे. डावीकडील बिंदू 'एक' आकड्याचे प्रतिनिधित्व करतो. त्याखाली असलेला बिंदू आहे 'दोन'चा आणि ओळीतील शेवटचा बिंदू 'तीन'चा. उजवीकडील बिंदू 'चार' दर्शवितो. मेटो आणि मी कणकेचे छोटे-छोटे गोळे वळले. मग मी प्रत्येक मुलाला दोन वाट्या दिल्या. एक रिकामी, तर दुसरीत कणकेच्या छोट्या सहा गोट्या 'साम्पा' होत्या. एका वाटीतून दुसऱ्या वाटीत त्या गोट्या टाकत मोठ्याने आकडे मोजण्याचा खेळ सुरू झाला. 'चिंग, नी, सुम, गा, द्रग...' हा प्रयोग मुलांना खूप आवडल्याचे बघून मी खूश झाले. ही एखाद्या गाण्याची पूर्वतयारी आहे असे त्यांना वाटत होते, पण नंतर जेव्हा प्रत्यक्षात गणती शिकायची आहे हे त्यांना कळले तेव्हा ते फारच खट्टू झाले आणि त्यांनी त्यास विरोधही केला. गणती/आकडे वगैरे बाबी त्यांच्या मनातही नव्हत्या...

आता मला काहीतरी दुसरी युक्ती शोधणे भाग होते. थोडा विचार केल्यावर मी चटकन त्यांना एका रांगेत उभे केले आणि त्यांची गणती सुरू केली. प्रत्येक नावाला एक नंबर दिला. 'ताशी चिंग, नोरबू नी, मेटो द्रग...' मग मी रांगेत उभे राहिले आणि प्रत्येक मुलाने गणती केली. ही युक्ती लागू पडली. त्यांना समजले आणि मग त्यांच्यात एवढा उत्साह संचारला की, ते भोवतालची प्रत्येक गोष्ट मोजू लागले – खुर्च्या, टेबले, खिडक्या, बोटे. ताशीला मात्र हा वर्ग गाण्याचाच वाटत असल्याने तो गातच राहिला, अगदी मनापासून.

वर्ग संपल्याचे मी दुपारी जाहीर केले. अनाथाश्रमाच्या स्वयंपाकघरात तयार करण्यात आलेले आमचे जेवण मोठ्या भांड्यात घालून अनिला आमच्या जेवणाच्या खोलीत घेऊन आली. भरपूर भात आणि उकळलेला कोबी असा बेत जरी रसनेला तृप्त करणारा नसला तरी पौष्टिक व संतुलित मात्र होता. मुलांनी काही क्षणांत त्याचा फडशा पाडला. आता मुलांच्या विश्रांतीची वेळ होती. सगळे आपापल्या विश्रांतीच्या खोलीत गेले आणि मीही. सकाळच्या भावनांमधून सावरण्यासाठी मलाही थोड्या विश्रांतीची गरज होती. मी जेमतेम टेकते न टेकते तोच दारावर टकटक झाली. "केल्सांग मेटो." ती अनिला होती आणि तिचा स्वर व्याकूळ होता. माझा दंड धरून ती मला शाळेत घेऊन गेली.

"काय झालंय?"

"च्छू! च्छू!" (पाणी, पाणी) एवढेच ती सांगू शकत होती. आम्ही अंगण ओलांडून शाळेकडे निघालो तसे मला काय झालेय ते समजले. दोन्ही मजले आणि त्यांच्या भिंती ओल्याचिंब होत्या आणि मुलांच्या खिदळण्याचा आवाज सर्वत्र ऐकू येत होता.

मुले विश्रांतीसाठी निघालेली असताना त्यांना शॉवरचा शोध लागला. अतिशय उत्साहाने आणि कुतूहलाने त्यांनी तो पूर्ण सुरू केला; मग हे नवीन खेळणे हातातून न सोडता त्यांनी त्याच्याशी शक्य ते सगळे प्रयोग केले... भिंतीमधून उडणारे पाणी. वा! काय मजा होती. अशी काही गोष्ट त्यांनी यापूर्वी बघितलीच नसल्याने ती अक्षरश: वेड्यासारखी किंचाळत होती. अंगावरील कपडे पूर्णपणे उतरवून, वर-खाली उड्या मारीत ते एकमेकांच्या वाटेत येणाऱ्या प्रत्येकाला अगदी निष्ठुरपणे त्या थंड पाण्याच्या धारेखाली धरत होते.

नोरबू, कुंचोग आणि तेंदसिन हे तिघे सर्वाधिक उत्साहात होते. त्या तिघांनी आपल्या बुटात पाणी भरून घेतले आणि ते पळत बाल्कनीत आले. खालून जाणाऱ्यांवर मग या बुटातील पाण्याचा अभिषेक सुरू होता. या मुलांच्या तुफान उत्साहामुळे मीसुद्धा डोक्यापासून पायापर्यंत भिजले होते. मेटो, ताशी आणि चिला हे तिघेही त्यांचे कपडे सुकविण्यासाठी गच्चीवर गेले होते आणि 'पाणी मोहिमे'च्या प्रत्येक टप्प्यावर मोठ्याने खिदळत होते. आमच्याप्रमाणेच पाल्डेनही भिजला होता. तो एकदम ओरडला, "हा वेडेपणा थांबवण्यासाठी ताबडतोब शॉवरची तोटी बंद करणं गरजेचं आहे." त्याचे ओरडणे ऐकताच शॉवर बंद होऊन अखेर तो धबधबा थांबला.

आता आमच्यापुढे दुसरीच समस्या होती. या मुलांसाठी अजून पुरेसे, पुन्हा बदलण्याइतके कपडे आमच्याकडे नव्हते. याचा अर्थ असा होता की, या मुलांचे कपडे गॅलरीत सुकायला ठेवल्यावर त्या सगळ्यांना पुन्हा गाद्यांवर पाठविणे भाग होते. दुपारी त्यांचे कपडे सुकल्यावर ते मुलांनी घातले आणि आमचा वर्ग सुरू झाला. आता पाल्डेन माझ्या मदतीला होता. जरा मोठ्या मुलांना ब्रेल शिकवायचे होते आणि माझ्या मोडक्या-तोडक्या तिबेटीमुळे ते काम जरा अवघड झाले असते. लोपसांगच्या स्टुडिओत मी छोट्या पाटीप्रमाणे फळे तयार केले होते व त्यावर चिकट वेलक्रोचे चौकोन चिकटविले होते. हे फळे प्रत्येक मुलाला दिले गेले होते, त्याबरोबर सहा छोटे जाड कापडाचे गोल जे हवे तेव्हा काढता आले असते.

पाल्डेन मोठ्याने आकडे म्हणत होता आणि ब्रेल बाराखडीतील बिंदूचे स्थान सुचवीत होता. मग विद्यार्थी त्याप्रमाणे ते गोल त्या-त्या जागी चिकटवत होते. हे तत्त्व मेटो, तेंदसिन आणि नोरबूला समजल्यामुळे त्यांच्यासाठी हे काम फारच सोपे

होते. ताशीला ते गोल तोंडात टाकून चावावेसे वाटत होते, तर कुंचोग वर्गात सुसाट वर-खाली धावत होता आणि इतर मुलांच्या डोक्यावर नेऊन तो फळा फिरवत होता. चिलाने त्या सर्व सूचना ऐकल्या, त्या चटकन पाठ केल्या आणि त्याचे एक मस्त गाणे बनविले.

एवढा गोंधळ होऊनही तो दिवस खूप चांगला पार पडला असे मला वाटले. शिकविण्याचे सत्र धमाल मजेत पार पडले होते. कणकेचे गोळे आणि कापडाचे गोल जमिनीवर पडले होते आणि कुंचोगच्या फळ्याचे तुकडे-तुकडे होऊन तो जमिनीवर पडला होता. सगळ्यावर कडी म्हणजे, चिलाने त्याची पँट ओली केली होती, कदाचित पहिल्या दिवसाचा उत्साह किंवा त्याचे वडील घरी परत गेले यांपैकी एखाद्या कारणामुळे असेल....

त्या दिवशी सकाळी इतरांचे वडील घरी परतल्यावर नोरबू किंवा कुंचोग रडले नाहीत याबद्दल मला आश्चर्यच वाटले. तेंदसिनसारखा मित्र मिळाल्यामुळे नोरबूने आपल्या वडिलांना चिंता न करता घरी जाण्याबाबत सुचविले. कुंचोग फारच लहान असल्यामुळे आपले वडील घरी गेल्याचे त्याला समजलेच नाही. आश्चर्याची बाब म्हणजे, पाचही मुले त्यांच्या आयुष्यात झालेल्या इतक्या मोठ्या बदलाशी सहज समरस झाली. वडिलांच्या जाण्यामुळे अतिशय दुःखी झालेला ताशी मात्र आपल्या अंथरुणावर पडून अनावर हुंदके देत रडत होता आणि नव्या मित्रांसोबत खेळण्यास अजिबात तयार नव्हता.

वर्ग संपल्यावर, चार निवांत क्षण आणि सूर्यप्रकाश घेण्यासाठी मी माझ्या छोट्याशा बागेत गेले; पण ती शांतता लगेच भंगली. माझ्या बागेच्या दरवाजावर थापा देत पाल्डेन ओरडत होता, ''केल्सांग मेटो, केल्सांग मेटो, लवकर माझ्या मागं या.''

काही मुले आणि मोठी माणसे अंगणात जमली होती. अनाथाश्रमातील मुलेही त्यांच्यासोबत होती. मला बघताच ते एका सुरात ओरडू लागले.

''कुंचोग... कुंचोग... गायब झालाय.''

सगळ्यांनी त्याचा खूप शोध घेतला, पण तो कुठेच सापडला नाही. कुंचोग नक्की आपल्या वडिलांना शोधण्यासाठी गेला किंवा त्याने घरी जायचे ठरविले असावे असा मी निष्कर्ष काढला. मला आता त्याची खूप काळजी वाटू लागली. जेमतेम सहा वर्षांच्या या लेकराची जबाबदारी माझ्यावर होती. पोलिसांना माहिती द्यावी का? जर तो सापडला नाही तर मी काय करू शकत होते?

हा सगळा गोंधळ भोवती सुरू असताना माझ्या बाह्या कोणीतरी खेचत असल्याचे मला जाणवले. तेंदसिन माझ्या कानात काहीतरी कुजबुजत होता. भोवती इतका कोलाहल असल्यामुळे मला त्याला पुन:पुन्हा विचारावे लागत होते. ''कुंचोग

कुठे आहे ते मला ठाऊक आहे,'' तो म्हणाला. माझा हात हातात घेऊन तो मला प्रवेशद्वाराकडे मग बाहेर एका गल्लीतून आमचा वर्ग जेथे होता त्या इमारतीकडे घेऊन गेला. आमच्या सर्व अंध मुलांपैकी, तेंदसिन त्याच्या खेड्यातील वातावरणात सहजतेने मिसळून गेलेला एकमेव मुलगा होता. त्याच्या गावात जेव्हा अन्य मुले शाळेत जात तेव्हा गावचा प्रमुख त्याच्या याकवर आणि शेजारच्यांच्या बोकडांवर लक्ष ठेवण्याची जबाबदारी तेंदसिनवर सोपवत असे. जनावरांच्या गळ्यातील घंटेच्या आवाजावरून त्याला वेगवेगळी जनावरे ओळखू येत. अतिशय तल्लख आणि सावध असलेला हा मुलगा काही आठवड्यांतच तिबेटियन ब्रेल लिहा-वाचायला शिकला आणि फक्त दोन महिन्यांत ब्रेलमध्ये इंग्रजी व चिनी भाषेची मूलभूत ओळख त्याने करून घेतली. प्राथमिक शाळेचा अभ्यासक्रम आत्मसात करण्यास त्याला काहीच वेळ लागला नाही आणि एवढे गुण असूनही त्याच्यामध्ये उद्धटपणा किंवा इतरांना बाजूला सारून पुढे-पुढे करण्याचा स्वभाव नव्हता. तो प्रत्येकाचा मित्र होता आणि मदतीसाठी सदैव तयार. मग ते ताशीबरोबर संडासापर्यंत जायचे असो, अनाथाश्रमाच्या स्वयंपाकघरातून नोरबूबरोबर गुपचूप केक खिशात घालण्याचे कारस्थान असो किंवा गाद्या घालणे, भांडी विसळणे, साफसफाई या कामात गृहसेविकेला मदत करण्याचे काम असो.

आताही, त्या सामूहिक गदारोळात सहभागी न होण्याची परिपक्वता त्याने दाखविली होती. पाल्डेन आणि अनिला अनाथाश्रमातील मुलांसोबत आमच्या मागे येत असल्याचे मला जाणवले. ते दृश्य निश्चितच फार गमतीदार असावे. एक छोटासा गुराखी आणि त्याच्या मागे निघालेले तीन प्रौढ आणि मग पुन्हा छोट्या मुलांचा गट. या सगळ्या मोहिमेचे नेतृत्व तेंदसिन मोठ्या आत्मविश्वासाने करीत होता. ज्यांना भवतालाचे भान आहे, वावरण्यात एक डौल आहे आणि अंगात क्षमता आहेत असे त्याच्यासारखे खूप कमी अंध मी बघितले आहेत. आपण कोठे निघालोय हे मी त्याला विचारणार तेवढ्यात अनाथाश्रमातील एक मुलगा ओरडला, ''इथे आहे, तो पाहा.''

तो कुंचोगच होता. मजेत रस्त्यावरून निघालेला, आपण काहीतरी चुकीचे केलेय याची अजिबात जाणीव नसलेला. तो रस्त्याच्या कडेने मध्य ल्हासाकडे निघाला होता. उड्या मारत, गात; वडिलांनी पॉकेटमनी म्हणून दिलेले थोडे पैसे खुळखुळवत...! तो हरवला होता? छे! तो म्हणाला की, तो त्याच्यासाठी आणि मित्रांसाठी काही खेळण्यांची खरेदी करायला गावात निघाला होता. त्याच्या चांगल्या हेतूबद्दल त्याचे कौतुक करीत आम्ही त्या निराश झालेल्या मुलाला परत घरी आणले. मुले जेवून झोपायला गेली आणि सर्व सामसूम झाले. मग मीही माझ्या ऑफिसमध्ये आले. माझ्या जर्मन प्रायोजक संस्थेचे एक पत्र तयार होते. त्यांनी माझा

प्रस्ताव मागे टाकला असावा अशी मला काळजी वाटत होती. ते मला जे पैसे देणार होते त्याचे स्मरण देणारी अनेक पत्रे मी त्यांना लिहिली होती, पण ल्हासामध्ये आल्यापासून त्यांच्याकडून काहीच खबरबात नव्हती. माझ्या शाळेसाठी लोपसांग आणि चुंग्डा यांनी जे सामान, फर्निचर आणले होते त्याचे पैसे देण्यासाठी, माझ्या खात्यात या संस्थेकडून मिळणारी रक्कम जमा होणे अपेक्षित होते. मी खूप अस्वस्थ झाले होते. त्यांनी मला अडचणीच्या परिस्थितीत लोटले होते. मला लोकांचे पगार देण्यासाठी, अन्नधान्य आणि मुलांना लागणाऱ्या कपड्यांची खरेदी करण्यासाठी पैशाची गरज होती. आमची शाळा सध्या उधारीवर चालू होती, पण त्याची मर्यादा आता संपत आली होती. माझी चिडचिड आणि मनात असलेली तातडीची जाणीव यावर मात करण्यासाठी मी एक मैत्रीपूर्ण पत्र लिहायचे ठरविले. त्यानंतर कित्येक आठवडे गेले, पण ते पत्र अनुत्तरितच राहिले!

आता काय करावे, मला सुचत नव्हते. माझी वैयक्तिक गंगाजळी झपाट्याने तळ गाठत होती.

१८

जूनच्या एका रात्री पाऊस सुरू झाला आणि तो दिवसरात्र, तब्बल तीन महिने म्हणजे ऑगस्ट संपेपर्यंत कोसळतच राहिला. त्या वर्षी, १९९८ साली वसंतात एकामागोमाग एक नैसर्गिक आपत्ती कोसळत राहिल्या. तिबेटच्या पठारावर अनेक ठिकाणी त्या वादळी पावसामुळे डोंगर अक्षरश: वितळून गेले, आपल्याबरोबर गावेच्या गावे आणि शेती वाहून घेऊन गेले. घरे बघता-बघता अदृश्य झाली. कित्येक जण मृत्युमुखी पडले. पाण्याच्या लोंढ्यामुळे पूल कोसळले. नदीच्या फुगलेल्या पात्रात अनेक ट्रक्सचे अवशेष तरंगत होते. देशाच्या या कोपऱ्यापासून त्या कोपऱ्यापर्यंत सर्वत्र दरडी आणि माती कोसळून त्याखाली बस चिरडल्या गेल्या. तिबेटी लोकांना बहुधा अशा आपत्तींची सवय असावी, किंबहुना तो त्यांच्या जगण्याचा एक भाग असावा, असे वाटते. पण माझ्यासाठी मात्र त्यामुळे अनेक नाट्यपूर्ण गोष्टी घडल्या.

पाश्चिमात्य हवामानशास्त्रज्ञ एलनिनोचे अचंबित करणारे वर्तन आणि पॅसिफिकमधील गरम प्रवाह यावरील अपुऱ्या माहितीच्या आधारे तर्क लढवत असताना तिबेटी लोकांनी याविषयी व्यक्त केलेले मत मात्र 'दैवी' घटकाला प्राधान्य देणारे होते. ग्यांतसेजवळील खेड्यात एक असे मूल जन्माला आले आहे ज्याच्या अंगभर छोटे-छोटे डोळे आहेत आणि हा नक्कीच भयंकर दुष्ट शक्तीचा संकेत होता, अशी अफवा पसरली. रेडक्रॉसचे साहाय्यक संचालक जे तिबेटी होते त्यांनी हे मूलच सर्व नैसर्गिक आपत्तींना कारणीभूत आहे यावर जाहीरपणे शिक्कामोर्तब केले. मग माझ्या अनेक मित्रांनी, दुष्ट शक्तींच्या अस्तित्वावर विश्वास ठेवून स्वत:ला संरक्षक बुरख्यात गुंडाळून घेतले.

तिबेटमध्ये पूर्वपरंपरेने आलेल्या अंधश्रद्धा आणि तंत्रज्ञानाचे आधुनिक जग हातात हात घालून वावरतात. अतिशय प्रगत, सुधारणावादी, काळे चामड्याचे जाकीट घालून वावरणाऱ्या, सेलफोन आणि जीपचे आधुनिक मॉडेल वापरणाऱ्या माझ्या परिचयाच्या एका तिबेटी अधिकाऱ्याचे एका दिवसात परिवर्तन झाले. काय

निमित्त झाले त्याला? तर कंपनीच्या जीपमध्ये त्याच्या एका कर्मचाऱ्याची हत्या झाली असे त्याने मला सांगितले. त्याचा अधिकारी या नात्याने मृत्यूची पूर्ण जबाबदारी त्याच्यावर होती आणि स्थानिक लोकांचे असे म्हणणे होते की, त्या मृत माणसाचा आत्मा परत येऊन आणखी तीन जणांच्या मृत्यूला कारणीभूत ठरला असता. आमच्या दोघांचे समान मित्र मला म्हणाले की, तो अधिकारी सतत त्या आत्म्याच्या संपर्कात आहे. अशा परस्परविरोधी विश्वासांचा स्वीकार करणे कठीण होते. एका विकासप्रक्रियेवर काम करणाऱ्या स्वयंसेवी संस्थेत काम करणारी डच महिला या अधिकाऱ्याला भेटायला गेली असता तो स्वतःचा गळा चिरून घेण्याच्या तयारीत होता. तिने वेळीच हस्तक्षेप केल्यामुळे एक भयानक मृत्यू टळला. तिबेटी संस्कृतीमधील गूढता, परस्परविरोधी समज या गोष्टी मला नेहमीच अचंबित करतात.

या संततधार पावसाबरोबर तिबेटला त्या वर्षी कमालीच्या थंडीने गोठून टाकले. १८ हजार फुटांवरील हे जग पूर्णपणे बर्फाच्या चादरीखाली लपेटले गेले आणि या पावसाने-थंडीने अनेक सिद्धान्तांना जन्म दिला! हवामानातील या विचित्र बदलाचे स्पष्टीकरण करताना पॉलचा शिगात्सेमधील एक रेडक्रॉसचा सहकारी, जो आधुनिक होता, त्याला म्हणाला, "तिबेटमध्ये अनेक सौर ओव्हन्स आहेत ज्यात किरणं परावर्तित करणारी दोन ॲल्युमिनिअमची अशी पॅनल्स आहेत. त्यांचा उपयोग पाणी उकळण्यासाठी केला जातो. हे सौर ओव्हन सूर्याची ऊर्जा शोषून घेतात, हे तुला दिसत असेलच. त्यामुळे आकाशात सूर्याची पातळी वर्षभरात १८ इंच खाली आल्यामुळे तापमानात हा बदल घडला आहे."

जेव्हा या गोष्टीची मौज वाटून पॉलने ती डोल्माला सांगितली तेव्हा ती म्हणाली, "हे खरं नाही. या गोष्टीला फक्त तिबेटी जबाबदार नाहीत. चिनी लोकांचे पण सौर ओव्हन्स असल्याने तेही या वातावरण बदलास जबाबदार आहेत." कारण काही का असेना, इतका वादळी आणि संततधार पाऊस मी अनुभवला नव्हता. आमच्या शाळेच्या केवळ वर्षभरापूर्वी बांधलेल्या भिंती या पावसात तग धरून उभ्या राहाव्यात अशी मी परमेश्वरचरणी प्रार्थना करीत होते. पण कदाचित माझी ही अपेक्षा जरा अधिकच असावी. कारण लवकरच माझ्या ऑफिसमध्ये आणि दोन्ही बेडरूममध्ये पाण्याची थारोळी साचू लागली. गळणारे छत दुरुस्त करण्यात लोपसांगला फारसा रस नव्हता. मी ही समस्या चुंगडाच्या कानावर घातली तेव्हा ती म्हणाली, "मी त्यांचं जुनं देणं फेडल्याशिवाय कोणतंही दुरुस्तीचं काम करणं शक्य नाही." हे ऐकून मला फारच ओशाळवाणे वाटले. मला प्रायोजित करणाऱ्या संस्थेला मी आणखी एक विनवणी करणारे पत्र लिहीत होतेच, पण ते तातडीने पाठविण्याचे वचन मी चुंगडाला दिले. छत दुरुस्त करण्याची गरज तिला मान्य होती, पण पैसे येईपर्यंत आपण काहीही करू शकणार नाही, असे तिचे म्हणणे होते. या अवघड

परिस्थितीवर आपण काहीही उपाय करू शकत नाही या विचाराने मी अतिशय अस्वस्थ झाले. जसजसे दिवस जाऊ लागले तसतशी ही थारोळी वाढू लागली. अनिला आणि पाल्डेनच्या मदतीने आम्ही जागोजागी प्लॅस्टिक अंथरले. त्यामुळे आम्हाला जुजबी संरक्षण मिळाले, पण ते काही या समस्येवरील उत्तर नव्हते.

मग मी चुंग्डाला म्हटले तर तिच्या वडिलांनी अशा प्रकारे छत दुरुस्तीस सतत नकार दिला. एक दिवस सगळी इमारत विरघळून जाईल आणि तुमच्या गुंतवणुकीचे मूल्य घसरेल, असे मी त्यांना बजावले.

''आमच्या खात्यात अजूनही तुझ्याकडून पैसे आलेले नाहीयत. माझी अडचण तुला समजतेय असं वाटतंय. जोपर्यंत आम्हाला तुझ्याकडून येणे असलेले पैसे मिळत नाहीत तोपर्यंत तू आणि तुझी शाळा यांच्यासाठी काहीही करण्याचा आमचा इरादा नाही.'' चुंग्डाने पुन्हा मला टोलवले.

''पण या थारोळ्यात माझी मुलं झोपतील कशी? माझ्या जर्मन संस्थेने आपला शब्द पाळला नाही आणि माझे पैसे पाठवले नाहीत यात त्यांची काय चूक?'' मी हताशपणे विचारले.

माझ्या प्रश्नाकडे दुर्लक्ष करून चुंग्डा तिथून निघून गेली. मी पावसात एकटी उभी होते, एखाद्या निर्जीव पुतळ्यासारखी. माझ्या पाठीवरून पाणी ओघळू लागले आणि माझे सर्वांग थंडीने काकडू लागले. एखाद्या पराभूतासारखी मी माझ्या ऑफिसमध्ये परतले. माझ्या शाळेची कोणालाच काळजी वाटत नव्हती हे आता स्पष्ट झाले होते. आता यापुढे मलाच माझ्या शाळेची जबाबदारी घ्यावी लागणार होती. मुलांची, शिक्षकांची आणि दैनंदिन गरजांचीही. त्याचबरोबर निधीसाठी नवा मार्ग शोधावा लागणार होता. लोपसांगला माझी अडचण समजेल, त्याचे हृदय द्रवेल आणि छत दुरुस्तीचे काम तो करेल, अशी मला आशा वाटत होती. पण तसे घडायचे नव्हते.

पण तेवढेच जणू पुरेसे नव्हते. पावसाळा सुरू झाल्यानंतर प्रथमच एक दिवस जेव्हा सूर्याचे दर्शन घडले त्या दिवशी असा एक दुर्दैवी प्रसंग घडला जो मला किंवा लोपसांग-चुंग्डा यांना फारसा आवडला नाही.

त्या सकाळी मुले वर्गात अगदी लक्षपूर्वक ऐकत होती. एरवी मित्रांच्या पाट्या घेऊन पळून जाणारा आणि त्या फोडून टाकणारा कुंचोगही त्या दिवशी शांत होता. अतिशय थकलेल्या ताशीशेजारी तो बसला होता आणि ताशी त्याच्यासाठी मायेने गात होता. वर्ग सुरू झाल्यावर अक्षरश: चौथ्या दिवशी तिबेटी ब्रेलमधील पहिली बारा अक्षरे पाठ करणारे नोरबू, तेंदसिन आणि मेटो हे चिलाला मदत करीत होते. त्याचे बोट धरून फळ्यावरील अक्षरांवर ठेवून ते त्याला अक्षरओळख करून घेण्यासाठी साहाय्य करीत होते. त्यांच्या या चांगल्या कामाबद्दल बक्षीस म्हणून मी

त्यांच्यासाठी एक चेंडूचा खेळ आयोजित केला होता. अंध मुले चेंडू कसा खेळतील हे पाल्डेन आणि अनिला यांना नेमके समजतच नव्हते. पण ते फार सोपे होते. मी वॉटर पोलोच्या एका फुग्यात तांदळाचे दाणे भरले होते. तो चेंडू हलला की, त्यातील धान्य वाजत असे आणि डोळस मुलांना जसा येणारा चेंडू डोळ्यांना दिसतो तसा या अंध मुलांना तो ऐकू येतो आणि त्याची दिशा कळते. या चेंडूच्या आधारे छान खेळता येते. हा खेळ खेळण्यासाठी शाळेच्या मागील हिरवळ वगळता सगळी जागा योग्य होती. पावसामुळे या हिरवळीवर चिखल झाला होता. पाण्याची थारोळी आणि चिखल असूनही प्रत्येक जण खेळाची मजा घेत होता. किंबहुना चिखल-पाण्यामुळे खेळाची मजा आणखी वाढत होती. चेंडूच्या खेळाचे रूपांतर लवकरच चिखलफेकीच्या खेळात झाले. कुंचोगने एक मूठभर चिखल तेंदसिनच्या शर्टाच्या आत टाकला तेव्हा मोठा हास्यकल्लोळ उडाला. बचावासाठी पाल्डेनचा हात धरून ठेवणाऱ्या छोट्या ताशीनेही या चिखलफेकीच्या खेळामध्ये भाग घेतला. सर्व खेळाडूंमध्ये अतिशय चपळ असलेला पण कोणाचेही न ऐकणारा नोरबू, चेंडू हातात येताच आपल्या इवल्याशा पायाने सुसाट पळत होता. पाण्याची थारोळी आणि चिखलाच्या ढिगाऱ्यावर मात करून जेव्हा गरजेचे असेल तेव्हा, तो चेंडूमधील तांदळाच्या दाण्याचा आवाज थांबेपर्यंत त्याची जागा कोणाला समजू नये म्हणून स्वस्थ उभा राहत होता. पण मेटोला थोडी दृष्टी असल्याने त्याला तिने शोधून काढले. तेव्हा तो हसण्याचा उमाळा दाबून ठेवण्याच्या प्रयत्नात होता. सगळे मजेत खेळत असल्याने आम्ही त्यांना अडविले नाही. थोड्याच वेळात एका काळ्या ढगाने सूर्यावर स्वारी केली आणि पुन्हा पाऊस सुरू झाला. तापमान बघता-बघता खाली घसरले आणि मुले कुडकुडू लागली अन् मीही.

चिखलफेकीच्या या खेळात छान दुपार घालविल्यावर मुलांना अंघोळी घालून दुसरे कपडे घालायला देण्याचे ठरले होते. पाल्डेन मुलांच्या अंघोळीची तयारी करीत असताना मी अनिलाला मुलांसाठी दुसरे कपडे आणायला सांगितले. पण ते तिच्या जणू कानावरच पडले नाही. मी काय म्हणतेय तिने ऐकले नव्हते? मी तिला पुन्हा सांगितले. मग मोठ्या नाखुशीने तिने कबूल केले, मुलांना घालण्यासाठी दुसरे कपडेच नव्हते! ती काय सांगतेय ते मला नीट समजले नाही असे मला वाटले. पण अनिला जे सांगत होती त्याला पाल्डेनने दुजोरा दिला. मला आश्चर्याने वेड लागण्याची वेळ आली. आपण मुलांसाठी शहरात जाऊन नवे कपडे आणतोय, असे एवढ्यातच चुंग्डा मला म्हणाली होती. त्या कपड्यांचे तपशीलवार वर्णन करताना ते किती गोड, छान आहेत, असेही ती म्हणाली होती.

पण याचा अर्थ यापैकी एक शब्दही खरा नव्हता. माझ्या तोंडून शब्दच फुटेना. कित्येक दिवस मुले तेच-तेच कळकट कपडे घालून वर्गात जात होती. पण चुंग्डा

आपले वचन असे मोडेल, असे मला तेव्हा वाटले नव्हते. आणि पाल्डेन-अनिलाने मला याची कल्पना का दिली नाही?

आता काही पर्यायच उरला नसल्याने आम्ही मुलांचे कपडे हाताने धुतले आणि ते वाळेपर्यंत मुलांना पांघरूण घालून झोपवून ठेवले. माझ्याकडे वैयक्तिक पातळीवर जे काही थोडेफार पैसे उरले होते ते अनिलाकडे देऊन मी तिला मुलांसाठी कपडे आणायला पाठविले. या घटनेने अस्वस्थ झाल्याने मी चुंग्डाकडे गेले. तिच्याशी गंभीरपणे बोलायला हवे होते, पण माझा हा निर्णय अतिशय चुकीचा ठरला. आपण खोटे बोललो हे तिने मान्य केले, पण त्या वादावादीमुळे माझे आयुष्य त्यानंतर अक्षरशः नरकयातना देणारे झाले. कारण त्या घटनेनंतर चुंग्डाने माझ्याशी जणू युद्धच पुकारले.

माझ्या कामात अडथळे आणण्यासाठी जे-जे शक्य आहे ते ती रोज करू लागली आणि माझे रोजचे जगणे दुष्कर होऊ लागले. ते दोघेही रोज पाल्डेनला वर्गातून बाहेर बोलावून एखाद्या फुटकळ कामासाठी पाठवत. हा व्यत्यय माझ्यासाठी आणि मुलांसाठी फारच त्रासदायक ठरू लागला. मी त्याची तक्रार केली, पण उपयोग शून्य! सध्या पाल्डेन त्याचा माणूस होता याचे तिने मला स्मरण दिले. दरम्यान, चुंग्डाने मला पाल्डेनऐवजी दुसरा माणूस देऊ केला हा तिचा चांगुलपणा आहे असे मला वाटत होते. ती आणि तिच्या वडिलांशी चांगले संबंध राखणे गरजेचे आहे असे वाटत असल्याने मी हा प्रस्ताव मान्य केला. पण मला हा डाव समजायला हवा होता. चुंग्डाने आपला शब्द कधीही पाळला नाही. वर्गात मला भेटण्याची वेळ आली तेव्हा ती सतत व्यस्त असायची आणि त्यामुळे मी अडचणीत सापडायचे. शिकविण्याचे काम मला एकटीला करावे लागायचे.

असे कितीतरी आठवडे गेले. जर्मनीतील माझ्या प्रायोजकांकडून काहीही उत्तर नव्हते. मी आता निराश होऊ लागले. शाळेची सर्व जबाबदारी मी एकटीने घ्यावी का? समोर कोणताही पर्याय दिसत नसल्याने मी अक्षरशः कोंडीत सापडले होते.

तेंदसिन आणि नोरबू आपल्या खोलीतील पाण्याचे थारोळे सुकवत असताना पॉल एक दिवस माझ्या दारात आला. तिबेटच्या दुसऱ्या टोकाला चालू असलेला त्याचा रेडक्रॉसचा प्रकल्प संपल्याने तो सहज ल्हासाला आला होता.

"काय झालं? काही अडचण आहे का?" असे त्याने विचारल्यावर मी त्याला जे घडले ते सांगितले. त्याने अनाथाश्रमातील एक शिडी घेतली आणि तो छतावर चढला. जेथे वॉटरप्रूफिंग झालेले नाही तेथे लक्ष देत त्याने दुरुस्तीचे काम केले. लोपसांग ते बघून फारच प्रभावित झाले. त्यांनी खरे म्हणजे पॉलचे आभार मानायला हवे होते, कारण पॉलने वेळीच हस्तक्षेप केला नसता तर पावसाच्या संततधारेमुळे या नव्याकोऱ्या इमारतीचे नक्कीच खूप नुकसान झाले असते. लोपसांगच्या मनात

माझ्याविषयी असलेली कडवट भावना काही काळ मागे पडली असावी, कारण त्यांनी आम्हाला दोघांना एका रात्री जेवायला बोलावले. त्या वेळी पहिल्यांदा काही काळ मी तणावात होते. यजमान म्हणून त्यांनी केलेल्या गैरकृत्यांची आठवण मला वारंवार येत होती, पण लवकरच तो तणाव निवळला आणि वातावरण सहज, तणावमुक्त झाले.

''तुमच्या इमारती सुंदर आहेत,'' थोडे सत्य आणि थोडी चतुराई दाखवीत पॉल म्हणाला. ''पण त्यातील बांधकामाच्या काही प्रश्नांकडे वेळीच लक्ष न पुरवल्यास समस्या निर्माण होऊ शकतात.''

लोपसांगने एक उसासा सोडला. आपले बांधकाम हे उत्तम नाही हे त्यांनी मान्य केले, पण आर्किटेक्ट नसल्याने नेमकी काय दुरुस्ती करायला हवी हे त्यांना समजत नव्हते. मग पॉलने मदत देऊ केली आणि त्याची पगाराची अपेक्षा नव्हती; 'फक्त डोक्यावर छप्पर आणि जेवण' एवढीच त्याची अपेक्षा होती.

''तुमचा प्रस्ताव आम्हाला मान्य आहे. पाहुण्यांसाठी बांधलेल्या खोल्यांपैकी एका खोलीत तुम्ही राहू शकता. त्यामुळे केल्सांग मेटोलाही तुमची मदत होईल.''

या नव्या घडामोडीमुळे मी एकदम खूश झाले. पॉल सगळ्यांसाठीच खूप उपयुक्त ठरला आणि सर्वांना तो फार आवडला. अनाथाश्रमातील कर्मचाऱ्यांपासून मुलांपर्यंत, सगळ्यांसाठी. चुंग्डाने नुकताच एक संगणक खरेदी केला होता आणि त्याविषयी तिला फार थोडी माहिती होती. पॉलने त्या कामी तिला मदत केली आणि शाळेच्या हिशेबाच्या कामातही त्याने मदतीचा हात देऊ केला.

सुदैवाने, नजीकच्या भविष्यकाळात आम्ही चुंग्डा आणि तिच्या वडिलांना देणे लागतो ते सर्व कर्ज फिटण्याची शक्यता दिसू लागली. माझे पालक ल्हासामध्ये येणार होते. माझ्या बचतीतून थोडे पैसे काढून घेऊन या, असे मी त्यांना सांगितले होते. प्रायोजक संस्थेकडून काही हालचाल होण्यापूर्वी हे पैसे उपयोगी पडतील, अशी आशा होती.

११

काही विशिष्ट प्रकारचे पाश्चिमात्य तिबेटकडे आकर्षित होतात. या देशाची प्रारंभी ओळख आणि शोध घेतल्यावर मग काहीतरी अर्थपूर्ण करण्याच्या हेतूने ते येथे राहतात.

डोरा ही अशी एक व्यक्ती होती. पॉल परतल्यावर ती माझ्याकडे आली. आम्ही शाळेच्या काही प्रासंगिक प्रश्नांमध्ये अडकलो होतो. चुंग्डाने शाळेच्या कामकाजात सहभाग देण्याची इच्छा व्यक्त केल्याने तिला मी कामकाजाची पद्धत समजावून सांगत होते. कोणत्यातरी कारणाने चिला हुंदके देत होता आणि आम्ही त्याचे नेमके कारण समजावून घेण्याच्या प्रयत्नात होतो. त्याच वेळी नोरबूही मागे-पुढे सरकत, स्वत: ट्रक असल्याप्रमाणे मोठा आवाज करीत होता आणि तेंदसिन-मेटो यांचे भांडण सुरू होते. डोक्यावर पाट्या ठेवून ते एकमेकांवर आदळत होते. त्याच दिवशी सकाळी कुंचोगचे वडील त्यांच्या मुलाला घ्यायला आले होते. हा मुलगा आमच्या शाळेत येण्याच्या, घरापासून दूर राहण्याच्या वयाचा नव्हता. फारच लहान आणि अपरिपक्व होता. ते निघून जात असताना आम्ही त्या दोघांनाही सांगितले, कुंचोगचे शाळेत नेहमी स्वागतच होईल. जेव्हा कुंचोगची घर सोडण्याची मानसिक तयारी होईल तेव्हा त्याने जरूर शाळेत यावे हेही आम्ही त्यांना आवर्जून सांगितले. पण कुंचोगच्या जाण्याचा आमच्या छोट्या मुलांच्या लहानशा गटावर चांगलाच परिणाम झाला. गेल्या दोन तासांपासून ही मुले वेड्यासारखी का वागतायत हे आता आम्हाला स्पष्ट झाले.

आमच्या प्रवेशद्वारापाशी सुरू असलेला हा प्रकार आणि ते बघून धक्का बसलेल्या डोराला स्वत:ची ओळख करून देण्याचेही भान राहिले नाही आणि कोणत्याही संकोचाशिवाय, आमंत्रणाशिवाय ती आत आली. ती जर्मन होती आणि समाजसेविका म्हणून काही वर्षे तिने काम केले होते. तिने कलेचा उपचार म्हणून वापर करण्याचे शिक्षण घेतले होते. त्यात शिक्षण हा तिचा विशेष अभ्यासाचा विषय होता. तिचे शिक्षण लक्षात घेता आम्ही तिला लगेच नोकरी देऊ, असे तिला

वाटले होते.

तिने परत केव्हातरी यावे असे मी तिला अतिशय हुशारीने आणि न दुखवता सुचविले. पण तिला बहुधा नकार ऐकण्याची सवय नसावी. आमचे लक्ष वेधून घेण्याच्या इराद्याने तिने विचारले, ''इथे कोणी असं आहे का जे प्रत्यक्ष बघू शकतात?''

''असा प्रश्न कशाला विचारतेस? ही अंध मुलांसाठी शाळा आहे,'' मी उत्तरले.

''पण तुमच्या विविध उपक्रमांवर लक्ष ठेवण्यासाठी मदत करू शकेल अशा डोळस व्यक्तीची तुम्हाला गरज आहे असं तुम्हाला वाटत नाही का?''

मी वळले आणि चुंग्डाकडे बोट दाखवत म्हटले, ''मी अशाच एका व्यक्तीला प्रशिक्षित करतेय, हे तुम्हाला दिसत नाहीय.'' माझ्या उत्तराकडे दुर्लक्ष करीत डोरा खाली वाकली आणि चिलाच्या शेजारी बसली. चिला लगेच टेबलाखाली लपला आणि बेंबीच्या देठापासून ओरडू लागला. या अनपेक्षित हल्ल्याने तिने क्षणभर माघार घेतली आणि मग दुसऱ्या ठिकाणी आपले नशीब आजमावण्याच्या हेतूने ती ताशीकडे वळली. ताशी एका कोपऱ्यात बसून पेपर नॅपकिनच्या चिंध्या करीत होता. ती त्याच्या शेजारी बसली आणि सर्व प्रशिक्षित शिक्षणतज्ज्ञांप्रमाणे खास कमावलेल्या 'मधाळ' आवाजात माझ्याकडे पूर्ण दुर्लक्ष करीत त्याच्याशी बोलू लागली.

घंटा वाजली. दुपार झाली होती. एक अवघड सकाळ पार पडली म्हणून सुस्कारा टाकत थोडी शांतता, निवांतपणा मिळावा म्हणून मी माझ्या छोट्या घरात शिरले. मी चहा करण्यासाठी पाणी तापवायला ठेवत असतानाच दारावर टकटक झाली. डोरा आली होती.

''मी तुम्हाला त्रास देत असेन तर माफ करा. पण मी जे काही बघितलं त्यावरून तुम्हाला एका प्रशिक्षित शिक्षकाची गरज आहे असं मला वाटतं.''

''माझ्याकडे पाल्डेन हा अनुभवी शिक्षक आहे. तो उत्तम कामगिरी करतो आहे आणि खरं सांगायचं तर पारंपरिक गोष्टींमध्ये मला फारसा रस नाहीय. मी माझ्या पद्धतीने गोष्टी करते.''

''पण मला वाटतं, तुम्हाला योग्य शिक्षण घेतलेला एक चांगला संघटक मिळेल.''

उत्तरादाखल बोलण्यासाठी मी माझा श्वास रोखून धरला. ''मी पुन्हा हेच सांगते, मी आज सकाळी जे बघितले त्यावरून अंदाज करायचा तर प्रत्येक गोष्ट उत्तम करण्याची तुमची क्षमता नाही आणि स्वत:च्या बळावर तर नाहीच नाही. प्रत्येक गोष्ट स्वत:ची स्वत: करण्याचा माझा अजिबात हेतू नाही. मी तिबेटी सहकारी नेमण्याच्या प्रयत्नात आहे आणि ते असे सहकारी असतील जे स्थानिक परिस्थितीनुसार शिकवण्याच्या पद्धती विकसित करण्यास मला मदत करतील.''

"शिक्षणशास्त्राचा तिबेटी लोकांना गंधही नाहीय," तिने फटकन उत्तर दिले.

"आपल्या मुलांना वाढवण्याचं काम ते उत्तम तऱ्हेने करीत आहेत आणि कसंही झालं तरी पाश्चिमात्य पद्धती तिबेटी लोकांवर थोपवण्याची माझी इच्छा नाही." त्यानंतर कितीतरी वेळ मी आणि डोरादरम्यान असा गरमागरम वादविवाद सुरू राहिला. मी अंध म्हणून माझी सतत कीव करणारे, प्रत्येक गोष्ट नीट कशी करायची हे मला शिकवू बघणारे नोकरशहा आणि व्यावसायिक यांच्याबद्दल माझ्या मनात साठून राहिलेल्या रागाचा उद्रेक आता होत होता आणि त्याचे लक्ष्य झाली होती डोरा.

मला तिबेटी भाषा शिकायची आहे, असे मी म्हटल्यावर, 'ती अवघड भाषा शिकण्याची पात्रता तुझ्यात नाही' असे काही वर्षांपूर्वी एका जर्मन प्राध्यापकाने मला सुनावले होते. 'ही कल्पना डोक्यातून काढून टाक. अगदी अव्यवहार्य आहे ती' असे मी तिबेटला एकटी जाणार हे कळल्यावर दुसऱ्या प्राध्यापकाने मला ऐकविले होते.

मी माझा शाळेचा प्रस्ताव एका समाजसेवी संस्थेपुढे मांडला तेव्हा 'हे तुम्हाला जमणार नाही' असे या संस्थेच्या एका उच्चपदस्थाने मला ऐकविले होते.

आता बस झाले! आपल्या पूर्वग्रहदूषित, ठाम कल्पनांच्या चौकटीतून स्वत:ची सुटका करून न घेऊ शकणाऱ्या या अधिकाऱ्यांची मला दया येत होती. यंत्रमानवाप्रमाणे काम करणारे, पुस्तकातील नियमावर बोट ठेवून निर्णय घेणारे आणि एखाद्या वेगळ्या प्रकल्पाकडे स्वच्छपणे बघू न शकणारे अधिकारी हे आपल्यासाठी नाहीत हे मी नक्की ठरविले होते.

"मला माफ कर डोरा, पण तुझ्यासारख्या व्यक्तीसाठी माझ्याकडे काम नाही." मी निर्वाणीचे बोलले. माझ्या हृदयात खोलवर साठलेली व्यथा, उद्रेक असा बाहेर येत होता. पण मग मला जाणवले, या बिचारीवर मी उगीच माझा राग काढत होते. पण आता वेळ गेली होती. ती दुसऱ्या ठिकाणी संधी शोधण्यासाठी निघून गेली होती.

त्यानंतर काही दिवसांनीच, मी नेहमीप्रमाणे देणगीसाठी याचना करणारी पत्रे लिहिण्यात गर्क असताना वर्षभरापूर्वी मला अगदी काही मिनिटांकरिता भेटलेली व्यक्ती अनाहूतपणे माझ्या कार्यालयात आली. पॉल बाजारात फळे-भाज्या आणण्यासाठी गेला होता. त्या व्यक्तीने माझ्या समोरच्या टेबलावर बोटाने टकटक करून माझे लक्ष वेधून घेतले.

"माझं नाव कूर्त, आपण वर्षभरापूर्वी अगदी जुजबी भेटलो होतो. तुम्हीच त्या प्रसिद्ध सॅब्रिए ना! तुमच्यासंबंधी मी खूप ऐकलं आहे." एखाद्या छोट्या बाळाशी बोलताना मोठी माणसे जसा कृत्रिम, नकोसा आवाज काढतात तशा आवाजात तो बोलत होता. "तू पण फारच गोड आहेस रे..." मी तशाच मधाळ, कृत्रिम आवाजात

उत्तर दिले आणि त्याचा हवा तो परिणाम झाला. त्याला आपली चूक उमगली आणि तो नैसर्गिक आवाजात माझ्याशी बोलू लागला, "तुम्हाला आठवत असेलच मी सायकोथेरपिस्ट आहे. 'अबोध मन' या विषयावर मी एक पुस्तक लिहितो आहे आणि माझं संशोधनाचं काम करण्यासाठी एखाद्या गुंफेत किंवा तशाच जागी जाऊन राहण्याची माझी इच्छा आहे. तशी परवानगी मला तिबेटी अधिकाऱ्यांकडून मिळेपर्यंत मी बनाक शूलमध्ये राहतो आहे."

माझ्या सकाळच्या कामात कूर्तने आणलेला व्यत्यय मला फारसा आवडला नाही. मी माझे पत्र लिहून होईपर्यंत त्याला वाट बघायला लावायची असे ठरविले. मी लिहिण्यासाठी खाली वाकले, पण काही उपयोग झाला नाही. त्याने माझ्या खांद्यावर थोपटत म्हटले, "मला तुझ्या वेळातून काही मिनिटं तर देशील... आणि ते तुझ्यासाठीही महत्त्वाचं आहे."

"तुला मला मदत करण्याचीच इच्छा आहे ना? मग अनिला आणि मुलं जिथे काम करतायत त्या शेतात जा. पावसानंतर जमीन पुन्हा पूर्ववत करण्याचा ती प्रयत्न करतेय आणि त्यासाठी कष्ट करतेय. बहुधा शाळेतील मुलांसाठी ती भाजी लावण्याचा विचार करत असावी."

"मी? आणि तुम्हाला मदत? अर्थात मला आवडेलच. तुम्हाला कदाचित ठाऊक नाहीय, पण मी जे लिहिणार आहे ना ते फार खळबळजनक ठरणार आहे. सर्वाधिक खपणारं, मला खात्री आहे."

"वा! फारच छान! पण त्या पुस्तकाचा आमच्या शाळेला काय उपयोग?"

"त्या पुस्तकाला खूप पैसे मिळतील. मी माझ्या नफ्यातील २५ टक्के वाटा शाळेसाठी देणगी म्हणून द्यायला तयार आहे, पण त्या बदल्यात मला इथे नोकरी आणि एक खोली मिळावी. मला गृहखात्याने सांगितलं आहे जर मी त्यांना मला नोकरी मिळाल्याचं अधिकृत पत्र सादर केलं, तर माझ्या अन्य गोष्टींना जरा वेग येईल. तुम्ही मला नोकरी देऊ शकता? अर्थात मग मला इथे एक खोली द्यावी..."

"एक मिनिट थांब. जरा शांत हो. इथे येणाऱ्या कुणालाही मी अशी नोकरी देऊ शकत नाही आणि मी तुला खोलीही देऊ शकत नाही. कारण इथल्या खोल्यांवर माझं काहीही नियंत्रण नाहीय."

पुन्हा माझ्या खांद्यावर थाप पडली.

"अहो मॅडम, मी असा ऐरागैरा कुणीही नाहीय. आपली एक वर्षापासून ओळख आहे."

मी अक्षरशः आश्चर्याने चकितच झाले. कोणाचीतरी एक वर्षापूर्वी भेट होणे आणि एखाद्या व्यक्तीला वर्षभर ओळखणे यातील फरक या माणसाला ठाऊक नाही आणि हा म्हणे सायकोथेरपिस्ट... आणि या क्षणी तरी अशा गळेपडू माणसाशी

बोलण्यात मला काडीमात्र रस नव्हता.

"तुला खरं सांगू का, एखाद्या पाश्चिमात्य व्यक्तीने तिबेटमध्ये येऊन कायमस्वरूपी मुक्काम ठोकण्याचा इरादा व्यक्त केला की मला त्रास होतो. अगदी याला माझा स्वत:चाही अपवाद नाही. माझाही इथे फक्त तीन किंवा फार तर चार वर्षं राहण्याचा इरादा आहे."

"माझ्यासारख्या व्यक्तीचं तुम्ही असं इतक्या कठोरपणे मूल्यामापन करणं बरोबर नाही." आपल्या खास 'मानसशास्त्रीय' आवाजात त्याने ऐकविले. "आपण परस्परांना मदत करणं महत्त्वाचं आहे आणि माझे म्हणाल, तर माझा दृष्टिकोन खरोखर संत बर्नार्डसारखा आहे."

हे ऐकून तर माझे डोकेच फिरले.

याच संत बर्नार्डच्या वृत्तीची माणसे तिकडे मायदेशात माझा हात धरून मला रस्ता ओलांडण्यासाठी मदत करतात आणि अशाच उपकृत करण्याच्या भावनेने हे पाश्चिमात्य लोक तिबेटमध्ये राहतात. आपण एका अगदी वेगळ्या संस्कृतीतून तिबेटमध्ये येतो आणि असे गृहीत धरतो की कसे राहावे, कसे वागावे, कसे वागू नये हे आपल्या निकषांप्रमाणे आपण या लोकांना शिकवायला हवे, पण असे करताना त्यांच्या संस्कृतीविषयी मात्र आपण फार थोडा आदर, संवेदनशीलता दाखवितो.

त्याच वेळी पॉल बाजारातून आला. वातावरणातील तणाव जाणवून तो हलका करण्याच्या उद्देशाने त्याने, 'सगळ्यांनी अनिला आणि मुलांकडे निघू या' असे सुचविले. त्यांनी केलेले काम बघून मी चांगलीच प्रभावित झाले. अगदी थोड्या काळात त्यांनी खूप तण काढून जमीन स्वच्छ केली होती. आता थोडी अधिक साफसफाई, आणि मग लागवड एवढेच काम बाकी होते. तण माजून निरुपयोगी ठरलेल्या जमिनीचा तुकडा आम्ही एक छानशा बागेत परावर्तित केला होता.

मग आम्ही सर्वांनी लोणी घातलेला चहा आणि कुस्करलेल्या केळ्यासह पॅनकेक खाल्ले. या दरम्यान कूर्त आम्हाला पटविण्याचा प्रयत्न करीत होता. इतरांप्रमाणेच आपण काम करू शकतो हे तो आम्हाला सांगत होता. शेतात काम करून प्रभावित करण्याचा प्रयत्न करीत होता. पण पंधराच मिनिटांनंतर त्याने आपल्या हातातील कुदळ खाली ठेवली आणि कपडे झटकत तो निघाला. "तुमच्याप्रमाणे शारीरिक कष्टांचा अनुभव मला नाही, पण कधीतरी मी येईन. मग आपल्याला एकत्र काम कसं करता येईल ते बघू..." तो पुटपुटला.

काही दिवसांनंतर बारखोरमध्ये आमची भेट झाल्यावर त्याने मला बनाक शूलमध्ये आमंत्रित केले. मला तेथे जायला नेहमीच आवडत असल्याने मी त्या आमंत्रणाचा स्वीकार केला. खोलीतील एका रिकाम्या लाकडी बाकावर आम्ही

बसलो होतो.

"मग तुमचा माझ्याबद्दल काय निर्णय झाला?" त्याने मला किती वैताग आणला आणि मी केवळ भिडेपोटी त्याच्याशी नीट वागत होते हे त्याला बहुधा समजले नसावे. आम्ही केळ्याची लस्सी मागविली. "मला एक अफलातून शोध लागला आहे. त्यामुळे मी लखपती होऊ शकतो आणि पैसा हा काही मला फार महत्त्वाचा नाही, हे तुला ठाऊकच आहे. त्यामुळे माझ्या कमाईतील काही वाटा मला एखाद्या तुझ्या शाळेसारख्या चांगल्या प्रकल्पात गुंतवायची इच्छा आहे, त्याच्या बदल्यात तू मला नोकरी देशील?"

"कोणत्या प्रकारची हे मला समजू शकेल?"

"सायकोथेरपिस्ट म्हणून..."

"आणि आमच्या शाळेत या सायकोथेरपिस्टची नेमकी कोणती भूमिका असेल? मला खरंच त्याची गरज नाहीय आणि मुलांनाही. लिहा-वाचायला कसं शिकायचं हे त्यांच्यासाठी प्राधान्याचं, महत्त्वाचं आहे."

"मी त्यांना माझ्या शोधाबद्दल शिकवू शकतो. मी जेव्हा श्रीमंत आणि प्रसिद्ध होईन तेव्हा तुम्ही लोकांना अभिमानाने सांगू शकाल, हा आमच्याकडे शिकवत होता..."

"तुझा शोध नेमका काय आहे?"

"अबोध मनाच्या ऊर्जेवर..." काहीशा अनिश्चित स्वरात तो म्हणाला. "अनेक वर्षांच्या ध्यानामुळे बुद्धीतील कोडी उलगडण्यात मला यश आलं आहे. विशेषत: ऊर्जेबद्दल..." असे म्हणून एक नाट्यपूर्ण विसावा घेत तो पुढे म्हणाला, "ती ऊर्जा एवढी जबरदस्त आहे की, ती इलेक्ट्रॉन्सला जोडता येईल..."

"थट्टा करू नकोस. हे कसं शक्य आहे?"

"फार सोपं आहे, खरंच त्यासाठी फक्त एकच गोष्ट करावी लागेल. माझ्या अबोध मनाला एका विशिष्ट उद्दिष्टावर लक्ष केंद्रित करावं लागेल." चेहरा सरळ ठेवणे मला आता अवघड जात होते.

"तुझ्या संशोधनाचा अधिक संबंध आण्विक संशोधनाशी आहे, नाही का? मला वाटतं तुझी सेवा तू एखाद्या शास्त्रीय संस्थेला द्यावी किंवा एखाद्या आण्विक संशोधन केंद्राला."

"मी देऊ केली, पण कुणाला त्यात फारसा रस नाहीय."

"पण आमच्या शाळेला तुमच्या संशोधनाचा उपयोग काय हे मला अजूनही समजलं नाहीय."

"अरे, ते उघड आहे. माझं अबोध मन विशिष्ट गोष्टीवर एकाग्र करण्याच्या माझ्या क्षमतेचा उपयोग अनेक आजार बरे करण्यासाठी होऊ शकतो. माझ्यामुळे

जगाची एड्स आणि कॅन्सरमधून मुक्तता होऊ शकते.''

''वा! अभिनंदन!'' माझ्या आवाजातून माझी लबाडी अगदी उघडपणे व्यक्त होत होती.

''माझ्या संशोधनामुळे अंधांना दृष्टी परत मिळवता येऊ शकेल...''

आता मात्र मला हसू आवरता येईना. ''पण त्यामुळे मी बेकार होईन त्याचं काय? पण त्याची चिंता नको. पण काही झालं तरी तुला आमच्या शाळेत काही स्थान नाही.''

''आपली आध्यात्मिक पातळी परस्पर सुसंवादी नाहीय असं मला वाटतंय.''

''खरंय कूर्त, आपण दोघंही आपापल्या ऊर्जा आता वापरतोय तशा वापरू या. तू इलेक्ट्रॉन्स जोडण्याचं आणि मी ब्रेल बाराखडी शिकवण्याचं काम करते.'' कूर्तची आणि माझी ती शेवटची भेट.

२०

अनाथाश्रम आणि आमची शाळा या इमारतींच्या मागे एक मोठा हिरवळीचा पट्टा आहे. आम्हाला गरज भासली असती तर आम्ही त्याला एक दिवसात कुंपण घालू शकलो असतो. लोपसांगच्या मनात दोन-तीन गाई घेण्याचा विचार होता. त्यामुळे आमच्या दूध आणि तत्सम गरजा भागल्या असत्या. मला काही घोडे घेण्याचीही इच्छा होती. घोडेस्वारी आमच्या मुलांना शिकविणे खूप गरजेचे होते. मागच्या वर्षीच मी देशाच्या सर्व डोंगराळ आणि अतिशय खडतर अवघड रस्त्यांवरून, घोड्यावरून फिरले असल्याने मी या निष्कर्षाला आले होते की, तिबेटमध्ये अंध माणसासाठी घोडा हे प्रवासाचे सर्वांत सुखरूप साधन आहे.

चिलाच्या गावात सर्वांत चांगले घोडे मिळतात, असे आम्हाला समजले होते. काही चांगले घोडे वाजवी भावात मिळवून देण्यासाठी मदत करण्याची इच्छा चिलाच्या वडिलांनी व्यक्त करताच आम्ही त्याला तत्काळ होकार दिला. पण त्यात एक अडचण होती, एकदा आम्ही घोडे खरेदी केल्यावर त्यांना आणण्याची सोय नव्हती. आम्हालाच जाऊन ते आणावे लागले असते.

मग आम्ही या प्रकल्पाला सहलीचे रूप दिले. चिलाच्या गावाजवळ असलेल्या तिद्रम या गरम पाण्याच्या झऱ्यांना भेट देण्याचे ठरविले. पॉल आणि मी घोडे घेऊन परत शाळेत आलो असतो, तर मुलांना गाडीतून सुखरूप आणता आले असते. एकूण सर्व गोष्टी फार सोप्या वाटत होत्या. आमच्या या आगामी साहसाविषयी आमच्या मुलांशी बोलताच ते उत्साहाने उड्या मारू लागले. चार दिवस आम्हाला त्यांच्या उत्साहाला आवर घालावा लागला.

अखेर तो दिवस उजाडला. पाठीवर बॅग घेतलेल्या उत्सुक मुलांना पहाटेच एका रांगेत, शाळेपुढे उभे करण्यात आले. मुले चालकाची उत्सुकतेने वाट बघत होती. त्या आमच्या सहलीसाठी त्सेरिंगला आम्ही बोलविले होते.

काही दिवसांपूर्वीच आलेल्या माझ्या पालकांनीही आमच्याबरोबर येण्याचे ठरविले. माझ्या वडिलांनी इथल्या वातावरणाशी आणि बदललेल्या दिनक्रमाशी चांगले

जुळवून घेतले होते. आमच्या या प्रवासामुळे आम्ही आणखी दोन हजार फूट उंचावर जाणार होतो, पण त्याची त्यांना फारशी फिकीर वाटत नव्हती. हे बघून मी फारच प्रभावित झाले.

सकाळी बरोबर आठ वाजता थोड्याशा जुनाट अशा स्टेशन वॅगनमधून त्सेरिंग आला. वॅगनच्या मागच्या भागात फळे, पॅनकेक, नूडल्स, कांदे, लोण्याचा चहा भरलेले थर्मॉस, पाण्याच्या बाटल्या असे सामान भरले. मुलांची उत्साही किलबिल सुरू होती. पाठीवरील बॅगा घट्ट पकडून मुले गाडीत चढली. अनिला मुद्दाम मागे राहिली आणि ते एका परीने बरेच झाले. आणखी एक प्रवासी आमच्या गाडीत सामावून घेणे शक्यच नव्हते. त्सेरिंगशेजारी बसलेले पाल्डेन आणि चिला लगेच गायला लागले. यांपैकी कोणीही सुरक्षिततेसाठी पट्टा बांधलेला नव्हता. अशा गोष्टी तिबेटमध्ये चैनीच्या समजल्या जातात. पॉल, ताशी आणि मी असे आम्हा तिघांमध्ये माझे वडील बसले होते. गाडी वळताना आम्ही नोरबूला पकडत होतो, कारण त्याला स्थिर बसणे शक्य होत नव्हते. तेंदसिनही गाडी सुरू होताच उलट्या करू लागला. चिलाची आई काही सामान घेण्यासाठी ल्हासात आली होती. ती आमच्याबरोबर गावात परत निघाली होती. गाडीच्या मागच्या बाजूला ठेवलेल्या पेट्यांवर मेटोशेजारी ती एखाद्या राणीसारखी बसली होती. तिने जे सामान गाडीत भरले होते ते बघता ल्हासामधील सर्व दुकाने तिने रिकामी केली असावीत असे वाटत होते.

गेल्या काही दिवसांत किछू नदीतील पाण्याची पातळी धोकादायकरीत्या वाढली होती. नदीला समांतर रस्त्यावरून आम्ही जात असताना अनेक ठिकाणी नदीचे काठ वाहून गेलेले, तर काही ठिकाणी पूर्णपणे नष्ट झालेले आम्हाला दिसले. आमच्या परतीच्या प्रवासाची चालकाला चांगलीच चिंता वाटत होती. ‘‘आपल्याला तिथे जाऊ दे, मग आपण एखादा दिवस मुक्काम करू.’’ मी त्याला म्हटले.

आम्ही मेड्रोगोंगा गावातील एका चायनीज रेस्टॉरंटमध्ये जेवणासाठी थांबलो. गांडेन आणि ड्रिगुंग या दोन धर्म विद्यापीठांदरम्यान हे छोटे गाव होते. मुले प्रथमच चॉपस्टिक्स वापरत असली तरी सहजतेने त्याचा वापर करीत होती. मुलांनी नूडल्स आणि डुकराचे मांस असलेले सूप किती सहजतेने खाल्ले याचे पॉलने केलेले वर्णन ऐकून मी चकित झाले. हे नवे साधन चिला आणि तेंदसिन अतिशय कौशल्याने हाताळत होते. इतरांची मात्र थोडी गडबड उडत होती. ताशीने सर्वांत सोपा उपाय अनुसरला आणि वाटी थेट तोंडाशी नेत चॉपस्टिकने अन्न तोंडात ढकलले. सगळ्यात वाईट अवस्था होती माझ्या वडिलांची. त्या निसरड्या नूडल्स चॉपस्टिकमध्ये पकडून खाणे ही त्यांच्यासाठी भलतीच कसरत ठरत होती.

आमची सहल सुरू झाल्यापासून सतत हसतमुख असणाऱ्या आमच्या चालकाचा संयम अफाट होता. किंबहुना आमच्या बच्चेकंपनीच्या सहवासाची तो मजा लुटत

होता. “तिबेटमध्ये अन्य प्रवाशांना घेऊन फिरण्यापेक्षा या आनंदी मुलांना घेऊन फिरणं मला आवडतं. पर्यटक नेहमीच काही ना काही कुरकुर करीत असतात,” असे तो म्हणाला खरे, पण कदाचित हे विधान करण्यात त्याने जरा घाईच केली.

चिलाने मागची रहदारी दाखविणाऱ्या आरशाचे लवकरच तीन तेरा वाजविले आणि वारंवार नैसर्गिक विधीसाठी थांबे घेत आमचा प्रवास सुरू असतानाही ताशीने चड्डी ओली करून आम्हाला वैताग आणला. असे असूनही त्सेरिंगचे विनोद सुरू होते आणि त्याचा आनंदी चेहरा कायम होता.

दरम्यान, पॉल व माझा संयम आणि शांतता आता ढळली होती. प्रवासातील या छोट्या-छोट्या आपत्तींमुळे आम्ही त्रासून गेलो होतो.

अखेर आम्ही चिलाच्या गावात आलो, त्याच्या आईला तिच्या अनेक पिशव्यांसह उतरविले. तिने देऊ केलेला लोण्याचा चहा प्यायलो. दुसऱ्या दिवशी आम्ही चिलाच्या वडिलांना घ्यायला येणार होतो. ते आम्हाला दोन घोडे खरेदी करण्याच्या व्यवहारात मदत करणार होते.

आम्ही तिद्रमच्या दिशेने निघालो. रस्ता म्हणजे केवळ चिखल, पडलेले दगड आणि छोटे छोटे गोटे एवढेच होते. आम्ही अजूनही नदीच्याच मार्गाने जात होतो, पण त्या पाण्याचा प्रचंड वेग बघता ती नदी आपले दोन्ही किनारे उद्ध्वस्त करीत पुढे निघाल्याचे दिसत होते.

त्सेरिंगबद्दल आमच्या मनात कृतज्ञता भरून आली. वाटेत अनेक धोकादायक अडथळे असूनही त्याचे नियंत्रण सुटलेले नव्हते आणि तो अतिशय शांतपणे गाडी चालवीत होता. समोरचा रस्ता एकाएकी अदृश्य झाल्यावरही त्याचे चित्त विचलित झाले नाही. जणूकाही सगळे सुरळीत असल्याप्रमाणे तो गाडी चालवीत राहिला. आम्ही गाडीतील सर्व प्रवासी डावीकडून उजवीकडे आणि पुढून मागे फेकले जात होतो. सर्व मुलांना त्याची फार मजा वाटत होती. अपवाद फक्त तेंदसिनचा. त्याला गाडी लागत असल्याने तो सारखा खिडकीजवळ बसून होता.

आमच्या गाडीत तऱ्हेतऱ्हेच्या सुरावटींचा निव्वळ गोंधळ उडाला होता. सगळे एका वेळी गात होते किंवा एकमेकांशी स्पर्धा करीत गात होते. ज्याचा मधुर आवाज यापूर्वी आमची कायम करमणूक करीत होता तो चिलाच या गोंधळात आघाडीवर होता आणि बेंबीच्या देठापासून ओरडून गात होता. संयमाबद्दल ज्याला सलाम केला पाहिजे तो पाल्डेनही या स्वरांच्या अत्याचाराला अखेर कंटाळून मोठ्याने ओरडला, “खात्सुम!” (गप्प बसा!)

या सर्व गोंधळात अगदी अविचल होते ते माझे वडील. ताशी आणि गाडीचा दरवाजा याच्या मध्ये ते बसले होते आणि भोवतालचा निसर्ग शांतपणे न्याहाळत होते, छायाचित्र घेत होते, नकाशा तपासून बघत होते आणि मस्त मजेत होते.

सुटीचा पूर्ण फायदा घेण्याचा त्यांनी अगदी निर्धार केला होता. एकीकडे नकाशा बघणे आणि दुसरीकडे छायाचित्र काढणे या दोन्ही गोष्टी त्यांना एका वेळी जमेनात तेव्हा त्यांनी नकाशाची घडी घालून तो ताशीच्या हातात सोपविला.

या सगळ्या गोंधळामुळे आणि आवाजामुळे आम्ही इतके कंटाळून गेलो होतो की, आमच्या गाडीतील दोन प्रवाशांचा जो मन:पूर्वक संवाद सुरू होता त्याकडे आमचे लक्षच गेले नाही. ताशी आणि माझ्या वडिलांमध्ये उत्साहाने चर्चा सुरू होती. ताशी तिबेटी भाषेत बोलत होता आणि वडील जर्मन भाषेत त्याला उत्तर देत होते. एकमेकांची भाषा त्यांना समजत नव्हती, पण त्याचा त्यांच्या संवादावर काहीही परिणाम होत नव्हता. जो काही संवाद सुरू होता, त्यामुळे ताशी पूर्वीपेक्षा अधिक सावध आणि उत्साही दिसत होता. ते दोघेही खूप छान दोस्त झाल्याचे दिसत होते.

या दुबळ्या, बुजऱ्या मुलाकडून तीन सलग, अर्थपूर्ण शब्द म्हणवून घेणे आम्हाला आजवर शाळेत जमले नव्हते आणि आता मात्र तो सहजतेने मस्त बोलत होता! आतापर्यंत त्याचे डोळे सक्तीने बंद होते. त्याला जगापासून स्वत:ला असे दूर का ठेवायचे होते? मला या बाबीचे नेहमी आश्चर्य वाटायचे आणि या प्रश्नाचा छडा लावायचा असे मी मनोमन ठरविलेही होते. पण आता, या क्षणी मात्र त्याच्यात आमूलाग्र परिवर्तन घडले होते. तो आयुष्याची मजा घेताना दिसत होता. रस्त्यावर प्रत्येक वेळी गाडी उडाली की तो आनंदाने ओरडत होता. गाडी जेवढी हिंदकळत आणि हलत होती तेवढा तो अधिक खूश होत होता. पण बाकीची मुले मात्र आता घाबरू लागली होती. त्यांची गाणी बंद झाली आणि जो-तो आपली जागा घट्ट धरून बसला होता. आत्मविश्वासाचा नव्याने साक्षात्कार झालेला ताशी मात्र मोठ्याने गात होता, विनोद सांगत होता.

सूर्यास्तापूर्वी आम्ही तिद्रमला पोचलो. हा औष्णिक स्पा ल्हासातील नागरिकांना फार आवडतो. हा रस्ता आम्हाला एका उंचीवरील पठारावर घेऊन गेला. या पठाराच्या शेवटी एक खोल निमुळती दरी होती आणि त्या दरीला उंच सुळक्यांनी वेढले होते. या अद्‌भुत निसर्गचित्रात सर्वांत उठून दिसत होती ती वीस हजार फूट उंचीची पर्वतशिखरे आणि त्यातून फेसाळत खाली धावणारा धबधबा. त्या धबधब्याच्या रोरावणाऱ्या आवाजाने आम्ही सगळे चकित झालो! त्या सुळक्याच्या टोकाला नन्सतर्फे एक छोटी इंग्रजी माध्यमाची शाळा चालविली जात होती. तेथे असलेल्या गरम पाण्याच्या झऱ्यांची त्या काळजी घेत होत्या आणि तेथे येणाऱ्या पर्यटकांना ढेकूण असलेले पलंग भाड्याने देत होत्या. आम्ही दहा लोकांनी मिळून आठ पलंग भाड्याने घेतले. आमची चार मुले दोन डबल पलंगांवर झोपणार होती. सगळा हिशेब अगदी सोपा होता. आमची सहल सुरू होण्यापूर्वी ताशीला अंघोळ घालून नवे कपडे

घातले होते. आम्ही जेव्हा कोण कोणाशेजारी झोपणार याचे नियोजन करू लागलो तेव्हा एकूणच खळबळ माजली.

''नाही. मी ताशीशेजारी बिलकूल झोपणार नाही. त्याच्या अंगाला फार दुर्गंधी येते,'' चिला म्हणाला.

नोरबू आणि तेंदसिन मात्र ताशीशी खूप प्रेमाने वागत होते, किंबहुना त्यांनी त्याला जणू दत्तकच घेतले होते. त्याला हात धरून शाळेत नेणे, अंगणात किंवा बागेत त्याच्याशी खेळणे आणि त्याला संडासापर्यंत जाताना सोबत करणे या गोष्टी ते आवर्जून करीत. जे मनात येईल ते स्पष्टपणे बोलणारा चिला मात्र या वेळीही ताशीवर ताशेरे ओढणे सोडत नव्हता. ताशीला अजून त्याच्या नैसर्गिक विधीच्या गरजा नीटशा कळत नसल्याने त्याचा पलंग संडासातच ठेवावा, त्यामुळे त्याची सोय होईल आणि इतरांचा त्रास कमी होईल, अशी चिलाची सूचना होती.

ताशीने आपल्या सवयी बदलल्या आहेत आणि काही 'भलते-सलते' घडण्यापूर्वी ताशी आपल्याला इशारा देईल, असे मी इतरांना समजावून सांगत असतानाच एक दुर्गंधीची जोरदार लाट आमच्या अंगावर आली. त्याबरोबर ताशीकडे वाकून बघत चिला मोठ्याने ओरडला, ''नक्की, तो आपल्याला इशारा देईल. ताशीला दुर्गंधी येतेय. ताशीला दुर्गंधी येतेय.''

पराभवाच्या भावनेने माझा कबजा घेतला. ताशी एकदम रागाने लाल झाला आणि त्याने उरलेली पूर्ण संध्याकाळ आपले डोळे मिटून घेतले. जणू हा त्रास पुरेसा नव्हता म्हणून की काय, चिला त्याच्या डोक्यावर टपला मारीत गाऊ लागला, ''ताशीने त्याची चड्डी खराब केली... ताशीला दुर्गंधी येतेय...''

पॉल आणि मी रागावून चिलाला इतर मुलांपासून दूर घेऊन गेलो. ताशी पुन्हा आपल्या कोशात शिरला आणि मगाशी त्याच्या चेहऱ्यावर दिसणारा आत्मविश्वास पुन्हा पार मावळला. आता तो पुन्हा नव्याने निर्माण करावा लागेल. सौम्य स्वभाव असलेल्या तेंदसिनला आम्ही ताशीच्या शेजारी बसायला पाठविले. तेंदसिन हा एक गोड आणि सगळ्यांमध्ये मिसळणारा मुलगा होता. कोणत्याही मुलाला काही हवे असेल, तर तो आमच्याकडे येण्यापूर्वी तेंदसिनकडे जात असे. रात्री वेळी-अवेळी मध्यरात्री नैसर्गिक विधीसाठी जायचे असल्यास तेंदसिनला ते उठवत आणि सोबत मागत. कारण सगळ्यांनाच भुतांची भीती वाटत असे! त्याला एवढी मागणी होती की, रात्री झोपताना आपण कपडे न बदलता झोपू म्हणजे रात्री कोणी उठविलेच तर तीन-तीनदा कपडे बदलावे लागणार नाहीत, असे तेंदसिनने आम्हाला सांगितले होते.

२१

पाऊस आदल्या रात्री थांबला होता आणि आता आमचा परतीचा प्रवास सुरळीत पार पडेल अशी खात्री त्सेरिंगला वाटत होती. तिबेटमध्ये पाऊस थांबताच नदीची पातळी तातडीने कमी होते आणि किनारे दृष्टीस पडू लागतात. पण चिखलाची मऊ जाड दुलई पांघरलेले रस्ते मात्र कमालीचे निसरडे असल्याने त्यावरून कोणतेही वाहन नेणे फार धोक्याचे असते, विशेषत: ज्यामध्ये व्रात्य अशी मुले भरली आहेत अशी गाडी नेणे तर अशक्यच! पण लवकरच हा त्रासदायक पट्टा हास्य मैफलीत रूपांतरित झाला. दरवेळी, गाडी चिखलात रुतली की, मुले गाडीबाहेर पडून आपल्या इवल्या हातांची शक्ती लावून ती स्टेशन वॅगन पक्क्या मैदानावर आणीत होते.

अपेक्षेपेक्षा प्रवासाला जास्ती वेळ लागला. आम्ही निघाल्यावर काही तासांनी चिलाच्या खेड्यात आलो जेथे आम्ही सरळ ठरवलेल्या कामालाच भिडलो. ते होते, घोड्यांची खरेदी. चिलाच्या वडिलांनी निवडलेला घोडा फिकट तपकिरी रंगाचा होता. त्याच्या मानेवरील आयाळ गडद तपकिरी होती. एक जरा अधिक तरुण होता, त्याचे वय तीनपेक्षा अधिक नसावे. चिलाचे काका त्याची भरपूर किंमत मागत होते. सर्व तिबेटी लोंकांप्रमाणे तेही आम्हाला श्रीमंत युरोपियन सगजत होते. आम्ही श्रीमंत नाही, निव्वळ अनुदाने व देणग्या यावरच आमचे अस्तित्व आहे आणि ते मिळविणे सोपे नाही हे त्यांना समजावून सांगण्यात आमचा बराच वेळ गेला.

''माझं कुटुंब खूप मोठं आहे. त्यात माझ्या वृद्ध, अंध आजीचाही समावेश आहे. या शहाण्या आज्ञाधारक घोड्यावर आमचा सर्वांचा फार जीव आहे. त्याला आमच्यापासून तोडणं खूप त्रासदायक होणार आहे.''

हे सगळे ऐकून मी गप्प झाले. येथे आल्यापासून मी स्वत:ला तसे शिक्षणच दिले आहे. बराच वेळ घासाघीस केल्यावर तो जरा वाजवी किंमत घ्यायला तयार झाला. मग आम्ही आणखी वाटाघाटी करीत, घोड्याबरोबर त्याचे खोगीर, लगाम आणि परतीच्या वाटेवर घोड्याला खाऊ घालण्यासाठी 'साम्पा' हे सगळे देण्याचे मान्य करीत हा सौदा झाला. चिलाच्या वडिलांकडून आम्ही एक सात वर्षांची

घोडीही विकत घेतली. छान जोपासना केलेल्या या घोडीच्या अंगावर तुकतुकीत, चमकदार लव होती. आमचा सौदा खूप छान झाला असे आम्हाला वाटत होते. एकाच्या किमतीत आम्ही दोन घोडे घेतले होते. शिवाय खोगीर, लगाम आणि चाऱ्याची पोतीही मिळाली होती.

पाल्डेन आणि माझे वडील हे स्टेशन वॅगनमधून घरी रवाना झाले होते. मी आणि पॉल घोड्याच्या पाठीवर स्वार होऊन निघालो. आमचे घोडे मजेत वेगाने रस्त्यावरून धावत होते, पण एका टप्प्यावर आल्यावर मात्र, आमच्या प्रयत्नांना अजिबात दाद न देता ते रस्त्याच्या कडेला उतरले, ते बहुतेक त्यांच्या नेहमीच्या चरायच्या कुरणाकडे निघाले असावेत. पर्वतावर झपझप चढणाऱ्या बोकडांप्रमाणे त्यांनीही तो अरुंद, खडकाळ रस्ता भोवताली धोके असूनही पार केला. त्यांना परत रस्त्यावर आणण्याचे आमचे कसोशीचे प्रयत्न व्यर्थ गेले. त्यांना परिचित असलेल्या गवताळ रस्त्यावरून जाण्याचा त्यांचा निर्धार दृढ होता आणि आम्ही तो अजिबात बदलू शकलो नाही.

त्यांचे चरणे झाल्यावर या पहाडी घोड्यांनी जणू एकदम संपच पुकारला. ते पेंगुळल्याप्रमाणे आणि अंगात थंडी भरल्याप्रमाणे वागू लागले. त्रस्त झालेल्या आणि पूर्णपणे असहकार पुकारलेल्या या घोड्यांना पुढे नेण्याचे आमचे सर्व प्रयत्न फोल ठरले. बऱ्याच वेळानंतर, खूप चुचकारल्यावर आणि लाड केल्यावर, संयम दाखवून त्यांना प्रोत्साहन देणारे आवाज काढल्यावर या मनस्वी घोड्यांना आम्ही आमच्या परतीच्या मार्गावर आणू शकलो. आम्ही सुटकेचा निःश्वास सोडतो ना सोडतो तोच एक नवा अडथळा दत्त म्हणून समोर ठाकला. आणि तो होता, एका छोट्याशा, खळखळणाऱ्या झऱ्याचा. एखादा कुत्रासुद्धा एका झेपेत सहज ओलांडू शकेल इतपतच मोठा असलेला तो झरा दुर्लक्ष करण्याजोगा होता. नुकताच या घोड्यांचा नाठाळपणा आणि त्यांचा पेंगुळलेपणा याला तोंड दिल्यावर एक नवी समस्या आमच्यापुढे ठाकली होती. पाण्याबद्दल त्यांना वाटणारे तीव्र भय, हे आमच्यासाठी अनपेक्षित होते. पण त्यांच्या या नव्या पवित्र्याने अजिबात विचलित न होता, या वेळी थोडा अधिकार आणि अधीरता दाखवत मी माझ्या उद्धट घोडीला पाण्याच्या पलीकडे नेण्यात यशस्वी झाले. पॉलचा घोडा मात्र फारसा प्रतिसाद देत नव्हता, त्यामुळे मी त्या तथाकथित पलीकडच्या काठावर त्याची वाट बघत थांबले.

आम्हाला आलेला थकवा आणि आमची गती अतिशय मंद असूनही दुपार कलेपर्यंत आम्ही पुढील खेड्यात पोचलो. आम्हाला खूप भूक लागली होती. मग आम्ही एक खाण्याची जागा शोधून काढली. तेथे आम्हाला अतिशय चविष्ट चिनी पद्धतीने भाजलेल्या बोकडाचे मांस खायला मिळाले. आम्ही जेवत असताना अनेक ग्रामस्थांनी पुढे येऊन आमच्या घोड्यांकडे लक्ष देण्याची जबाबदारी स्वेच्छेने स्वीकारली.

आतिथ्यशीलता दाखविण्याची ही एक लोभस तिबेटियन पद्धत आम्हाला फार आवडली आणि आमच्या प्रवासात जेव्हा जेव्हा ती आढळली तेव्हा आम्ही तिला दाद दिली.

अंगात उत्साह आल्याने आणि पोट छान भरल्याने आम्ही सूर्यास्तापर्यंत पुढे जाण्याचे ठरविले. तंबू ठोकण्यासाठी योग्य जागा शोधण्याचा आमचा इरादा होता. एका दगडी भिंतीने वेढलेला छान गवताळ पट्टा पॉलने त्यासाठी निवडला. आपल्याला येथे निवांत झोपता येईल व घोडे चोरांपासून रक्षण मिळेल असे त्याचे म्हणणे होते. त्या छानशा जागी पोचण्यासाठी आम्हाला एक तीव्र चढण पार करणे गरजेचे होते. त्या चढणीने पुन्हा आमच्या नखरेल घोड्यांपुढे एक प्रश्न निर्माण केला. हा शेवटचा प्रयत्न आम्हाला आमच्या मुक्कामी नेणार आहे हे जणू समजल्याप्रमाणेच या थकलेल्या घोड्यांनी आपला विचार बदलून, भीतीचे कोणतेही लक्षण न दाखविता ती तीव्र चढण पार करण्याचा निश्चय केला. त्या गवताळ पट्ट्याच्या तळाशी प्रसिद्ध गरम पाण्याचा झरा होता. वेगाने खाली उतरणाऱ्या त्या झऱ्याची खळखळ कानावर पडत होती.

ती एक थंड, स्तब्ध रात्र होती. असंख्य ताऱ्यांनी आकाश लखलखत होते. तंबू ठोकून आम्ही पहुडलो. घोड्यांच्या गळ्यातील घंटांचा निनाद, त्यांची फुरफुर आणि खळाळणाऱ्या झऱ्याचा आवाज ऐकत-ऐकत गाढ झोपी गेलो.

त्या दिवशी पॉलचा वाढदिवस होता. त्याने तिशी गाठली होती. पॉल ज्या देशात जन्मला त्या हॉलंडमध्ये जर एखादा पुरुष तिशीत पोचूनही अविवाहित असेल तर त्याचा उल्लेख बीफ (Beef) असा केला जातो, असे पॉलने मला सांगितले. पॉलला वाढदिवसाचे फारसे कौतुक नव्हते, असे तो म्हणाला, पण त्याच्या तीन इच्छा होत्या. पहिली – उद्याची सकाळ सुंदर, सूर्यप्रकाशात झळाळणारी असावी, दुसरी – आमच्या घोड्यांनी शहाण्यासारखे वागावे आणि तिसरी – सर्वांत महत्त्वाची, दुसऱ्या दिवशी संध्याकाळी आम्हाला कुठेतरी टीव्ही दिसावा, म्हणजे त्याला विश्वचषकाचा सामना बघता आला असता! पहिल्या दोन इच्छा एका आशावादी माणसाच्या होत्या, तिसरी मात्र फारच तऱ्हेवाईक! या जंगलात आम्हाला टीव्ही कुठे दिसणार होता?

दुसऱ्या दिवशी सकाळी आम्ही उठलो तेव्हा प्रसन्न हसणाऱ्या अनेक स्त्रिया आमच्याभोवती उभ्या होत्या. त्यांच्या हातात गरम पाण्याने भरलेला थर्मास होता. आम्ही नक्कीच त्यांची उत्सुकता चाळविली होती. आमच्याबरोबर नाश्ता करण्याचा त्यांचा इरादा होता. आम्ही त्यांचे मनापासून आभार मानून आमच्या घोड्यावर स्वार झालो. सूर्य छान तळपत होता आणि आमच्या प्रयत्नांशिवायच घोड्यांनी चांगला वेग पकडला होता. म्हणजे, पॉलच्या पहिल्या दोन्ही इच्छा प्रत्यक्षात आल्या होत्या. दुपारनंतर, पॉलचा घोडा थकल्याची लक्षणे दिसू लागली. तो रस्त्यावरून खाली

उतरू लागला. माझ्या घोड्याबरोबर येण्यासाठी त्याला बराच वेळ लागू लागला.

त्यामुळे उरलेली वाट घोड्यांना विश्रांती देत पायी चालण्याचे आम्ही ठरविले. शेजारच्या शेतात काम करणाऱ्या लोकांना ओलांडून आम्ही पुढे निघालो. मेड्रोगोंगा हे जवळचे खेडे दोन तासांपेक्षा जास्त अंतरावर असल्याचे आम्हाला त्यांच्याकडूनच समजले. "पण या घोड्यांसह ते गाठणे शक्य नाही," मी म्हटले आणि माझा अंदाज अगदी बरोबर होता. सूर्य दिवसभर तळपत होता, त्यामुळे आमचे घोडे चांगलेच तहानलेले होऊन खूप थकले होते. एखादा छोटासा अडथळासुद्धा त्यांना वाटेत थांबविण्यास पुरेसा होता. मग पुन्हा आदल्या दिवशीप्रमाणे त्यांची लाडीगोडी करणे, त्यांना चुचकारणे सुरू झाले.

मेड्रोगोंगा सहा मैलांवर असताना पॉलने घोड्यावरून उतरून चालत जाण्याचा निर्णय घेतला. घोड्याचा लगाम हातात धरून तो त्याला ओढत होता. आम्हाला गावात पोचायला दोन नाही, तब्बल पाच तास लागले! पॉलचे हात सोलवटून, रक्ताळले होते.

थकून-भागून काहीशा निराश मन:स्थितीत आम्ही त्या मुख्य रस्त्यावरून चालत असताना एकाएकी, कुठून ते ठाऊक नाही, पण वाऱ्याच्या एका प्रखर झोतामुळे उठलेल्या वाळू आणि कचऱ्याच्या ढगात आम्ही गुरफटून गेलो. आम्ही घोड्यांना जेमतेम एका दणकट झाडाला बांधू शकलो. या आकस्मिक हल्ल्यापासून ते झाड त्यांचे रक्षण करू शकेल असा इरादा त्यामागे होता. आम्ही एका रेस्टॉरंटच्या आश्रयाला गेलो. नेहमीप्रमाणे पोटात अन्न आणि थोडी विश्रांती मिळाल्यावर आमची मन:स्थिती सुधारली. गावात थोडा शोध घेतल्यावर एका छोट्याशा हॉटेलमध्ये काही युआन (तिबेटी चलन) भरल्यावर आम्हाला एक खोली मिळाली. आपल्या तिसाव्या वाढदिवशी व्यक्त केलेली तिसरी इच्छा पूर्ण करण्याचा निर्धार केलेल्या पॉलने त्या हॉटेलमधील मालकाला त्याला मध्यरात्री उठवायला सांगितले. फुटबॉलचा सामना बघण्यासाठी तो काहीही करून मार्ग काढणार होता. कुठे जायचे ते ठाऊक नसूनही कसेही व काहीही करून तशी जागा शोधण्याचा ध्यासच त्याने घेतला होता. अत्यंत दमल्याने, जमिनीवर पाठ टेकताच आम्ही गाढ झोपलो. मध्यरात्री आम्हाला जागे करणारा गजर एका छोट्या मुलाच्या रूपात आला. तो सर्व शक्तिनिशी पॉलला उठविण्याचा प्रयत्न करीत होता. अतिशय थकल्याने आणि तो मुलगा ज्या चिनी भाषेत बोलत होता त्यातील एक शब्दही न समजल्याने पॉलने त्याला भीक घातली नाही. पण त्या मुलाने त्या सामन्यांसाठी रचलेले 'ओले... ओले' गाणे सुरू करताच तो ताडकन उठला.

"तू वेडा आहेस. आपण कुठे आहोत तुला ठाऊक आहे ना?" मी पॉलला म्हटले.

"मला एकदा प्रयत्न नक्की करायचाय," पॉल म्हणाला. आम्ही कपडे चढविले आणि झोपेत चालणाऱ्या माणसांप्रमाणे रात्रीचे भटकायला निघालो. आणि... काय आश्चर्य, पॉलने अशी एक छोटी टपरी शोधून काढली जेथे काही तिबेटी माणसे एका इवल्याशा कृष्णधवल टीव्हीला डोळे लावून सामना सुरू होण्याची प्रतीक्षा करीत होती.

त्या क्षणी पॉल अक्षरश: स्वर्गात विहरत होता. मध्यरात्र उलटून गेल्याचे त्याला भान नव्हते. आमच्या फुरफुरणाऱ्या लहरी घोड्यांसह सगळ्यांशी जमवून घ्यायची आता त्याची तयारी होती. अतिशय आनंदी, फुटबॉलवर वेड्यासारखे प्रेम करणाऱ्या या माणसाची वाढदिवसाला व्यक्त केलेली तिसरी इच्छा आश्चर्यकारकरीत्या पूर्ण झाली होती आणि तीही जगाच्या दुसऱ्या टोकाला असताना!

सकाळपर्यंत, काल रात्रीच्या धाक घालणाऱ्या ढगांची जागा स्वच्छ निळ्या आकाशाने घेतली होती. त्या आकाशाने जणू आम्हाला सुंदर सोनेरी दिवसाचे आश्वासन दिले. जरी थोडीच विश्रांती मिळाली होती तरी खुशीत असल्याने नव्या जोमाने आम्ही प्रवास सुरू केला. कोणत्याही संकटाला तोंड द्यायला आता आम्ही तयार होतो. नदीचे किनारे वाहून गेले असल्याने आम्हाला नाइलाजाने अनेक ठिकाणी धबधबे पार करावे लागले.

त्या रात्रीने आमच्या घोड्यांच्या मनातील पावसाची भीती पूर्ण घालवून टाकली असावी. कारण आता वाटेत येणारे नद्यांचे प्रवाह ते सहजपणे ओलांडत होते. आम्ही ज्या खेड्यापर्यंत जाऊ इच्छित होतो ते क्षितिजावर दिसू लागले तेव्हा सूर्य निरोप घेत होता. आम्ही एका ग्रामस्थाला थोडे पाणी मागितले. त्याने दुसऱ्याला बोलविले, त्याने आणखी दुसऱ्याला आणि आम्हाला काही कळायच्या आत आमच्याभोवती चाळीस उत्सुक लोकांचा घोळका जमला. यापूर्वी असा घोळका जमल्यावर मी एकदम गप्प होत असे, पण या वेळी पंचवीस मैलांचा खडतर प्रवास केल्यावर आणि तोही घोड्यावरून केल्यावर, मला काही बोलायची पण इच्छा होत नव्हती. मला गुदमरल्यासारखे होऊ लागले. त्यापेक्षाही महत्त्वाचे म्हणजे, माझ्याकडे बोट दाखवत दोन चिनी तरुण मुलींनी जणू हुकूम केला, 'ए, इकडे बघ.' मी कोणत्याही प्रकारचा प्रतिसाद न देता घोड्यांना चारा भरवत राहिले. त्या थाटात आणि आगाऊपणे केलेल्या हुकमापाठोपाठ मला उद्देशून काही शेलकी शेरेबाजी सुरू झाली. "चल, जाऊ दे, ही मुलगी मूर्ख दिसतेय. तिला हाक मारल्यावर साधे मान वर करून बघता येत नाही."

बस्स! एकाएकी माझ्या प्राथमिक शाळेतील आठवणी माझ्या मनात जाग्या झाल्या. माझे शाळकरी मित्र-मैत्रिणी कायम माझ्या माघारी माझी थट्टा करीत, ज्या ठिकाणी मी अडखळून पडेन अशा ठिकाणी मला घेऊन जात.

"ए इकडे बघ. मला वाटतं ती अंध असावी. मूर्ख कुठली," ती चिनी मुलगी पुन्हा ओरडली.

"इकडे पाहा, इकडे वरती," असे म्हणत तरुण तिबेटी माझ्याभोवती गोळा होत होते. वाशेळ्या लोण्यात बरबटलेली बोटे माझ्यापुढे नाचवत होते. प्रौढ आणि मुलांचे ते कोंडाळे मला अधिकाधिक घेरत होते. पॉल आता कुठे होता नेमका? मला आता त्याची नितांत गरज होती. तो माझ्यावर घोड्यांना चारा घालण्याची जबाबदारी सोपवून स्वत: गावाची ओळख करून घ्यायला गेला होता. आता मी एकटी असल्याने मला भयाने घेरले होते. आता मला एकच गोष्ट करायची होती, लवकरात लवकर इथून पळ काढणे. जणू माझ्या मनातील भावना ओळखल्याप्रमाणे पॉल एकदम तेथे आला आणि मग गावकऱ्यांच्या आवाजाची जात एकदम बदलली. मला हिणवणारा हा आवाज एकाएकी मऊ झाला. याचे कारण पॉलची दणकट, तंदुरुस्त शरीरयष्टी. आपल्या घरात आम्हाला थारा देऊ शकणारा एक ग्रामस्थ त्याला भेटला होता. पण मग त्याला एकाएकी आठवले, परदेशी नागरिकांना आपल्या घरात थारा देण्याची कल्पना काही फारशी चांगली नाही. ते ऐकताच मी सुटकेचा नि:श्वास सोडला. माश्या आणि उंदरांच्या सहवासात यापूर्वी काढलेली एक रात्र मला आठवली. मग त्याने, पॉलला नदीजवळील एक मोकळे मैदान दाखविले जेथे आम्हाला आमचा तंबू ठोकता आला असता. आपण आपले घोडे आणि सामान घेऊन त्या मोकळ्या जागी आधी जाऊ, असे पॉलने जाहीर केले. पण माझ्या मनात निर्माण झालेली विलक्षण भयाची आणि अत्यंत अवहेलनेची भावना लक्षात घेता माझा तेथे राहण्याचा कोणताही इरादा नव्हता. "का नाही? आपण प्रथमच मोठ्या समूहाला आपल्याभोवती गोळा करू शकलो आहोत." त्याने विचारले. मी एवढी अस्वस्थ का आहे हेच पॉलला समजत नव्हते. तो चिनी किंवा तिबेटी अशी कोणतीही भाषा बोलत नसल्यामुळे नेमके काय घडले आहे याची त्याला कल्पना नव्हती. त्या लोकांनी परत तोच प्रकार सुरू केला होता, "मी तुला सांगतो, ती अत्यंत मूर्ख आहे. नाहीतर तिने आपल्याकडे नक्की बघितलं असतं." कोणीतरी म्हणत होते. आता हे फार झाले...

"तुम्हीच मूर्ख आहात. मी बघू शकत नाही हे तुम्हाला दिसत नाही?" मी ओरडले.

माझ्यासारखी 'मूर्ख' स्त्री त्यांना त्यांच्या स्थानिक भाषेत उत्तर देत होती याचा त्यांच्यावर काहीही परिणाम झाला नाही.

"दिसू शकत नाही? मग तुम्ही डॉक्टरांना का भेटत नाही?" कोणीतरी विचारले.

"म्हणून तुम्ही इतका गमतीशीर चश्मा लावला आहे का?" दुसऱ्याने विचारले.

मग मला जाणवले, स्कीईंग करताना घालतात तसा गॉगल घातल्यामुळे त्यांना मी नक्कीच फार विचित्र दिसत असणार!

या सगळ्या घृणास्पद प्रकरणाला थोडे चांगले वळण दिले ते एका सहृदय शेतकऱ्याने. त्याने त्या रात्रीपुरती आमच्या घोड्यांची जबाबदारी घेतली. निम्मे गाव आमचे निरीक्षण करीत असताना आम्ही आमचा तंबू ठोकला. आमच्या गादीत आम्ही हवा भरत असताना सगळे जण आमच्याकडे अचंब्याने बघत होते. दिवस मावळल्यावर सगळे 'प्रेक्षक' घरोघरी गेले आणि आम्हाला विश्रांती मिळाली, ज्याची आम्हाला नितांत गरज होती.

कोंबड्याच्या कलकलाटाने आणि मुलांच्या गोंधळाने आम्हाला दुसऱ्या दिवशी पहाटेच जाग आली. आजूबाजूला बघितले तर काय, आमच्याभोवती पुन्हा माणसांचा गराडा होता. आम्ही शांतपणे चहा पिऊन सामान आवरू लागलो. आमच्या घोड्यांची जबाबदारी स्वीकारलेला माणूस घोड्यांना चारापणी करून त्यांना घेऊन आला आणि आम्हाला सामान चढविण्यासाठी मदत करू लागला.

"तुमचा पुढचा मुक्काम कुठे आहे?" कोणीतरी विचारले. "ल्हासा," असे मी उत्तरताच असा हशा पिकला; जणू मी 'चंद्र' म्हटले असावे. "तुम्ही रात्रीही प्रवास केला तरी तुम्हाला तिथे पोचायला दोन दिवस लागतील." एकाने माहिती पुरविली. तीच 'प्रेरणा' मनात घेऊन आम्ही आमचा प्रवास सुरू केला.

दुपार संपेपर्यंत आम्ही एका मोठ्या रस्त्यावर आलो, ल्हासापासून एक डझनभर मैल अंतरावर. आमचे घोडे आजपर्यंत कधीही डांबरी रस्त्यावर आले नसल्याने पायाखाली तो अनोळखी पृष्ठभाग लागताच ते एकदम दचकून थांबलेच. शांतपणे त्यांना चुचकारून, त्यांचे मन वळवून, एका वेळी एक पाऊल अशा वेगाने आम्ही त्यांना पुढे नेण्यात यशस्वी झालो. आधुनिक काळाचा चमत्कार म्हणता येईल तसा हा सिमेंटचा पृष्ठभाग स्वीकारण्यास या घोड्यांना थोडा वेळ लागला. रस्त्याच्या दोन्ही बाजूंनी सुसाट वेगाने वाहने पळत होती. कोणत्याही साहसात योग्य निर्णय घेण्याचे स्वातंत्र्य फार महत्त्वाचे असते, हे लक्षात घेऊन आम्ही घोड्यांवरून उतरलो आणि त्यांचे लगाम हातात घेऊन चालू लागलो.

"लष्कराच्या बराकींपासून आपण फक्त दीड मैल दूर आहोत आणि आणखी दोन मैलांनंतर आपण ल्हासाकडे जाणाऱ्या पुलावर असू," पॉलने उत्साहाने जाहीर केले. बराकी आल्या आणि मागे पडल्या, पण पूल मात्र अजून दृष्टिपथात येत नव्हता. अंधारून येऊ लागले, गाड्यांचे दिवे लागले आणि वाहतूक अधिक धोकादायक होऊ लागली.

"ल्हासाकडे जाणारा पूल किती दूर आहे?" आम्ही जवानांच्या एका पथकाला विचारले.

“दहा मैल,” सामुदायिक आवाजात ते उत्तरले.

“तिबेटी लोकांना अंतराबाबत काही समज नसावी,” तो पुटपुटला, पण त्यालाच ती समज नसल्याचे सिद्ध झाले. तो पूल खरोखर दहा मैल दूर होता. रस्त्यावरील छोट्यात छोट्या दगडाला ठेचकाळणाऱ्या आमच्या घोड्यांचा वेग चांगलाच मंदावला होता. तेव्हा वाऱ्याच्या एका झोताने पुन्हा आम्हाला धूळ आणि कचऱ्यात लोटले. त्या धुळीच्या तडाख्यातून सुटण्याचा आणि हवेत उडणाऱ्या प्लॅस्टिक पिशव्यांचा मारा चुकविण्याचा पॉलचा प्रयत्न निष्फळ ठरला. सगळीकडून दगडांचा मारा चालू होता. त्याचा असा आवाज येत होता की, काही ऐकू येत नव्हते. मी जर घोडा असते तर नक्की पुढचे दोन्ही पाय उचलून घेतले असते, पण आश्चर्याची बाब म्हणजे अशा कसोटीच्या क्षणी, आमचे लहरी घोडे मोठ्या शौर्याने पुढे जात होते. वावटळ ओसरताच पाऊस सुरू झाला. त्यामुळे वातावरण खूप शांत झाले.

पूर्ण भिजल्यामुळे माझे दात वाजू लागले होते, त्यामुळे घोड्यांऐवजी आता संपावर जाण्याची पाळी माझी होती. उरलेली पूर्ण रात्र रस्त्याच्या कडेला झोपून काढण्याची माझी तयारी होती. किंबहुना आता मी फक्त झोपेचाच विचार करू शकत होते.

मी पुन्हा घोड्यावर बसावे यासाठी पॉलने माझे मन वळविले. मी मोठ्या नाखुशीनेच तयार झाले. मी अक्षरश: गोठले होते, माझ्या हातापायाच्या संवेदना अगदी बधिर झाल्या होत्या. थोड्या वेळानंतर मी पुन्हा घोड्यावरून उतरले. अंतहीन डबकी आणि कचऱ्याचे ढीग तुडवत केलेला प्रवास आम्हाला कित्येक तासांचा वाटत होता. कसेबसे आम्ही मुक्कामी पोचलो तेव्हा अक्षरश: थकल्याने कोसळण्याच्या बेतात होतो आणि भुकेने व्याकूळ झालो होतो. अखेर आम्ही शाळेच्या प्रवेशद्वाराजवळ पोचलो. पहाटेचा एक वाजला होता. अजून जाग्या असलेल्या आमच्या काळजीवाहकाचा त्याच्या स्वत:च्या डोळ्यांवर विश्वासच बसेना. अत्यंत गलितगात्र अवस्थेतील दोन प्राणी या वेळी असे समोर येतील याची त्याने कल्पनाही केली नसेल.

मौज, साहस म्हणून घोड्याच्या पाठीवर सुरू केलेला हा प्रवास हे एक अंतहीन दु:स्वप्न ठरले होते.

२२

आमचा शीण पूर्ण गेल्यावर आणि ल्हासापर्यंत केलेल्या प्रवासाच्या स्मृती थोड्या क्षीण झाल्यावर, एका छान, सोनेरी सकाळी आम्हाला अंगणात वर्ग घेण्याचा मूड आला. आपले अंध सहाध्यायी नेमके काय करीत आहेत हे बघण्याची उत्सुकता असलेली अनाथाश्रमातील मुले धावत तेथे आली. आपल्या बोटांच्या साहाय्याने वाचणाऱ्या आणि कापडी गोल चकत्यांच्या मदतीने लिहिणाऱ्या मुलांना बघून त्यांना खूप मजा वाटली.

ब्रेलमधील तिबेटी अक्षरांची उत्तम ओळख झालेल्या नोरबूवर मी एक जबाबदारी सोपविली होती. ती होती, छोटे लाकडी फळे, चिकटणारे चौकोन आणि कापडी गोल चकत्या कशा वापरायच्या ते सर्व वर्गाला दाखविण्याची. तो आतापर्यंत शाळेत दाखल झालेला सर्वांत तल्लख विद्यार्थी होता आणि त्याला काहीतरी करून दाखविण्याची अतिशय आवड होती. ऐकण्यास उत्सुक अशा मुलांसमोर बोलण्याची महत्त्वाची आणि अधिकृत भूमिका त्याला सोपविली, मात्र तो एकाएकी बुजरेपणा करू लागला. आपल्या बाकामागे लपत, मान वर करण्यास नकार देत तो अगदी हळू आवाजात पुटपुटला, ''पण मला काही येत नाहीय.'' आणि मग सगळ्यात मोठ्या, बारा वर्षांच्या मेटोने सगळी सूत्रे हातात घेतली!

समोर 'श्रोत्यांपुढे' धिटाईने ती उभी राहिली, तिने त्या अनाथ मुलांना बसायला सांगितले आणि अन्य मुलांना शिकवू लागली. तिला शिकविण्याची पद्धत नेमकी ठाऊक होती!

अंध आणि अनाथ मुले या दोहोंनी टाळ्या वाजवत तिला प्रतिसाद दिला. आधी तिने त्या सर्वांना सामुदायिक गाणे म्हणायला लावले, मग त्यांना एकामागून एक बाराखडी म्हणावी लागली. जेव्हा वर्ग सुटला तेव्हा त्या अनाथ मुलांनी, मेटोच्या कामगिरीचे निरीक्षण करायला आलेल्या पाल्डेनला, दोन्ही प्रकारच्या मुलांचा वर्ग एकत्र घेण्याची गळ घातली. त्यांनी अशी गळ घालणे स्वाभाविकच होते आणि त्यामुळे मला आनंदच झाला. या मुलांनी समाजजीवनात लवकरात लवकर मिसळून

जावे हे आमचे उद्दिष्टच होते. या छोट्या लहानशा विद्यार्थ्यांनी आपापल्या गावातील शाळेत जावे या ध्यासाने तर आम्ही काम करीत होतो. आजचा अनुभव आम्हाला प्रेरित करणारा होता. भावी काळात दोन्ही प्रकारची मुले एकत्र येण्याची ती नांदी होती, पण त्यात अनेक, आता अदृश्य असणाऱ्या समस्याही होत्या हे आम्हाला जाणवत होते.

एकाएकी कुठूनतरी चुंग्डा माझ्या शेजारी उभी राहिली. नव्या भूमिकेतील मेटोला काही क्षण बघितल्यावर तिने मला बाजूला घेतले आणि म्हटले, "मला तुझ्याशी काही गोष्टी प्रत्यक्ष बोलायच्या आहेत." मला तिचा स्वर आवडला नाही. पण तरी आम्ही एका रिकाम्या वर्गात गेलो. आत गेल्यावर चुंग्डाने दरवाजे व खिडक्या काळजीपूर्वक लावून घेतल्या.

"काय झालं?" तिच्या स्वराला कटकारस्थानाचा वास आल्याने मी विचारले.

"अनाथाश्रमाच्या कामात पॉलची लुडबुड मला मुळीच मंजूर नाहीय," ती म्हणाली. तिचा हा आक्रमक स्वर ऐकून मी जरा चकितच झाले. आता-आतापर्यंत तिला पॉलचा सहभाग महत्त्वाचा वाटत होता, किंबहुना ती सतत त्याच्या सहवासात राहण्याचा प्रयत्न करीत होती, तिच्या संगणकाविषयी सतत त्याचा सल्ला मागत होती.

"काय झालं? त्याने काही आगाऊपणा केला का?" मी विचारले.

"नाही. पण त्याने ताबडतोब आमच्या हिशेबात लक्ष घालणं थांबवावं हे तू त्याला सांगून टाक लगेच."

"का? मला काही कळत नाहीय. तुला तर त्याची मदत होत होती."

"तो अशा ठिकाणी नाक खुपसतोय ज्याच्याशी त्याचा काहीही संबंध नाही." मला मध्येच थांबवत ती म्हणाली. आता तिच्या स्वरात फणकारा होता. ती वर्गातून निघून गेली. जाताना धाडकन दार आपटून गेली.

बधिर अवस्थेत मी पॉल जेथे काम करतो त्या ठिकाणी आले. पॉलची संगणकातील समज तिलाच तर फार भावली होती. हिशेबाचे काम तर सोपे आहे, असे ती म्हणायची. पण तरी काही गोष्टी सुरळीत करण्यासाठी तिला पॉलच्या मदतीची गरज होती.

"काय झालं?" मी त्याला विचारले. "हिशेबात थोडी गडबड असल्याचं दाखवून दिल्यावर माझे चुंग्डाशी काही मतभेद झाले. सॅब्रिए, वहीत लिहिलेले आकडे आणि प्रत्यक्ष आकडे यात बरीच तफावत आहे. एक उदाहरण देतो, सर्व कर्मचाऱ्यांच्या पगाराच्या रकमा मूळ रकमेपेक्षा जास्त लिहिल्या आहेत. एकाच छताखाली राहणाऱ्या व काम करणाऱ्या लोकांना वेगवेगळा पगार देण्याचा निर्णय लोपसांगने स्वत:च्या मर्जीनं, एकट्यानं घेतला. तो योग्य नाही."

"अगदी सुरुवातीपासून, त्यानेच पगाराचं स्वरूप निश्चित केलं. अंध मुलांसाठी काम करणाऱ्या शिक्षकांना हजार युआन, म्हणजे साधारणत: १०० डॉलर्स महिन्याला असा पगार, तर अनाथाश्रमातील नियमित शिक्षकाला मात्र फक्त २०० युआन पगार. हा पगारातील भेदभाव मला खटकला. विशेषत: तिबेटमध्ये वर्षाला सरासरी पाचशे ते सातशे युआन पगार मिळत असताना तर नक्कीच. पण लोपसांग यामध्ये तज्ज्ञ आहे हे मान्य करीत मी जर्मन शासनाला या भेदभावाचं असं स्पष्टीकरण दिलं की, अंधांना जे शिकवतात त्यांना अधिक प्रशिक्षणाची गरज असते. म्हणून त्यांना अधिक पगार दिला जातो."

लोपसांगने आपली तत्त्वे व्यवहार करताना गुंडाळून ठेवली होती की काय? असा विचार करताना मी गोंधळून गेले होते आणि अस्वस्थ झाले होते. आता आमच्या खात्यात भरपूर पैसा जमा झालाय हे मला ठाऊक होते. जर्मनीतून आम्हाला दोन वेळा निधी आला होता आणि माझे पालक आले होते तेव्हा त्यांनीही मला शब्द दिल्याप्रमाणे माझ्या वैयक्तिक खात्यातून मी सांगितलेली रक्कम काढून आणली होती. एवढेच नाही, जर्मनीत, माझ्याबरोबर काम करू इच्छिणाऱ्या संस्थेनेही मला शब्द दिल्याप्रमाणे निधी दिला होता. एवढे पैसे खात्यात जमा झालेले बघून खूश झालेल्या लोपसांगने आता सगळे काही सुरळीत चालेल याचा मला शब्द दिला होता.

पण तसे झाले नव्हते. पॉलला आणखीही एक, बेचैन करणारा गैरव्यवहार आढळला. हिशेबवहीत फर्निचरसाठी आणि अन्य गोष्टींसाठी जी रक्कम खर्च केलेली दाखविली होती ती प्रत्यक्षात शाळेला मिळालीच नव्हती. उदाहरणार्थ, महत्त्वाची कागदपत्रे ठेवण्यासाठी माझ्या टेबलाला सेफ बसवावा, असे मी सांगितले होते. तो खरेदी केल्याचे वहीत नोंदविले गेले होते, पण तो सेफ मात्र माझ्यापर्यंत कधीच आला नाही.

"होय," चुंग्डाने थोडेसे ओशाळे होत मान्य केले. "पण त्या सेफबाबत जरा कटकट झालीय. ते इथे ठीक आहे." खिडकीच्या तावदानावर टकटक करीत ती म्हणाली, "पण तो सेफ आम्ही तुला देऊ शकत नाही. कारण आम्ही तो उघडू शकत नाही. खरं म्हणजे त्याची किल्ली हरवली आहे."

माझ्या चेहऱ्यावर नक्की अविश्वास उमटला असणार, कारण ती घाईघाईने पुढे म्हणाली, "तुला बघता आलं असतं तर कळलं असतं." पॉलने याचा छडा लावण्याचे ठरविले. तो वेअरहाउसमध्ये गेला आणि सर्वत्र त्या सेफचा शोध घेतला. ज्याचे पैसे दिल्याची नोंद वहीत होती त्यातील बरेचसे फर्निचर त्याला दिसलेच नाही. जे काही त्याला दिसले ते अगदीच बिनमहत्त्वाचे, किरकोळ होते आणि त्याचीही अतिशय फुगविलेल्या किमतीत वहीत नोंद केलेली होती. वहीत जी

किंमत नोंदविलेली होती त्याच्या जवळजवळ निम्म्या किमतीत तेच फर्निचर पॉलने ल्हासात बघितले होते.

'आम्ही तुझ्यासाठी शाळेचं फर्निचर खरेदी करायचं ठरवलं, कारण परदेशी लोकांची इथे फार फसवणूक होते.' चुंग्डाची ही विधाने मला आठवली. एकतर लोपसांग आणि चुंग्डा हे स्वत: त्यांनी टेबल खरेदी केले तेव्हा दुकानात गेले असणार किंवा... मनात आलेले दुसरे वाक्य पूर्ण करण्याची माझी इच्छा नव्हती.

"हे सगळं तू तिच्या मदतीने वर आणलं?" अधिकाधिक बेचैन होत मी पॉलला विचारले.

"शाळेत फर्निचर आणण्यासाठी एक-दोन दणकट माणसांची व्यवस्था करण्याबाबत मी तिला सांगितले तेव्हा तिने उत्तर दिले, 'फर्निचर काही नाहीय...'"

"फर्निचर नाही? वेअरहाउस पण नाही?" मी अधीरतेने विचारले.

"तुझ्यासारखाच मलाही धक्का बसला," पॉल म्हणाला. "आणि तिने दिलेलं जुजबी उत्तर ऐक, जे काही वेअरहाउसमध्ये आहे ते तुटलेलं आणि वापरता न येण्याजोगं आहे, असे ती म्हणाली. मी जेव्हा ते दुरुस्त करण्याचा प्रयत्न केला तेव्हा तिचा पारा चढला आणि ती म्हणाली, 'याच्याशी तुझा काहीही संबंध नाही पॉल, त्यामुळे तू याच्यापासून दूर राहशील तर बरं.' पण सगळं बिंग फुटलं आहे हे तिला समजलं आहे."

या फसवणुकीच्या मोहिमेत सगळ्या गोष्टींचा समावेश होता. मी पुस्तकांच्या शेल्फशिवाय काम चालवू शकते एकवेळ, पण सगळ्यात महत्त्वाचे काय होते तर आमच्या मुलांसाठी गाद्या नव्हत्या, बदलायला चादरी नव्हत्या, मुलांना थेट लाकडी पलंगावर गादीशिवाय झोपावे लागत होते आणि थंडीपासून रक्षण करण्यासाठी त्यांच्याकडे फक्त एक पातळ ब्लँकेट तेवढे होते. मात्र गाद्या व चादरी खरेदी केल्याचा खर्च हिशेबात दाखविलेला होता.

या घटनेने मी अक्षरश: सुन्न झाले होते आणि खूप वेळ एक शब्दही बोलण्याच्या मन:स्थितीत नव्हते. काय निराशाजनक परिस्थिती होती ही! अनिला आणि पाल्डेन यांनी याबद्दल मला काहीच का सांगितले नाही? त्यांच्या राहण्याच्या खोलीची व्यवस्था त्यांनी मला कधीच का सांगितली नाही? आता आम्हाला सर्व काही मिळते आहे, आर्थिक बाजू सुरक्षित आहे, अशा आविर्भावातत मी असताना प्रत्यक्षात मात्र परिस्थिती अधिकाधिक वाईट होत चालली होती... भयंकर वाईट...

पॉल आणि मी शांत राहायचे ठरविले. चुंग्डाशी वाद घालायचा नाही हेही ठरविले. आम्हाला सल्ल्याची गरज होती. आमच्याप्रमाणेच ल्हासामध्ये असलेल्या अन्य मानवतावादी संघटनेत काम करणाऱ्या सहकाऱ्यांचा सल्ला मागण्यासाठी आम्ही गेलो. जी चूक आम्ही केली होती तीच त्यांनीही केली होती. स्थानिक लोकांना

त्यांची संस्था चालविण्यासाठी दिली होती. या कटू अनुभवाने मिळालेला धडा हाच होता, आमचा प्रकल्प आम्हीच चालविणे महत्त्वाचे होते आणि त्यापेक्षाही महत्त्वाची गोष्ट म्हणजे, आम्हाला संस्थेबाहेरच्या एका सक्षम हिशेबनिसाची गरज होती.

मी तातडीने लोपसांगच्या भेटीची वेळ मागितली. मी त्यांना स्पष्टपणे सांगितले, आमच्यासारख्या ज्या प्रकल्पांना परदेशातून अर्थसाहाय्य मिळते आहे त्याच्या बाबतीत हिशेब काटेकोर असणे अत्यावश्यक आहे. थोडक्यात, हिशेबातील त्रुटी गांभीर्याने घेतल्या जातील असेच अप्रत्यक्षपणे सुचविले. यापुढे हिशेबाचा सर्व ताबा पॉलकडे देण्याबाबत मी सांगितले. त्यांनी त्याला विरोध केला नाही. पण तसे सुचविणारा फॅक्स आम्हाला अर्थसाहाय्य देणाऱ्या जर्मन कंपनीकडून आल्यास बरे वाटेल, असे ते म्हणाले. पॉलला आमचा अधिकृत हिशेबनीस म्हणून नियुक्त करणारा फॅक्स दुसऱ्याच दिवशी आमच्या हातात पडला. अर्थात हे सांगायला नकोच, चुंग्डाला याची खबरबात लागताच तिने खूप आदळआपट केली.

''हा काय प्रकार आहे, मला समजेल का?'' ती संतापाने ओरडली आणि त्या फॅक्सचा बोळा करून तिने पॉलच्या पायावर फेकला.

''फार काही नाही, याचा एवढाच अर्थ आहे की, आजपासून हिशेबाचा पूर्ण ताबा माझ्याकडे असेल. मग आमच्या शाळेचं स्वतंत्र खातं बँकेत उघडलं जाईल आणि परदेशातून आम्हाला मिळणारा निधी थेट त्या खात्यात जमा हेईल.'' पॉल म्हणाला, ''आणि मग माझ्या प्रिय मैत्रिणी, तुझ्यावरील कामाचा भार खूप हलका होईल.'' त्याने तिला लटक्या प्रेमाने ऐकविले, ''या सगळ्याचा अर्थ एवढाच आहे की, या पद्धतीने तुम्ही तुमच्या पैशाचं काय हवं ते करू शकता...''

''श्रीमंत होण्याचा सोपा मार्ग...'' असे म्हणत धुमसत तिथून ती निघून गेली....

२३

आमचा प्रकल्प आणि आमची शाळा याची बातमी एव्हाना फार दूरवर पसरली होती. तिबेटमध्ये अंधांसाठी सुरू झालेली ही पहिलीच शाळा हा एव्हाना आंतरराष्ट्रीय कुतूहलाचा विषय ठरला होता. त्यामुळे पत्रकार आणि माहितीपट बनविणारे यांचा ओघ जगभरातून आमच्याकडे सुरू झाला. तिबेटमध्ये कोणालाही, मग भले ते पत्रकार असोत वा परदेशी माध्यमांचे प्रतिनिधी, यांना शासकीय अधिकाऱ्यांच्या अधिकृत परवानगीशिवाय काम करण्याची परवानगी नाही. आणि खरे सांगायचे तर, जर या अधिकाऱ्यांच्या मनात आले तर सर्व परदेशी पत्रकार आणि माहितीपट बनविणारे यांच्यावर बंदी आणून ते त्यांना आपल्या सीमेबाहेर हाकलून देऊ शकतात. जे येथे पत्रकार म्हणून अथवा माहितीपट बनविणारे म्हणून येऊ शकतात, त्यांचे कुठेतरी उत्तम संबंध असतात. पण तरीही त्यांना तिबेटी नोकरशहांच्या असंख्य तपशीलवार चौकश्यांना तोंड द्यावे लागतेच आणि त्यातही सर्वांत महत्त्वाची बाब म्हणजे, येथे येताना खिशातील पाकीट जरा वजनदार लागते.

एके दिवशी, ओले नावाचा एक स्कँडेनेव्हियन पत्रकार आमच्याकडे आला. त्याला आमच्यावर आणि आमच्या शाळेवर एक माहितीपट बनविण्याची इच्छा होती. एकूण व्यक्ती म्हणून तो ठाकठीक वाटल्याने आम्ही त्याची विनंती मान्य केली. थोडा वेळ शाळेचे चित्रीकरण केल्यानंतर ओलेने पुन्हा रविवारी पोटाला पार्क येथे जाणाऱ्या आमच्या सहलीत आम्हाला भेटण्याचे ठरविले. पोटालामध्ये एक मोठे खेळण्याचे मैदान आणि मनोरंजनाचे विविध प्रकार आहेत. त्यामध्ये मुलांना मजा आली असतीच, पण ओलेला त्याच्या माहितीपटासाठी चांगला मसाला मिळाला असता.

रविवारी सकाळी, पॉल आणि मी आपापल्या ऑफिसमध्ये काम करीत असताना ओले पूर्वसूचना न देता आला आणि धापा टाकीत म्हणाला, "माफ करा, पण मी एकटा येणार नाही."

"खरंच? कोणाला बरोबर आणणार?" पॉलने विचारले. ओशाळा होत ओले

नामत्सो तलाव, जगात सगळ्यात उंच ठिकाणी असलेला खाऱ्या पाण्याचा तलाव.
सॅब्रिएने 'पाहून' त्याचं बरोब्बर वर्णन केलं होतं

१९९७, बनाक शूल हॉटेल,
सॅब्रिए आणि पॉल पहिल्यांदा
भेटले तेव्हाचा क्षण

अनिला, सॅब्रिएच्या प्रकल्पातली
सुरुवातीपासूनची साथीदार. ती या
मुलांसाठी आईसारखीच आहे

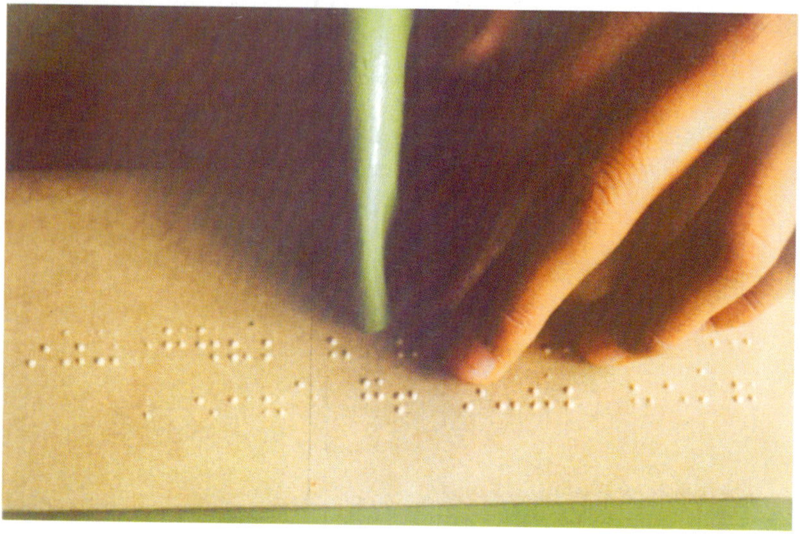

ब्रेल टाइपरायटर

सॅब्रिए, चिलाला ब्रेल शिकवताना

सोनम वेल्क्रो डॉट्सच्या साहय्याने ब्रेल शिकवताना. प्रत्यक्ष ब्रेल शिकण्याआधी मुलांची आवश्यक कौशल्ये विकसित व्हावीत, या हेतूने सॅब्रिए आणि पॉल यांनी हे डॉट्स तयार केले

सॅब्रिए आणि यूडान

ल्हासातील दलाई लामांच्या हिवाळ्यातील प्रासादासमोर, सॅब्रिए विद्यार्थ्यांना काठी कशी वापरायची हे शिकवताना

ग्येंदसेन फूटबॉलशी खेळताना. या बॉलमध्ये एक छोटासा घुंगरू असतो. आवाजानुसार तो शोधणे सोपे जाते

घोड्यावर बसलेला तेंदसिन

चित्रकलेचा पुरेपूर आनंद अनुभवताना

सोनम केस विंचरताना

सॅब्रिए आणि नॉर्डन

नव्या शाळेतील वर्ग. नॉर्डनच्या आईने तिचे घर आम्हाला विकल्याने आम्हाला तिथे मुलांसाठी राहण्याची आणि शिकण्याची चांगली व्यवस्था करता आली

तेंदसिन, ब्रेलची परीक्षा देताना

अंध शिक्षकांपैकी एक सँगपो, नव्या शाळेत वर्ग घेताना.

एक तिबेटी नाटक सादर करणारे विद्यार्थी

ल्हासा दरीत एका गुहेमध्ये
राहणारी एक बौद्ध भिक्खुणी

हिमालयन खिंड, समुद्रसपाटीपासून १७,७०० फूट उंचावर असलेल्या प्रार्थना पताका

म्हणाला, "बीजिंगमधील अधिकाऱ्यांनी माझ्याबरोबर एक माणूस, खरंतर स्त्री ठेवली आहे. ती सतत माझ्याबरोबर असते. ती फार सतर्क आणि सावध असते. प्रत्येक पावलाला माझ्या मागावर असते. दिवसातून एकदा, मी माझ्या खोलीत आहे असं बघून ती कुणालातरी, कुणाला ते ठाऊक नाही, फोन करते आणि माझ्या प्रत्येक हालचालीचा वृत्तान्त देते."

"हे फारच विचित्र आहे. पण मागच्या वेळी तू आलास तेव्हा तू एकटा होतास. तेव्हा ती कुठे होती?" चिडलेल्या पॉलने विचारले.

"त्या वेळी जरा चलाखी झाली," ओले म्हणाला. "मी माझ्या खोलीत आहे असं तिला वाटत होतं, त्यामुळे ती माझा तपशील देण्यात गुंग होती. तेवढ्यात मी सटकलो. अर्थात दुसऱ्या दिवशी तिने माझा चांगला समाचार घेतला आणि तेव्हापासून ती मला डिंकासारखी चिकटली आहे. 'तुम्हा युरोपियन लोकांना हाताळणं फार अवघड आहे, कारण तुम्ही कसं वागाल हे सांगता येत नाही,' असं तिचं म्हणणं आहे. आता ती फारच सावध झाली आहे आणि आज सकाळी मी तिला विचलित करू शकलो नाही."

चिनी नोकरशहांचा अतिशय कठोरपणा आम्हाला ठाऊक असल्याने आम्ही त्याला त्या दिवशी चित्रीकरण न करण्याचा सल्ला दिला. तो खूप खट्टू झाला, पण त्याने ते मान्य केले. तरीही त्याने एका छोटासा कॅमेरा बॅगेत सरकवलाच. "लागला तर..."

मुले जमल्यावर आम्ही ओलेबरोबरच्या त्या बाईला अधिकृतपणे आमंत्रित केले. नम्रपणाने वागल्यास कोणी दुखावले जात नाही, असे माझ्या लक्षात आले आहे आणि आमंत्रण देऊन वा न देऊन ती येणार आहे हे मला ठाऊक होतेच.

खेळण्याचे मोठे मैदान बंद होते, पण आम्ही आमच्या चमूला मग चिनी मनोरंजन पार्कमध्ये नेले. तेथे असलेल्या, एकमेकांवर आदळणाऱ्या गाड्या मोठे हवा भरलेले – ज्यावर उड्या मारता येतील असे खेळणे, केवळ दहा युआनमध्ये मुलांना मनसोक्त खेळण्याचा आनंद मिळत होता. प्रत्येक जण त्या खेळण्यावर उड्या मारीत होता. त्याचा आनंद घेत होता. खरे म्हणजे, अतिशय आदर असलेल्या आमच्या या अंधांच्या शाळेतील मुलांनी त्या खेळण्यांना जणू ताब्यातच घेतले होते. त्यामुळे इतर मुलांना त्यावर चढता येत नव्हते आणि रडत-रडत ती मुले आपल्या आईकडे जात होती. चिलाने त्या रबरी खेळण्याच्या बुडाशी बैठक मारली होती आणि आपल्या आवतीभोवती काय चालले आहे, याचे त्याला जराही भान नव्हते. छोटे प्लॅस्टिकचे चेंडू हवेत उडविण्याची तो नुसतीच कृती करीत होता.

एखादा डोळस मुलगा त्या रबरी खेळण्याच्या जवळ जाण्याचा प्रयत्न जरी करायला लागला तरी चिला त्याच्यावर प्लॅस्टिक बॉलचा मारा करून त्याचा

पाठलाग करीत, त्याच्या संतप्त आईपर्यंत घेऊन जात असे. आमच्या या सहलीला मिळालेले यश बघून मी खूश झाले होते, पण आमच्या गटाकडे नकारात्मक दृष्टीने जाणारे लक्ष मला ओशाळेही करीत होते.

जेव्हा पॉल आणि ओले या दोघांनीही त्या रबरी खेळण्याच्या मजेत सामील व्हायचे ठरविले तेव्हा प्रवेश तिकिटे देणाऱ्या महिलेने आपला जोरदार निषेध नोंदविला. हे दोन प्रौढ पुरुष आमच्या बेफाम सुटलेल्या अंध मुलांबरोबर त्या रबरी खेळण्यावर दणादण उड्या मारताना बघणे हे दृश्य मोठे 'प्रेक्षणीय' होते. लवकरच त्या खेळण्यांभोवती गर्दी जमली आणि हास्याचे फवारे वातावरणात उडू लागले.

दरम्यान, मी मात्र अनिला आणि ओलेची चिनी गुप्तहेर यांच्यामध्ये असहायपणे उभी होते. समोर जे काही सुरू होते ते त्या चिनी गुप्तहेराला मुळीच मंजूर नसावे.

आमचा तो उड्या मारणारा खुळा गट कमालीचा थकला आणि मग त्यांनी त्या रबरी खेळण्याची मुक्तता केली. ते बघून भोवतालच्या प्रत्येकाने किंबहुना ल्हासाच्या निम्म्या लोकसंख्येने सुटकेचा नि:श्वास सोडला असणार! या गटाला आता थोडी स्वस्थता व शांतता हवी आहे, हे लक्षात घेऊन मी त्यांना बागेत जरा अधिक आत घेऊन गेले आणि एक निवांत जागा शोधली. पण आम्ही आमच्या पिशवीतून खाद्यपदार्थ काढून मुलांना द्यायच्या आत भुकेल्या कबुतरांचा एक थवा भिरभिरत आला आणि त्यांनी त्या खाद्यपदार्थांवर डल्ला मारला. उत्साहाने फेसाळत असलेल्या आमच्या मुलांना किंचाळायला व कबुतरांचा पाठलाग करायला कारणच मिळाले आणि या खेळात ते दोन प्रौढ पुरुषही अर्थात सामील झालेच...!

मी काहीही, अक्षरश: काहीही करू शकत नाही हे लक्षात येऊन मी, अनिला आणि आमच्या मित्राची चिनी एजंट यांच्याबरोबर स्वस्थ राहिले. त्या चिनी मुलीने दरम्यान आपल्या 'टेहळणी मोहिमे'ला तात्पुरता रामराम ठोकला होता. याचा अंदाज आल्यावर एक सेकंदाचाही वेळ न दवडता ओलेने चटकन आपला कॅमेरा बाहेर काढून त्या पक्ष्यांमागे वेड्यासारख्या फिरणाऱ्या छोट्या मुलांची छायाचित्रे काढली.

"आतापर्यंत मी काढलेल्या फोटोतील हे सर्वांत सुंदर फोटो..." तो भारावून म्हणाला, "थँक्यू, काय छान दृश्य आहे! नोरबू, मेटो आणि तेंदसिन कबुतरांमागे वेड्यासारखे धावतायत. आणि त्या दृश्याला पार्श्वभूमी आहे ती, उत्साहाने टाळ्या वाजवत उड्या मारणाऱ्या तिबेटी लोकांची. झकास..."

ओलेच्या या अतिशय सकारात्मक भेटीने मला एका युरोपियन मासिकातर्फे आलेल्या एका पत्रकाराची आठवण आली. आमची जिवंत, मानवी आणि प्रत्यक्ष कृती करणारी छायाचित्र काढण्याच्या इराद्याने तो आमच्या शाळेत आला होता. त्याचे नाव होते एंजेलो. एक कटू आठवण म्हणून हे नाव माझ्या सदैव स्मरणात राहील. जेव्हा मासिकाच्या प्रमुख संपादकाने मला एंजेलोसाठी मुलाखत व छायाचित्राची

वेळ मागितली तेव्हा मी वेळ देऊ केली. अशा प्रासंगिक पाहुण्यांना प्रेरित करण्याचा प्रयत्न, मग ते पाहुणे कुठले का असेनात, चांगलेच असतात असे मला वाटत होते.

खूप दिवसांपासून अनाथाश्रमातील मुलांसह आम्हा सर्वांना बाहेर जायचे होते. एंजेलोच्या मूळ संकल्पनेत हे बसत नव्हते, पण तो आमच्याबरोबर बाहेर यायला तयार झाला. एके सकाळी लवकर आम्ही निघालो. गांडेन येथे जुन्या बुद्धिस्ट विद्यापीठात आम्ही निघालो. त्या पवित्र डोंगरावर जाऊन छोट्या ख्रिश्चन प्रार्थनास्थळांना आणि गांडेनच्या मंदिरांना भेट द्यायची आमची इच्छा होती. सांस्कृतिक क्रांतीत संपूर्ण उद्ध्वस्त झालेल्या या वास्तूचे नुकतेच बांधकाम करण्यात आले होते. ती छायाचित्रे फार उपयोगाची ठरणार नाहीत, अशी शंका आल्याने एंजेलोने आम्हाला एका दृश्यात, एका जुन्या प्रार्थनास्थळाच्या खिळखिळ्या झालेल्या छपरावर चढायला सांगितले. ''वा! फारच छान कल्पना! मग तुमच्या वाचकांसाठी तुम्ही तिथे असताना मी त्या छतावरून उडी मारण्याची कल्पना कशी आहे?'' मी विचारले.

त्याने माफी मागितली आणि त्या दिवशी पुढे चित्रीकरण केले नाही.

दुसऱ्या दिवशी सकाळी सगळी साधनसामग्री घेऊन एंजेलो शाळेत आला, आमचा वर्ग चालू असताना त्याची छायाचित्रे काढायला! दरम्यान, आमचे शेजारी, अनाथाश्रमातील सर्व मुले, एंजेलो आणि त्याची छायाचित्र काढण्याची तऱ्हेतऱ्हेची साधने बघून मोठ्या उत्सुकतेने गुपचूप वर्गात दाखल झाली.

''एवढी मुलं? वा! झकास. माझ्या फोटोसाठी छान रंगीबेरंगी ग्रुप आहे हा...'' एंजेलो उद्गारला. पाल्डेन आणि मी वर्गात शिकविणार होतो. त्याच्या उपस्थितीबद्दल पूर्ण अनभिज्ञ होतो. ते सोपे नव्हते. प्रत्येक वेळी मी एखाद्या मुलाकडे विशेष लक्ष द्यायला गेले की, एंजेलो मला त्याच स्थितीत थांबायला सांगायचा, त्यातही कृत्रिमपणा न आणता त्याचे छायाचित्र चांगले यावे म्हणून सहजतेने वागायला सांगायचा. त्यापेक्षा वाईट म्हणजे तेंदसिनचे डोळे कॅमेऱ्याकडे वळव, त्याने खाली किंवा छताकडे बघावे असे सांगत तो त्या मुलाला त्या स्थितीत खूप वेळ थांबायला लावत असे. हे काय चालू आहे ते बिचाऱ्या तेंदसिनला समजत नव्हते. खरे म्हणजे मलाही ते समजत नव्हते. मला असे मोघमपणे वाटत होते की, अशा माहितीपटासाठी छायाचित्रकाराला आमची नैसर्गिक काम करतानाची छायाचित्रे लागत असतील. शेवटी मी एंजेलोला सांगितले, त्याच्या मासिकासाठी माझी मुले मान वाकडी करून खूप वेळ बसून पोझ देणार नाहीत. तो ज्यांची छायाचित्रे काढतो त्यांच्याकडून असे ऐकून घेण्याची त्याला सवय नसल्याने तो जरा वैतागलाच. जेव्हा सुटीची घंटा झाली तेव्हा सगळी अनाथ मुले गोठ्यातून वासरे सुटावी तशी अंगणात धावत गेली तेव्हा त्याची आणखी चिडचिड झाली!

''तुम्ही काय करताय हे तुम्हाला कळतंय का? असं काम सोडून मध्येच

तुम्हाला निघून जाता येणार नाही,'' तो म्हणाला. मी एकदम मोठ्याने हसले आणि त्याला म्हटले, ''एकतर तू काय म्हणतोयस त्यातील एक शब्दही या मुलांना समजत नाहीय. दुसरं म्हणजे, आता सुटी सुरू झालीय आणि मुलं त्याची वाट बघत होती. कारण हा त्यांचा खेळण्याचा वेळ आहे आणि हाच नियम माझ्या मुलांनाही लागू होतो.''

''माझ्यावर किती दबाव आहे हे तुला ठाऊक नाहीय,'' एंजेलो माझ्यावर उपकार केल्याच्या थाटात बोलत होता. ''निम्म्या जगाचा प्रवास करून खूप कटकटींना तोंड देऊन पैसे खर्च करून मला माझ्या मासिकाच्या संपादकांनी पाठवलं आहे. त्याबदल्यात मला त्यांना उत्तम लेखन आणि जिवंत छायाचित्रं पाठवायची आहेत. त्यामुळे तुझ्या सहकार्याची मला गरज आहे.''

मी विचार केला, त्याचे बरोबर आहे. त्याच्या मासिकासाठी छायाचित्र काढण्याची परवानगी मीच तर त्याला दिली होती. त्यामुळे त्याला सहकार्य करण्याखेरीज माझ्यापुढे दुसरा पर्यायच नव्हता. मग मी अनिलाला म्हटले की, अनाथ मुले गेली असतील तरी चालेल, पण आपल्या मुलांना तू वर्गातच चहा दे. म्हणजे एंजेलोला काही व्यत्यय न येता काम करता येईल. एव्हाना त्याने भरपूर, किमान शंभरेक छायाचित्रे घेतली आहेत असा माझा अंदाज होता. तेवढ्यात अकस्मात वर्गाचा दरवाजा धाडकन उघडून पंधरा सैनिक आत आले आणि त्यांनी आम्हाला घेरले. मी भीतीने गारठलेच. काय घडत होते हे? हे सैनिक कशासाठी आले इथे? मला बाजूला घेत एंजेलो खिन्न होत पुटपुटला, ''हे सगळं माझ्यामुळे घडतंय असं तुला वाटतंय?''

''नाही, ते इथे का आले आहेत याची मला काही कल्पना नाही,'' मी उत्तरले. पण एकदम माझ्या मनात आले, हा तिबेटमध्ये येण्यापूर्वी आवश्यक त्या परवानग्या आणि संमतिपत्रे घेऊन आलाय की नाही?

परदेशी नागरिकांबद्दल मनात नेहमी वाटणारा संशयाचा किडा मनात वळवळत असतानाच वरवर मात्र मी परिस्थितीला धीटपणे सामोरी जात मुलांच्या फळ्याकडे अंगुलिनिर्देश केला. आम्ही इथे कायद्याने मान्य असा प्रकल्प राबवत असल्याचे त्यांना कळावे, आणि आमच्या मनात अन्य कोणताही राजकीय हेतू नाही हे त्यांना आम्हाला सांगायचे होते. मग मी चिनी भाषेचा आधार घेत त्यांना ब्रेलमागची तत्त्वे समजावून सांगू लागले. आश्चर्याची बाब म्हणजे त्यांना त्यात रस वाटला आणि त्यांचा पवित्रा मैत्रीपूर्ण झाला. काही मिनिटांतच ते निघून गेले. त्यांची घुसखोरी हा नित्यक्रमाचाच एक भाग असल्याचे मला नंतर समजले. एक उच्चपदस्थ सरकारी अधिकारी या भागात येणार होते. त्यामुळे सुरक्षिततेचा एक उपचार म्हणून या सैनिकांनी आमच्या शाळेला भेट दिली होती.

या अनपेक्षित प्रकारच्या धसक्यामुळे मी सर्वांनाच थोड्या वेळासाठी सुटी देऊन

माझ्या ऑफिसमध्ये परतले. मी तेथे येऊन दोन मिनिटे होतायत न होतायत तोच अंगणातून एंजेलोचा आवाज माझ्या कानावर आला, ''थांबा, तुम्ही माझी छायाचित्रं घेऊ शकत नाही.'' तो ओरडला. मी धावत बाहेर गेले.

''काय झालं एंजेलो? कोण तुझी छायाचित्रं घेतंय?'' मी विचारले.

''हा माणूस,'' त्याने लोपसांगकडे बोट दाखविले.

''हा माणूस माझा मित्र आणि या शाळेचा संचालक आहे. तू जर शाळेची आणि मुलांची छायाचित्रं घेतो आहेस तर त्यांनाही तुझी छायाचित्रं घ्यावीशी वाटणार. त्यात गैर काय आहे?''

मला एकाएकी त्या माणसाचा, त्याच्या मुलाखत प्रकरणाचा उबग आला आणि लाथ मारून त्याला त्याच्या तथाकथित पश्चिमी संस्कृतीत भिरकावून देण्याची इच्छा झाली! बहुधा त्याला माझा उद्वेग समजला असावा, कारण मग आवाज जरा सौम्य करीत त्याने पॉलची आणि माझी काही छायाचित्रे घेण्याची इच्छा व्यक्त केली. पुन्हा एकदा मी माझा धुमसणारा राग शांत करीत त्याला छायाचित्र काढण्याची परवानगी दिली!

त्याच्या 'उत्कंठापूर्ण' माहितीपटासाठी त्याला आणखी काही छायाचित्रे हवी होती. अंधांसाठी शाळा सुरू करणाऱ्या संस्थापकाचे म्हणजे माझे त्याला घोड्यावर स्वार होऊन तिबेटच्या डोंगराळ टापूतून हिंडणारे छायाचित्र हवे होते. मी पेंडा या आमच्या तबेलाप्रमुखाला बोलावून माझा घोडा आणून त्याला सज्ज करण्यास सांगितले. त्याने पॉलची घोडी आणली. आम्ही त्याचे नाव 'पुंगू' म्हणजे तिबेटी भाषेत 'गाढव' असे ठेवले होते. पुंगू केवळ नाठाळच नव्हती, तर ती बोकडाप्रमाणे नखरे करणारीही होती. ती ज्या घोडीला, ल्हामोला आपली आई मानायची तिच्यापासून तिला दूर नेले की ती जास्तच बिथरायची. ल्हामो मागील कुरणात शांतपणे चरतेय हे लक्षात आल्यावर, पुंगूला लगाम लावताच तिने आम्हाला चावण्याचा प्रयत्न केला. एंजेलोसाठी हे फारच छान, हवे ते घडले होते. त्याला त्याची बिलकूल फिकीर वाटत नव्हती. त्याच्या दृष्टीने ते फारच अफलातून छायाचित्र ठरले असते. एक अंध महिला तिच्या आव्हानात्मक घोड्याला हाताळताना... मला पाठीवरून फेकून देणे हे जिचे एकमेव उद्दिष्ट आहे अशा संतप्त घोडीवर मी अखेर स्वार झाले. अपेक्षेप्रमाणे, तिने आपले पुढचे पाय उंच केले, मग ती धावत सुटली. रस्त्यावरील एक मोठे पाण्याचे डबके तिने एका झेपेत पार केले, जे करण्याचा प्रयत्न तिने एरवी केला नसता आणि ज्या कुरणात तिची दत्तक आई चरत होती तेथे ती वेगाने गेली. या छोट्याशा नाट्याने उत्तेजित झालेला एंजेलो वेड्यासारखी छायाचित्रे काढत होता आणि ओरडत होता, ''छान, फारच छान. आता तुला माझ्याकडे पुन्हा येता येईल?''

दरम्यान, मी मात्र त्या घोडीबरोबर फरफटत होते. "खड्ड्यात जावोत जगातील सर्व मासिकं आणि त्यांचे छायाचित्रकार!" मी वैतागून म्हटले. बहुधा माझ्या संतापाची जाणीव झाल्याने ती घोडी शांत झाली. मग हळूच वळली आणि एंजेलोच्या दिशेने वेगाने निघाली. तिच्या टाचांखाली चिरडता-चिरडता एंजेलो थोडक्यात वाचला आणि त्यानंतर पुंगू त्याच्या शेजारी जाऊन अशी शांतपणे उभी राहिली जणूकाही घडलेच नसावे.

हा सगळा तमाशा बघण्यासाठी अनाथाश्रमातील मुलांनी आमच्याभोवती कोंडाळे केले. आमच्या प्रत्येक हालचालीला ते मोठ्या जल्लोषात दाद देत होते. ते सगळे जण घोडेस्वारी उत्तम जाणत असल्याचे मला ठाऊक असल्याने पुंगूला मी ताब्यात ठेवू शकत नाही याची मला शरम वाटत होती.

मुलेही या सर्कशीचा एक भाग होऊ इच्छित होती, त्यामुळे त्यांनी त्या घोडीभोवती एक कोंडाळे केले. एंजेलोला मात्र अतिशय अनपेक्षित अशी छायाचित्रे मिळत असल्याने तो उत्साहाने निथळत होता. बिथरलेली, बावरलेली पुंगू कडेला सरकत होती. वाटेत येणाऱ्या कोणालाही उडवून देण्याच्या, चावण्याच्या मनःस्थितीत होती. या कोणत्याही प्रकाराने विचलित न झालेल्या एंजेलोने त्या अनाथ मुलींपैकी एका छोट्या मुलीला माझ्या शेजारी उभे करून माझा हात धरायला लावला.

या सर्व नाट्यात आम्ही मॉडेल म्हणून आमच्या भूमिका निभावत असताना, माझ्या मागे असलेला एक मुलगा घोडीवर उडी मारायच्या तयारीत आहे हे आमच्या कोणाच्याही लक्षात आले नाही. पण त्याने ती उडी घेतली आणि तो खोगिरावर माझ्या अगदी समोर बसला. पुंगू एवढी गोंधळली की, या सगळ्या मुलांच्या गोंधळातून आणि माझ्यापासून स्वतःची सुटका करून घेण्यासाठी ती वेगाने एका कचऱ्याच्या ढिगाकडे निघाली. तो भाग अतिशय खडकाळ आहे हे मला ठाऊक होते. त्यामुळे जर मी पुंगूवरून खाली पडले असते, तर नक्कीच माझे एखादे हाड मोडले असते. स्वतःची मांड पक्की करीत मी तिच्या पाठीवरून, काहीही झाले तरी न उतरण्याचा निर्धार केला.

पुंगूने एका झेपेत तो कचऱ्याचा ढीग ओलांडला आणि दुसऱ्या बाजूला ती सुरक्षित, नीट उभी राहिली. मी सुटकेचा निःश्वास सोडला. ते दमट, ओलसर कुरण काही झाडांनी आणि उंच पर्वतांनी वेढलेले होते. ते अगदी एंजेलोला हवे तसे वातावरण होते. तो आमच्या मागे आला नाही हे त्याचे दुर्दैव. त्याला ज्या रमणीय वातावरणातील छायाचित्रांचा ध्यास होता ती मिळू शकली नाहीत.

मी माझ्या ऑफिसमध्ये गेले तेव्हा फारच निस्तेज आणि गबाळी दिसत असावे. मला बघताच माझ्या आईने मला ताबडतोब जाऊन आराम करण्याचा सल्ला दिला, पण तरी अजून एंजेलोचे काम संपले नव्हते. त्याला पॉलचे आणि माझे आमच्या

प्रत्येकाच्या ऑफिसमध्ये काढलेले एक छायाचित्र हवे होते. त्याच्यापासून सुटका मिळविण्यासाठी त्याची मागणी मान्य करणे हा एकच पर्याय होता! तो आम्ही स्वीकारला.

निघायच्या तयारीत असलेल्या एंजेलोने आमचे आभार मानले. कोणी अधिकाऱ्याने येऊन आपल्या कामात व्यत्यय न आणल्याबद्दल आपण सुटकेचा निःश्वास टाकल्याचे निःसंकोचपणे आमच्यापुढे कबूलही केले. ''ते सैनिक जेव्हा शाळेत आले तेव्हा माझं बिंग फुटेल की काय, अशी भीती मला वाटली होती,'' तो म्हणाला. ''का बरं?'' मी विचारले. तो क्षणभर जरा चाचरला आणि मग दिलगिरीयुक्त स्वरात म्हणाला, ''खरं सांगायचं तर, मी पर्यटक व्हिसा घेऊन तिबेटमध्ये आलोय! पण काळजी नका करू, मी माहितीपट नीट बनवेन...''

हे ऐकून पॉल आणि मी अक्षरशः संतापाने पेटलोच... ''आम्हाला आणि तुझी काळजी? छे! तुझी ती लायकीच नाही. आम्हाला आमच्या शाळेची काळजी वाटतेय. तुला ठाऊक आहे, तू आम्हाला किती धोक्यात लोटलं असतंस? जर अधिकाऱ्यांना हे समजलं असतं तर केवळ आमच्या शाळेचंच नाही तर आमचंही तिबेटमधील भविष्य धोक्यात आलं असतं.''

''कृपा करून शांत व्हा. कोणी या प्रकाराला आक्षेप घेणार नाही,'' एंजेलो म्हणाला.

पण ते खोटे होते. कोणीतरी आक्षेप घेतला. त्याच संध्याकाळी पाल्डेनने आम्हाला बातमी दिली. 'माझ्या व पॉलच्या व्हिसाचे नूतनीकरण होणार नव्हते.' आम्हाला या भूमीतून हद्दपार होण्याचे आदेश होते, तातडीने!

२४

एंजेलोने आपला कबुलीजबाब दिल्यावर हे सर्व प्रकरण सुरू झाले.

मी जेव्हा लोपसांगला या ताज्या घडामोडीविषयी सांगितले तेव्हा या अंध मुलांच्या शाळेत आता आपल्याला काडीमात्र रस उरलेला नाही हे लोपसांगने तत्परतेने मला सांगितले. ''तुम्ही माझ्यावर बोजा बनला आहात,'' ते म्हणाले. ''तुम्ही चूक केलीय हे स्पष्ट आहे. त्यामुळेच तुम्हाला हद्दपार करणं या अधिकाऱ्यांना भाग आहे. तुम्ही लवकरात लवकर सोडून जावं हेच बरं.'' त्याने काहीही लपवाछपवी न करता उघडपणे सांगितले. ''काठमांडूला जाऊन नव्यानं व्हिसासाठी अर्ज करा एवढंच मी सांगू शकतो.''

''आणि पॉल तू, तू पुन्हा या देशात पाय न ठेवलेला बरा,'' संभाषणात हस्तक्षेप करीत चुंग्डा म्हणाली.

''तुझ्या सल्ल्याबद्दल धन्यवाद!'' तिला तोडून टाकत पॉल उत्तरला.

''मी सॅब्रिएइतकाच या प्रकल्पाचा भाग आहे आणि या प्रकल्पाकडे पाठ फिरवण्याचा माझा कोणताही इरादा नाही.''

आम्ही जेथे काहीतरी अर्थपूर्ण घडवू बघत होतो अशा देशातून हकालपट्टी होणे ही फार निराशाजनक बाब होती. त्या दिवशी संध्याकाळी, दगडाच्या बुटक्या भिंतीवर मी विमनस्कपणे बसलेले असताना पॉल येऊन माझ्या शेजारी बसला. माझ्या खांद्याभोवती हाताची मिठी घालत तो म्हणाला, ''सगळं काही ठीक होईल सॅब्रिए. उद्या आपण परराष्ट्र व्यवहार खात्याच्या कार्यालयात जाऊ. आपल्या व्हिसाचे नूतनीकरण तिथे लगेच होईल याची मला खात्री आहे. आपल्याला देश सोडायचीसुद्धा वेळ येणार नाही.''

दुसऱ्या दिवशीची सकाळ प्रसन्न होती. सकाळी लवकरच आम्ही परराष्ट्र व्यवहार खात्यात गेलो. एका कार्यालयातून दुसऱ्या कार्यालयात चकरा मारल्या. प्रत्येक ठिकाणी एकच उत्तर होते, ''माफ करा, ल्हासात आम्ही तुमच्यासाठी काही करू शकत नाही. परत प्रवेशाची विनंती करण्यासाठी तुम्हाला नेपाळलाच जावं

लागेल.'' सकाळपासून तिसऱ्यांदा आम्हाला हे ऐकावे लागल्यावर पॉलचा विश्वास डळमळीत होऊ लागला आणि त्याच्या दृढ आशावादाला तडे जाऊ लागले.

या टप्प्यावर आमच्या मुलांना सोडून जाणे ही गोष्ट फार भयंकर आहे याची आम्हाला जाणीव होती. आमचा प्रकल्प नुकताच उभा राहत होता, त्यामुळे तो ताब्यात घेण्याइतके कोणी अनुभवीही नव्हते. मग कोण काळजी घेईल या मुलांची? अनिला ही एक उत्तम प्रशासक होती आणि ती आमच्या मुलांसाठी अगदी समर्पणवृत्तीने काम करीत होती, पण पाल्डेनप्रमाणे तीही भित्री होती. लोपसांगबरोबर काही समस्या उद्‌भवल्यास या दोघांपैकी कोणालाही त्यांना विरोध करणे किंवा त्यांच्याशी वाद घालणे शक्य होत नसे आणि आमच्या हिशेबवहीचे काय? आमचे पैसे? अर्थात डोल्मा हा पर्याय होता. ती सक्षम होती आणि आमच्या विश्वासास पात्रही. अनिला आणि मुलांना तिचा चांगला परिचय होता. पण डोल्मा तिच्या वैद्यकीय प्रकल्पासाठी सध्या बाहेर होती आणि आणखी महिनाभर तरी ल्हासात येणार नव्हती. शिवाय तिच्यापर्यंत पोचणे, अगदी फोनच्या माध्यमातूनसुद्धा शक्य नसल्याने आमच्या संदर्भात काय घडतेय हे तिला सांगणे शक्य नव्हते. मी निराश मन:स्थितीत असताना अंधारात एक चमकदार आवाज माझ्या कानी पडला, ''जर तुला शाळेची काळजी घ्यायला कुणी हवं असेल तर मला ते काम करायला आवडेल,'' माझी आई म्हणत होती. तिने आमची सगळी दु:खदायक कहाणी ऐकून मदतीचा हात पुढे केला. माझ्या वडिलांना काही दिवसांपूर्वीच जर्मनीत परत जावे लागले होते, पण तिला तिबेटने चांगलेच मोहित केले होते. त्यामुळे तिने थोडा अधिक काळ आपला मुक्काम लांबविण्याचे ठरविले होते. तिला बनाक शूलच्या काठाने भटकत तिबेट जाणून घ्यायचा होता. आता हे काम स्वीकारल्यामुळे तिचे मूळचे बेत बदलावे लागणार होते पण त्याचे तिला फार दु:ख नव्हते.

''तू काळजी करू नकोस. मी प्रत्येक गोष्ट हाताळू शकते आणि त्यापेक्षाही महत्त्वाचं म्हणजे मी आनंद घेत ते करू शकते हे मला ठाऊक आहे.''

मी किती भाग्यवान आहे. ज्या क्षणी मला नितांत गरज आहे अशा वेळी माझ्यामागे उभे राहणारे पालक मला मिळाले होते...

थोड्या दिवसांनंतर, आम्ही – मी आणि पॉल चारचाकी स्टेशन वॅगनने नेपाळच्या सीमेकडे निघालो. पाऊस सुरू झाला होता आणि सर्व पर्यटकांना रस्त्यांच्या भयानक अवस्थेची भीती वाटत होती. सर्व विमानांचे बुकिंग आधीच झाले असल्याने, लवकरात लवकर देशाबाहेर पडण्यासाठी गाडी वापरण्याशिवाय आमच्यापुढे पर्यायच नव्हता. आमची यापूर्वी उत्तम काळजी घेणाऱ्या त्सेरिंग नावाच्या चालकालाच बोलवायचे आम्ही ठरविले. तिबेटमधील सर्वोत्तम मानल्या जाणाऱ्या फ्रेंडशिप महामार्गावरून आम्ही प्रवास करीत होतो. हा 'सर्वोत्तम' महामार्ग आता मात्र

कोसळलेल्या दरडींचे तुकडे आणि चिखल-मातीच्या ढिगाऱ्याखाली गाडला गेल्यामुळे ओळखू न येण्याइतपत त्याची अवस्था वाईट झाली होती. काही टप्प्यांवर तर, रस्त्याच्या उतारावरून पावसाचे पाणी धो धो वाहत असल्यामुळे रस्त्याचे रूपांतर जणू धबधब्यात झाले होते. रस्त्याच्या कडेला अनेक वाहने उभी होती. अनेक पर्यटकांना आपली वाहने तेथेच सोडून देणे भाग होते. हे सगळे पर्यटक आपले सामान ओढत, पायी-पायी जवळच्या खेड्याकडे निघाले होते. पावसाचा हंगाम सुरू होण्यापूर्वी नेपाळच्या सीमेवर शेवटचे पोचलेले वाहन आमचे होते. आमच्यासमोर आलेल्या प्रत्येक अडथळ्याचा सहजतेने सामना करणाऱ्या त्सेरिंगला त्याचे श्रेय द्यावे लागेल. सुदैवाने या अडथळ्यांची मला काहीच कल्पना नव्हती आणि रस्त्याच्या भयावह अवस्थेचे वर्णन करणे पॉलने मोठ्या हुशारीने टाळले. जेव्हा परिस्थिती अतिशय कठीण, आव्हानात्मक होती त्या वेळी मोठ्याने जांभया देत, आपण किती कंटाळलो आहे हे तो सांगत असे.

मग आम्ही प्रवासात अशा एका टप्प्यावर आलो जेव्हा आम्हाला एक नदी ओलांडणे क्रमप्राप्त होते. नदीवरील पूल हा जवळजवळ अस्तित्वात नसल्याने आमच्यापुढे तीनच पर्याय होते. त्सेरिंगने ते स्पष्टपणे आमच्यापुढे मांडले. पहिला पर्याय – माघारी परतणे, दुसरा – पंख लावून उडत-उडत नदी ओलांडणे आणि तिसरा – धोका पत्करून पुढे जाणे! अन्य बहुतांश चालकांनी पहिला पर्याय स्वीकारला होता. मग पॉलने त्याला आमची व्हिसाची मुदत संपल्याचे दाखविल्यावर आमची अडचण समजून तो म्हणाला, ‘‘ठीक आहे. आपण तिसरा पर्याय स्वीकारू.’’ आणि देवाचा धावा करीत आम्ही गाडी पाण्यात लोटली. व्हिसाची मुदत संपल्यावर तिबेटमध्ये राहणाऱ्यांना किती सणसणीत दंड भरावा लागतो हे त्सेरिंगला ठाऊक होते.

तो पल्ला किती धोकादायक आहे याची मला अजिबात कल्पना नव्हती. आमच्या खिडक्यांवर लाटा आपटत असताना वाढणारी इंजीनची घरघर फक्त मला ऐकू येत होती. प्रवाहाच्या मध्येच जर इंजीन बंद पडले असते तर नदीच्या फुसांडत्या, वेगवान प्रवाहाबरोबर वाहत जाणे एवढेच आमच्या हातात होते. पण आम्ही सुखरूप तीरावर पोचलो. पुढचा रस्ता बंद होता. रस्त्यावर पडलेल्या एका महाकाय दगडाला हटविण्यासाठी स्फोटकांसह काही लोक कामाला लागले होते. रस्त्यावरील गाडीवर कोसळलेल्या या दरडीने त्या गाडीचा चक्काचूर केला होताच, पण आतील प्रवाशांचाही बळी घेतला होता.

ल्हासाहून तिबेटच्या सीमेवर असलेल्या झांगमू नावाच्या गावात पोचायला सहसा दोन दिवस पुरतात, असे त्सेरिंग म्हणाला. आम्हाला या प्रवासासाठी चार दिवस लागले होते.

ते एक चीन-तिबेट सीमेवरील टिपिकल छोटेसे गाव होते. अतिशय घाणेरडे आणि दरिद्री. चिखलात लडबडलेल्या गावातील रस्त्यावर कोकच्या रिकाम्या कॅन्स, सिगारेटची रिकामी पाकिटे आणि प्लॅस्टिकच्या पिशव्या सर्वत्र पसरलेल्या होत्या. वातावरणात एक प्रकारचा कंटाळा, अलिप्तपणा आणि दारिद्र्य भरून राहिले होते. गावात सर्वत्र ध्वनिवर्धक लावून त्यावर कर्कश संगीत वाजत होते, अधूनमधून वाजविली जाणारी भाषणे त्या संगीतात व्यत्यय आणत होती.

आम्ही एकच इच्छा मनात ठेवून आलो होतो, शक्य तेवढ्या लवकर येथून पळ काढायचा. पण दुर्दैव म्हणजे कस्टमचे कार्यालय दहा मिनिटांपूर्वीच बंद झाले होते. "खूप उशीर झाला. माफ करा." त्या चिनी कस्टम अधिकाऱ्याने आम्हाला सांगितले. आमचे मुदत संपलेले पासपोर्ट्स दाखवत पॉलने त्याच्याकडे याचना केली, पण त्याचा फारसा उपयोग झाला नाही. त्याने आम्हाला एका हॉटेलकडे बोट दाखवून तेथे राहण्याबाबत सुचविले. परिस्थिती मोठी अवघड होती. तिबेटमधून आम्हाला बाहेर फेकून देण्यात आले होते. पण तरीही आम्ही सीमा ओलांडू शकत नव्हतो, कारण ते अधिकारी घरी निघाले होते.

ते हॉटेल अगदी गलिच्छ आणि महागडे होते, पण शरीराने आणि मनाने अतिशय थकून गेल्यामुळे झोपायला जागा मिळाली त्याबद्दलच आभार मानत आम्ही झोपून गेलो. दुसऱ्या दिवशी सकाळी आम्ही पुन्हा सीमेवरच्या नाक्यावर आलो. खूप प्रयत्न केल्यावर आमच्या पासपोर्टवर शिक्का मारणाऱ्या माणसाशी त्सेरिंग बोलला आणि जरी आमच्या व्हिसाची मुदत आदल्या दिवशी संपली असली तरी कठोर दंडापासून आमची सुटका झाली. आमच्या मते, तिबेटमधील सर्वोत्तम चालक असलेल्या त्सेरिंगने अखेर आमचा निरोप घेतला. आता या हद्दीच्या पलीकडे तो आमच्याबरोबर येऊ शकत नव्हता, कारण दोन देशांदरम्यान असलेल्या या 'नो मॅन्स लँड'मधील सर्व रस्ते दरडी कोसळून अतिशय वाईट अवस्थेत होते. त्याचा निरोप घेणे आम्हाला खूप जड गेले.

आमच्या सॅक पाठीवर घेऊन आम्ही तब्बल पाच मैल चाललो. हा टप्पा अतिशय धोकादायक आणि थकविणारा होता. अंगावर भरपूर सामान, पायात त्या प्रसंगासाठी अतिशय प्रतिकूल असणारे बूट घालून आम्ही निसरड्या खडकांवर चढत होतो, चिखलाच्या नदीतून आणि वेगाने धावणाऱ्या पाण्यातून पुढे जात होतो. आम्ही तो पूल आणि चीन-नेपाळदरम्यान असलेली लाल सीमारेषा पार केली तोपर्यंत आमचा अवतार पाहण्यासारखा झाला होता आणि पाय आम्हाला अक्षरशः ओढावे लागत होते.

ती प्रतीकात्मक सीमारेषा ओलांडल्यावर पॉलने शेवटचे मागे वळून बघितले. कडक, स्वच्छ गणवेषातील चिनी सैनिक आमच्याकडे तुच्छतेने बघत होते, तर

मस्त मजेत धूम्रपान करीत पुलाच्या टोकाला बसलेले नेपाळी मनात कोणतेही नकारात्मक विचार न आणता पाय हलवत होते.

"नेपाळमध्ये तुमचं स्वागत असो," असे म्हणत मोठे स्मितहास्य करीत त्यांनी आम्हाला एका केबिनमध्ये नेले. तेथे आम्ही काही कागदपत्रे आणि फॉर्म्स भरले. आम्हाला तेथे चहाही दिला गेला. आपले येथे खरेच स्वागत झालेय असे आम्हाला वाटले. वैध पासपोर्ट, काही डॉलर्स आणि ओळख देणारे छायाचित्र यांच्या बळावर नेपाळमध्ये व्हिसा मिळायला केवळ दहा मिनिटे पुरेशी होती! त्यांच्या दृष्टिकोनात कसा बदल झाला ते ठाऊक नाही, पण काहीही समस्या आली नाही. पॉलकडे स्मितहास्य करीत एका अधिकाऱ्याने त्याच्या फॉर्मकडे अंगुलिनिर्देश करीत म्हटले, "तुमच्या बाबतीत एक छोटी समस्या आहे." त्या फॉर्ममध्ये म्हटल्याप्रमाणे पॉलकडे छायाचित्र नव्हते. मग छद्मी हसत तो म्हणाला, "पाच डॉलर्स द्या की प्रश्न सुटला."

"पाच डॉलर्स?" पॉलने विचारले. मग खिशातून एक ग्रुप फोटो काढून त्यातील इतर लोकांची छायाचित्रे कापून फक्त स्वत:चे डोके दिसेल असे छायाचित्र त्या अधिकाऱ्याच्या हातात ठेवले. मग एखाद्या छोट्या मुलाप्रमाणे खूश होत त्याने ते छायाचित्र त्या फॉर्मवर चिकटवले आणि म्हटले, "प्रश्न सुटला!"

पण आमची परीक्षा आणि आमच्यापुढील आव्हाने अजून बाकी होती. काठमांडूकडे जाणारा रस्ता अनेक ठिकाणी बंद होता. पावसामुळे विशेषत: गेल्या तीन दिवसांत झालेल्या मुसळधार पावसामुळे अनेक मातीचे ढिगारे कोसळले होते. आम्ही कसेबसे स्वत:ला ओढत जवळच्या खेड्यात गेलो जेथे एक ट्रक आमच्यासारख्या प्रवाशांना नेपाळच्या राजधानीत न्यायला तयार होता.

वीस-बावीस नेपाळी माणसांच्या गर्दीत आम्ही असे चेंदून गेलो होतो की, काठमांडूला पोचलो तेव्हा पुन्हा उभे राहता येईल की नाही, अशी आम्हाला शंका वाटत होती. आम्हाला वाटणारी चिंता व्यर्थ नव्हती, आमचा ट्रक जेमतेम पुढच्या मातीच्या ढिगाऱ्यापर्यंत जाऊ शकला. आणखी एक प्रचंड दरड कोसळली आणि तिने एका नदीवरील पुलाचा चक्काचूर केला. त्या पुलाखालून एक नदी फुसांडत, वेगाने वाहत होती. पुलावर आता केवळ चाळीस फूट लांब आणि जेमतेम एक फूट रुंद पट्टी उरली होती. पण नदी ओलांडून जायला तेवढी पुरेशी आहे असे कोणीतरी म्हणाले. मी दोरीवरून कसरत करीत चालू शकत नाही आणि जरी मला दृष्टी नसली तरी मला खोलीची, दरीची भीती वाटते. खाली जाळी नव्हती हे मला ठाऊक होते आणि ती डुगडुगणारी लाकडी पट्टी नदीपासून दीडशे फुटांवर होती. ही अरुंद लाकडी पट्टी आमचे वजन कितपत पेलू शकेल याविषयी मी साशंक होते. पण सूर्य पुन्हा तळपू लागला आणि आमच्याबरोबरच्या उत्साही सहप्रवाशांनी सगळे काही ठीक पार पडेल, आपण जे करतोय त्यात वेगळे असे काही नाही, असे आश्वासन

देणे सुरू केले.

आम्ही इंचाइंचाने पुढे सरकू लागलो. मला काही त्याचा फार अभिमान वगैरे वाटला नाही. आम्ही पूल पार करून पलीकडे पाय टेकताच कोणीतरी म्हटले की, आपण पूल ओलांडत असताना तो पूल धोकादायकरीत्या वाकला, खचला होता. ''सगळ्यात मोठ्या संकटातून पार पडलो,'' पॉलने जाहीर केले. समोर काय वाढून ठेवले आहे हे त्याला ठाऊक होते. पण तो जरा अतिच आशावादी होता. ''मला वाटतं, एका दिवसात एवढ्या आव्हानांना तोंड देणं पुरेसं आहे.'' थोड्या वेळाने एक दीर्घ नि:श्वास सोडत तो म्हणाला.

थोडे पुढे गेल्यावर, आमचा पुढचा प्रवास सुरू राहील या आशेने आम्ही आणखी एका ट्रकमध्ये भरती झालो. पण पुन्हा तो ट्रक एका खड्ड्याच्या टोकाशी येऊन थांबला. पावसापूर्वी या खड्ड्यात म्हणे रस्ता होता. आता समोर एक उभी चढण होती, दगड-मातीची. समोर दोनच पर्याय होते, ती चढण चढून जाणे किंवा ती हटवून रस्ता मोकळा होण्याची वाट बघणे. पर्याय सोपा होता. आम्हाला प्रयत्न करायलाच हवा होता. एका माणसाने, ज्याने स्वेच्छेने आमचे नेतृत्व स्वीकारले, आमच्या मनातील भीती जाणून आमच्या जड सॅक आपल्याकडे घेतल्यामुळे ती उभी चढण चढणे आमच्यासाठी सोपे झाले!

खूप धडपड करण्याची आता सवय झाली असल्याने आम्ही हेही करू शकलो आणि चढण ओलांडून गेलो. तेथे नेपाळी हाइड्रॉलिक वर्क्समध्ये काम करणाऱ्या एका चिनी तंत्रज्ञाची नवीकोरी जीप आमची वाट बघत होती. आमचे चिखल-मातीत भरलेले कपडे घालून आम्ही त्याच्या गाडीतील स्वच्छ, सुंदर सीट्सवर लोळत होतो, पण आमच्या या देणगीदाराला त्याबद्दल काही आक्षेप नव्हता. इतके छान स्वागत झाल्याने प्रसन्न झालेल्या पॉलची विनोदबुद्धी जागृत होऊन तो म्हणाला, ''अतिशय वाईट, खडतर ते संपलं आता,'' हे यापूर्वी तो कित्येक वेळा म्हणाला होता.

वीसच मिनिटांत आमची ती आरामदायी सफर संपली, कारण रस्त्यावर पुन्हा माती-चिखलाचा एक महाकाय ढीग अशा रितीने पडला होता की, कोणतेही वाहन पुढे सरकणे शक्यच नव्हते. निव्वळ पुढे जाण्याचा पुन्हा एकमेव पर्याय समोर होता तो म्हणजे, तीनशे फूट खोल अशा दरीवर लटकणाऱ्या आणि हळूहळू पुढे सरकत असलेल्या चिखलाची उंच चढण पार करणे.

पुन्हा एकदा मदतीचे हात पुढे आले आणि त्यांनी माझी माझ्या सॅकपासून सुटका केली. माझ्या प्रत्येक पावलाकडे लक्ष ठेवण्यासाठी आणि घसरले तर सावरण्यासाठी एका नेपाळी माणसाची नियुक्ती केली गेली! समस्या एकच होती, मी घसरले असते तर माझे रक्षण करणारा हा देवदूतही माझ्याबरोबर खाईत गेला

असता! आम्ही बर्फाच्या स्केटिंगसाठी निघाल्यासारखे वाटत होतो. एकेक पाऊल अतिशय सावधपणे टाकत आम्ही त्या निसरड्या चढणीवर पुढे जात होतो. आमच्या प्रत्येक पावलागणिक दगड खालच्या खाईत घरंगळत चालल्याचा आवाज माझ्या कानांवर येत होता आणि समोर असलेल्या धोक्याची जाणीव करून देत होता. मी माझ्या डाव्या हाताने, हाताला येईल ते पकडत होते, तर माझा उजवा हात माझ्या समोरच्या व्यक्तीने पकडलेल्या माझ्या सॅकच्या पट्ट्याला धरून होता. हे माझ्या रक्षणासाठी नाही तर त्या दिशेने जाण्यासाठी होते. ते पट्टे पकडल्यामुळे माझ्यासमोर असलेल्या एखाद्या अडथळ्याकडे लक्ष देण्याची गरज आहे का, एखादी पायरी चढायची वा उतरायची आहे का किंवा डावे-उजवे वळण घ्यावे लागणार आहे का, हे समजू शकत होते. जेव्हा तो पट्टा आवळला जाई तेव्हा सरळ जाण्यास हरकत नाही हे मला कळत असे.

पण एकाएकी, माझ्या पायाखाली असलेली जमीन अदृश्य होते आहे, असे मला वाटू लागले. आता पायाखाली असलेली जमीन ओली आणि निसरडी होती आणि त्यामुळे माझा तोल जात होता. मला कळले, आपण दरीत घसरतो आहोत आणि या वेळी सांभाळणे अशक्य आहे, पण काही सेकंदांत पॉल आणि काही नेपाळी धावले. काही दणकट हात मला उचलून घेत असल्याचे जाणवले. प्रत्येकाला खूप काळजीपूर्वक वागावे लागत होते, कारण छोटीशी चूकही आणखी दरडी कोसळण्यास कारणीभूत ठरू शकली असती. हे सगळे काही सेकंदांत घडले पण त्यानंतर कितीतरी काळ मी घाबरलेलीच होते.

आपण पक्क्या जमिनीवर आल्याची खात्री पटताच माझे सर्व अंग थरथरू लागले, उभे राहणे अशक्य होऊ लागले. परत पाऊस सुरू झाला. मी चिंब भिजले होते आणि माझे सर्वांग ठणकत होते. पण त्या सर्वांपेक्षा महत्त्वाची बाब ही होती की, आम्ही जिवंत होतो. दुपारी आम्ही काठमांडूत पोचलो. घाणेरड्या अवतारात, प्रचंड भुकेले आणि पार थकून गेलेल्या अवस्थेत.

या धोकादायक प्रवासात पॉलने आपले आयुष्य पणाला लावले होते. कशासाठी? पासपोर्टवर आणखी एक शिक्का पडावा यासाठी? का अंध मुलांच्या शाळेसाठी? का...

''तुझ्यासाठी. तुला असं वाटतंय मी हे सगळं कोणा दुसऱ्यासाठी पार केलं?'' स्फोट झाल्यासारखा तो ओरडला.

''असं आहे तर...'' मी म्हटले. आम्ही दोघेही आमच्यातील उद्वेगाला वाट करून देत होतो. ''म्हणजे तुलाही माझी कीव येते तर. मी एकटी हे करू शकले नसते याविषयी तुझी खात्री पटली आहे तर...''

माझ्या या विधानाने त्याचा अक्षरश: भडका उडाला. मी त्याला यापूर्वी इतके

संतापलेले कधी बघितले नव्हते. अगदी खरे सांगायचे तर, सदैव आनंदी आणि डोके शांत ठेवून वागणाऱ्या या माणसाचा तोल माझ्यामुळे ढळला याचा मला थोडा आनंदच झाला.

''मूर्खपणा थांबव सॅब्रिए, प्रत्येक गोष्ट तू एकटी नाही करू शकणार हे समजून घेण्याची वेळ आलीय आणि जगात तू एकटी नाहीयस. जगात अशी काही माणसं आहेत ज्यांना तुझ्याबरोबर जगायचं आहे आणि काही काम करायचं आहे. त्यांना तुझी दया वाटते म्हणून नाही आणि तुला ते काम करता येणार नाही असं वाटतं म्हणूनही नाही, तर त्यांचं तुझ्यावर प्रेम आहे म्हणून.''

...तर अखेर त्याने तो शब्द उच्चारला. आतापर्यंत मी त्याला माझा एक सहकारी, ज्याच्या खांद्यावर माझ्या सगळ्या चिंतांचे-विचारांचे ओझे टाकता येईल असा जवळचा मित्र आहे असे मानत होते आणि मी त्याच्या प्रेमात पडू नये म्हणून त्याला काही अंतरावर ठेवत होते. ही प्रेमाची बात आमच्यातील सुंदर नात्याला आणि कामाला पांगळे करून टाकेल अशी चिंता मला वाटत होती.

त्याच्याबद्दलच्या माझ्या भावना नेमक्या काय आहेत हे जाणून घेण्यासाठी माझाही संघर्ष सुरू होता. आजही, मला स्वत:ला फार दुबळे वाटत होते आणि त्याने दिलेल्या प्रेमाच्या कबुलीचा स्वीकार करण्यास मन तयार नव्हते. पण एका अतिशय खडतर दिवसाच्या अखेरीस, किमान तीन वेळा आम्ही बचावलो असताना मी शरण गेले. त्या क्षणांचे महत्त्व आम्हा दोघांनाही जाणवले. आयुष्याला, त्यातील अनेक समस्यांना सामोरे जाताना एकत्र असणे किती महत्त्वाचे आणि गरजेचे आहे हे जाणवले.

२५

दोन आठवड्यांनंतर आम्हाला एक फॅक्स मिळाला. दुर्दैवाने ज्याची आम्ही आतुरतेने प्रतीक्षा करीत होतो तो पुन:प्रवेशाची परवानगी देणारा व्हिसा नव्हता, तर माझ्या आईचे पत्र होते आणि त्यातील वृत्त धोक्याचा इशारा देणारे होते. तिच्या पत्रावरून हे स्पष्ट होत होते की, आमच्या अंध मुलांच्या भवितव्याची कोणाला फारशी चिंता वाटत नव्हती. आजारपणाचे वा तत्सम थातूरमातूर कारण देऊन पाल्डेनने आम्ही गेल्यापासून शाळेकडे पाठ फिरविली होती. मुलांची काळजी घेण्याची परवानगी आपल्याला मिळावी, अशी विनंती माझ्या आईने चुंग्डाकडे केली, कारण एंजेलोच्या प्रसंगानंतर आमच्या शिक्षकापर्यंत परदेशी नागरिकांना भेटण्यास बंदी घालण्यात आली होती. आई जेव्हा शाळेत गेली तेव्हा तिला आढळलेली खेदजनक बाब म्हणजे आमच्या मुलांसाठी वर्गाची व्यवस्थाच उरली नव्हती. त्यांचा वर्ग बंद होता. सर्व मुले स्वयंपाकघरात होती आणि कोणाच्याही मार्गदर्शनाशिवाय त्यांच्या छोट्या फळ्यांशी आणि गोल चकत्यांशी खेळत होती. एका तिबेटी दुभाष्याने माझ्या आईला सांगितले की, मुले आमची खूप आठवण काढत होती आणि आमच्याविना त्यांना चुकल्याचुकल्यासारखे वाटत होते. आपल्याला टाकून दिल्याची प्रबळ भावना त्यांच्या मनात होती. आम्ही त्यांना का सोडून दिले हे त्यांना कधीच कळणार नाही. शाळेची अशी दुरवस्था बघितल्यावर माझ्या आईला काही सुचत नव्हते आणि आम्ही येईपर्यंत आमच्या मुलांचे काय होईल हे समजत नव्हते. कोण शिकविणार आमच्या मुलांना? ती पाल्डेनकडे गेली. त्याला आता थोडे बरे वाटत होते. त्याने पुन्हा शिकविण्यासाठी यावे, अशी तिने विनंती केली. थोड्या अवघड शांततेनंतर पाल्डेनने आपले मन आईकडे मोकळे केले आणि सांगितले, आपल्याला आता अंध मुलांना शिकविण्याची फारशी इच्छा नाही. ती मुले मूर्ख आहेत असे त्याला वाटत असल्याने ती जबाबदारी घेण्याची त्याची इच्छा नव्हती. त्याला आता सर्वसामान्य मुलांना शिकविण्याची इच्छा होती आणि त्यावर कडी म्हणजे, लोपसांगने आपल्या अनाथ मुलांच्या वर्गात अंध मुलांना बसण्याची परवानगी नाकारली. लोपसांगच्या

मते अंध मुलांची शिक्षणातील गती अतिशय कमी असल्याने त्यांना शिकविण्यात काही अर्थ नव्हता. शिवाय संचालकांनी आपल्यासाठी काही वेगळ्या, मोठ्या योजना आखल्याची खास बातमी पाल्डेनने सांगितली.

या बातम्यांमुळे आम्ही पार खचून गेलो. अशा काही घडामोडी घडत असताना काठमांडूत बसून व्हिसाची वाट बघण्यात काही अर्थ होता का? आम्हाला आणि आमच्या प्रकल्पाला वगळण्यासाठी आमची हद्दपारी घडवून आणली असावी असे आता स्पष्ट दिसत होते. आता व्हिसा मिळाल्यावर परत जाऊन सगळा गाशा गुंडाळून, शाळा बंद करून मुलांना परत त्यांच्या घरी पाठवून द्यायचे आणि युरोपला परत येऊन मनातील प्रकल्पाला रामराम ठोकायचा एवढाच पर्याय हातात होता.

पण काही वेळा वास्तव कल्पनेपेक्षा नाट्यपूर्ण असते. माघार न घेणाऱ्या माझ्या आईने लोपसांगला मस्का लावून गोष्टी पुढे सरकविण्यासाठी मदत मागितली. त्यामुळे अखेर चार दिवसांनंतर आम्हाला व्हिसा मिळाला आणि आम्ही दुसऱ्या दिवशी सकाळी ल्हासाला जाणाऱ्या विमानात बसलो. आम्ही शाळेत आलो. मुले पुन्हा त्यांच्या जुन्या वर्गात बघून मला आणि पॉलला आश्चर्य वाटले. पण त्यापेक्षा आणखी मोठा धक्का आमची वाट बघत होता. पाल्डेनऐवजी माझी आई आणि अनिला वर्गात शिकवत होत्या. दारामागे लपून आम्ही दोघेही ते नवे दृश्य अविश्वासाने बघत होतो.

"*गंग ला डॉम ना. गाझो रे?*" (पाच अधिक तीन किती?) माझ्या आईने सावकाश विचारले.

"*गा गंग ला सम ग्या रे.*" (पाच अधिक तीन आठ होतात) मुलांनी एका सुरात उत्तर दिले.

आम्ही दोघेही थक्क होऊन एकमेकांकडे बघत होतो. तिबेटी भाषेचा गंधही नसलेली आणि आमच्या कार्यक्रमाची काहीही माहिती नसलेली माझी आई आणि निरक्षर अनिला या दोघी हे अशक्य आणि अद्‌भुत असे काही कसे साधू शकल्या? त्यापेक्षाही महत्त्वाचे म्हणजे, मुले दुःखी किंवा सैरभैर न दिसता उलट अधिक लक्ष देऊन शिकत होती आणि त्या शिक्षणाची मजा घेत होती. रातोरात शिक्षक बनलेल्या त्या दोन अद्‌भुत स्त्रिया ही आमच्यासाठी थक्क करणारी बाब होती. माझी आई गणित केवळ नेमकेपणाने नाही तर अचूक शिकवत होती आणि अनिला त्या गोल चकत्या सहजतेने बिनचूकपणे वापरत अशा रितीने ब्रेल बाराखडी शिकवत होती, जणूकाही ती कायम ब्रेलच शिकवत आलीय असे वाटावे. आम्ही जेव्हा तिची मुलाखत घेतली तेव्हा तिला शिक्षक म्हणून न घेता सुपरवायझर म्हणून घ्यावे असे आम्हाला वाटत होते याची मला त्या वेळी आठवण आली. तिच्यात झालेले आमूलाग्र परिवर्तन अक्षरशः हेलावून टाकणारे, हृदयाला स्पर्श करणारे होते.

आम्ही वर्गाच्या दारामागे उभे राहून त्या नव्या घडामोडी समजून घेण्याचा प्रयत्न करीत होतो. पण अखेर आम्ही वर्गात प्रवेश केला आणि आमचे जोरदार स्वागत झाले. अतिशय आनंदी झालेल्या त्या मुलांनी आपापल्या जागा सोडल्या आणि माझ्या आईने त्यांना शिकविलेले जर्मन भाषेतील आणि त्या पाठोपाठ तिबेटी भाषेतील स्वागतगीत म्हणायला सुरुवात केली. या हृद्य स्वागतापाठोपाठ नोरबूने खणखणीत आवाजात सगळी इंग्रजी बाराखडी बिनचूकपणे ऐकवत आणखी एक सुखद धक्का दिला. पॉल आणि मी अक्षरश: भारावून गेलो. अशा अनपेक्षित आणि आश्वस्त करणाऱ्या गोष्टींची गेल्या काही दिवसांपासून आम्हाला सवय उरली नव्हती!

पाल्डेनने काम सोडल्यावर माझ्या आईने लोपसांगला विनंती करून मुलांना त्यांचा मूळ वर्ग देण्याची विनंती केली. या चिवट जर्मन बाईच्या पाठपुराव्याला कंटाळून बहुधा, अखेर लोपसांगने तिचे म्हणणे मान्य केले. दरम्यानच्या काळात, आई आणि अनिला या दोघींनी वेड्यासारखा तिबेटी ब्रेलचा अभ्यास केला. तिबेटीमधील काही गणिती सूत्रे समजून घेण्यासाठी त्या बनाक शूलमधील काही कर्मचाऱ्यांनाही भेटल्या. माझ्या पद्धतीने अनुकरण करीत आणि मी शोधून काढलेल्या 'साम्पा' चेंडूचा वापर करीत त्या दोघी आमच्या मुलांना आकडे मोजणे, बेरीज आणि वजाबाकी शिकवू शकल्या. त्यांचे साहस, चिकाटी आणि पुढाकार घेण्याची वृत्ती बघून मी आणि पॉल अक्षरश: नि:शब्द झालो.

अशा परिस्थितीत कोणीही पराभूत होऊन हात झटकले असते आणि आमच्या मुलांना वाऱ्यावर सोडून देऊ शकले असते. परंतु कोणताही धोका न पत्करता, पराभव मान्य न करता या दोन उद्यमशील स्त्रियांनी एक छोटासा चमत्कारच घडवून आणला होता आणि आम्ही ज्याच्यावर खूप विसंबलो होतो त्या पाल्डेनने मात्र साफ निराशा केली होती. त्याच्यात अकस्मात झालेला हा बदल अनाकलनीय होता. त्याच्यावर लोपसांगने दबाव टाकला असेल का? कारणे काहीही असोत, पण त्याला आता मुलांच्या जवळ जाऊ द्यायचे नाही आणि दुसरा शिक्षक शोधायचा असे आम्ही ठरवून टाकले.

माझ्या आईने खूप पूर्वतयारी करून ठेवली होती. "मी तुझ्यासाठी शिक्षिका शोधून ठेवलीय." तिने अभिमानाने जाहीर केले. "तिचं नाव आहे नॉर्डन. तिचं शिक्षण आताच संपलं आहे. ती छान इंग्रजी बोलते आणि त्यापेक्षाही चांगली बाब म्हणजे तिला अंध विद्यार्थ्यांच्या शाळेत शिकवायला आवडेल."

आईने आतापर्यंत जे काही केले ते डोंगराएवढी कृतज्ञता व्यक्त करण्याइतके होते, पण तिने मला दिलेली सर्वांत सुंदर भेट म्हणजे नॉर्डन. आम्ही तिला भेटलो आणि तिची प्रत्येक गोष्ट मला आवडली. ती ल्हासामधील अतिशय प्रतिष्ठित

कुटुंबातील होती. ती तेवीस वर्षांची होती आणि पॉलच्या म्हणण्यानुसार दिसायला सुंदर, नाजूक होती. इतकी नाजूक की, धक्का लागला तरी तुटेल अशी भीती वाटावी! या नोकरीतील कष्ट सोसण्यासाठी जो चिवटपणा, शारीरिक क्षमता लागते ती तरी तिच्याकडे पुरेशी आहे की नाही, अशी शंका मला आणि पॉलला येत होती. या चौकटीबाहेरील कामात टिकून राहण्यासाठी आणि परदेशी लोकांबरोबर काम करण्यासाठी एक विशेष प्रकारची चिकाटी लागते हे पाल्डेनच्या अनुभवातून सिद्ध झाले होते.

पण आमच्या या सर्व शंका फोल ठरल्या. नॉर्डनमध्ये केवळ एक सशक्त असे व्यक्तिमत्त्व नव्हते, तर तिच्यात ध्येयनिष्ठा होती आणि आमच्या इवल्याशा अंध मुलांना कोणत्या समस्या येऊ शकतात किंवा त्यांच्या गरजा काय असू शकतील, याविषयीची अतिशय दुर्मीळ अशी अंत:प्रेरणा तिच्यामध्ये होती. शिकविणे हा आपला आत्मा आहे हे तिने अगदी स्पष्टपणे आम्हाला सांगितले होते.

नॉर्डनने लगेच कामाला प्रारंभ केला आणि थोड्याच दिवसांत, मुले केवळ पाल्डेनला विसरली नाहीत तर आपल्या नव्या शिक्षकांसमवेत रमलीसुद्धा. तिने अगदी पहिल्या दिवसापासून मुलांशी नाते जोडण्याचे आनंददायी मार्ग शोधले, त्यात स्वत:चा जीव ओतला. तिने त्यांच्याकडे कधीही दुर्लक्ष केले नाही. वर्गात आणि वर्गाबाहेरसुद्धा प्रत्येक विद्यार्थ्याचा बारकाईने अभ्यास केल्यावर त्याच्या विशिष्ट गरजेप्रमाणे आणि व्यक्तिमत्त्वाप्रमाणे त्याला शिकविण्याची खास पद्धत विकसित केली.

मेटोला अजून थोडी का होईना दृष्टी असल्याने नॉर्डनने तिच्यासाठी एका मोठ्या कागदावर तजेलदार रंगात पारंपरिक तिबेटी बाराखडी मोठ्या अक्षरात लिहून काढली. चिलाचा हातांचा समन्वय जसा असायला हवा तसा नव्हता. त्यामुळे तिने त्याच्या कथाकथनाच्या क्षमतेवर अधिक लक्ष केंद्रित केले आणि त्याच्या हातांना प्रशिक्षण देण्यासाठी तिने कागदी बाहुल्या करून त्या चिलाच्या हातात दिल्या. तो सांगत असलेली गोष्ट अधिक रंगतदार होण्यासाठी त्यामुळे त्याला त्याच्या हाताकडे अधिक लक्ष देणे भाग पडले. एखाद्या नटाप्रमाणे त्याची बोटे वापरायला तो शिकत गेला आणि त्याबरोबर त्याचा हाताचा समन्वय सुधारत गेला.

तिबेटी ब्रेल बाराखडी शिकण्यास नॉर्डनला फार थोडा अवधी लागला आणि आम्हाला काही कळायच्या आत तिने विद्यार्थ्यांसाठी खास वह्या बनविल्या. तिच्यापासून प्रेरणा घेतल्याने नोरबू, तेंदसिन आणि मेटो हे लवकरच ब्रेल टाइपरायटर मोठ्या कौशल्याने वापरायला शिकले. आधी शिकल्यापेक्षाही आणखी बारीक अक्षरे ते आता वाचू शकत असल्याने ते रोज अधिकाधिक वेगाने टाइप करायला शिकत होते. नॉर्डन त्यांना छोटी-छोटी वाक्ये सांगत होती. एक दिवस वर्ग संपल्यावर नॉर्डन

माझ्याकडे आली आणि म्हणाली, "डोळस मुलं हाताने ज्या वेगाने लिहितात, त्यापेक्षा अधिक वेगाने हे छोटे अंध विद्यार्थी टाइपरायटरवर लिहीत आहेत." तिच्या सांगण्यात अभिमान होता.

मेटो, तेंदसिन आणि नोरबूचा शिकण्याचा वेग बघून आम्ही हा वर्ग दोन गटांत विभागायचे ठरविले. चिला आणि ताशी या तुलनेने कमी वेगाने शिकणाऱ्या विद्यार्थ्यांची काळजी मी घ्यायची ठरविले, तर नॉर्डन उरलेल्या तिघांच्या प्रगतीकडे लक्ष देणार होती. लिहिण्यास अत्यंत उत्सुक, आतुर असलेल्या या तिघांना जेवणासाठी सुटी घेणेही मोठे जिवावर येत असे. किंबहुना जेवणाचा काय कोणत्याही वेळेचा व्यत्यय त्यांना अस्वस्थ करीत असे.

सकाळची प्रार्थना आणि नाश्ता होईपर्यंत वाट बघणेही त्यांना दिवसेंदिवस जड जाऊ लागले. ते संपताच ते त्यांच्या वह्या आणि टाइपरायटरकडे धाव घेत. संध्याकाळ झाल्यावरसुद्धा त्यांना त्यांच्या बाकांपासून दूर करणे आम्हाला अवघड होते. त्या वेळी ते त्यांच्या सकाळच्या वर्गासाठी गृहपाठ करीत असत. त्यांना रोज रात्री सक्तीने झोपण्यासाठी पलंगावर ढकलावे लागत असे. त्यामुळे त्यांच्या झोपण्याच्या खोलीतील दिवे मालवण्याचा प्रयोग निरर्थक ठरत असे. जगभरातील अन्य अनेक मुलांप्रमाणे आमची मुलेही झोपेचा बहाणा करीत. त्यामुळे आम्ही शांतपणे झोपायला जायचो, पण आमची पाठ वळताच ब्रेलच्या वह्या गादीखालून बाहेर येत आणि पुन्हा वाचन सुरू होत असे. ते जेव्हा अगदी जोरात घोरत असत तेव्हाही त्यांच्या गादीखाली ब्रेलचे पुस्तक नसेल याची आम्हाला खात्री वाटत नसे.

थोड्याच काळात नोरबू, तेंदसिन आणि मेटो पूर्ण वाक्य लिहायला आणि तेवढ्याच अचूकपणे मोठ्याने वाचायला शिकले. पहिल्या परीक्षेत नॉर्डनने त्यांना तिबेटी भाषेत शुद्धलेखन लिहायला सांगितले. हे आव्हान सोपे नव्हते. विशेषत: अतिशय गुंतागुंतीच्या अशा तिबेटी भाषेत अनेक शब्दांचा उच्चार सारखा असतो, पण त्यांचे लेखन वेगळ्या पद्धतीने केलेले असते आणि त्यामुळे चुका होण्याची शक्यता अधिक असते. चुका टाळण्यासाठी अतिशय सावध राहावे लागते आणि प्रत्येक अक्षरावर स्वतंत्ररीत्या प्रभुत्व मिळवावे लागते.

अजून सफाईने वाचू वा लिहू न शकणाऱ्या चिलाला स्पेलिंग मात्र अचूक लिहिता येत असे ते त्याच्या उत्तम स्मरणशक्तीमुळे. ताशी वीस-बावीस शब्द शिकला होता, पण ब्रेल बोर्डवर बोट ठेवून वाचणे हे त्याच्यासाठी अजून एक आव्हान होते. त्या दोघांनी तोंडी परीक्षा दिली त्यात चिला उत्तमरीत्या पास झाला, पण ताशी मागे रखडला होता. आपली पहिली लेखी परीक्षा देण्यास नोरबू आणि मेटो फार उत्सुक होते, पण तेंदसिन मात्र आपल्या टाइपरायटरला चिकटून बसला होता आणि आपल्या मित्रांची धांदल बघून गालातल्या गालात हसत होता.

“तो काय करतोय नेमकं? त्यांची शांतता मला बेचैन करते आणि तो असा गालातल्या गालात हसतोय का?” नॉर्डनने विचारले. मला काहीतरी संशय आला. (आणि माझे शाळेतले दिवस आठवले.) मी तेंदसिन जेथे बसला होता तेथे गेले आणि त्याच्या बाकाखाली हात घातला अन् आश्चर्याने चकित झाले. त्याने आपल्या मांडीवर पुस्तक ठेवले होते. तो एका हाताने वाचत होता आणि दुसऱ्या हाताने लिहीत होता. सर्व परीक्षा झाल्यावर नॉर्डनने मोठ्या आवाजात जाहीर केले, “तेंदसिन, शंभर गुण!” त्याने पैकीच्या पैकी गुण मिळविल्याबद्दल प्रत्येकाने त्याचे अभिनंदन केले. तेंदसिन खुशीत होता. माझ्याखेरीज कोणालाही काहीही संशय आला नाही हे त्याला ठाऊक होते आणि मी त्याचे रहस्य उघड केले नाही.

“मेटो, सत्त्याण्णव,” नॉर्डनने जाहीर केले. तिच्या उत्तम कामगिरीबद्दल सगळ्यांनी तिचेही अभिनंदन केले. या गुणांसाठी तिने किती मेहनत घेतली होती हे आम्हा सगळ्यांना ठाऊक होते. एका संध्याकाळी ती माझ्याकडे येऊन मला म्हणाली, “आपल्याला शाळेत आणखी एक शिक्षक ठेवता येईल? रविवार आणि तीन दिवसांचा दुपारचा वेळ आम्हाला मोकळा असतो तेव्हा आम्हाला अधिक शिकता येईल.”

“नोरबू, ऐंशी.” नॉर्डनने जाहीर केले. या सर्वसाधारण निकालाने त्याला धक्का दिला, असे मला वाटले. नैसर्गिक गुणवत्तेचे वरदान मिळालेला हा मुलगा आधी वर्गात सर्वोत्तम होता, पण मग तेंदसिन केवळ त्याच्या बरोबरीलाच आला नाही तर त्याला मागे टाकून पुढे गेला, विशेषत: गणित आणि लेखनात. त्याला जेव्हा ८० गुण मिळाल्याचे समजले तेव्हा त्याने जमिनीवर अंग टाकून मोठ्याने रडायला सुरुवात केली.

“मला घरी जायचंय... अमलाला भेटायचंय...”

“तुला अमलाची आठवण का बरं आली?” नॉर्डनने विचारले.

“मला घराची आठवण येतेय आणि शिवाय मला अमलाच्या हातचा स्वयंपाक जास्त आवडतो,” असे म्हणत तो पुन्हा हुंदके देऊ लागला. आपल्या कुशीत घेत नॉर्डन त्याला शांत करू लागली, पण त्याचे रडणे सुरूच राहिले आणि त्याला गप्प करण्यासाठी आमची कोणतीही युक्ती उपयोगी पडेना.

“आणखी कोणाला आपल्या अमलाकडे जायचं आहे?” नॉर्डनने विचारले. मेटोने मान हलविली आणि तेंदसिननेही.

“घरी जाऊन मी काय करू? मी इथे खूप शिकतो आहे आणि मला त्यात मजा येते आहे. माझ्या अमलासाठी ही एक छान भेट ठरू शकेल,” तेंदसिन म्हणाला.

“असा नाराज होऊ नकोस. अनिला ही आपली खरीखुरी अमला आहे,” ताशी आणि चिला नोरबूला म्हणाले.

मध्यरात्री पॉल अंगण ओलांडून पेंगत-पेंगतच शाळेच्या बाथरूमकडे निघाला असता त्याच्या कानावर आवाज पडला, त्याला वाटले, उंदीर असावा. पण तो आवाज केवळ सतत येत नव्हता तर मोठाही होत होता. तेव्हा क्षणभर त्याला चोर आला की काय, अशी भीती वाटली.

हलक्या पावलाने तो शाळेच्या खोल्यांजवळ गेला आणि वाकून दाराला असलेल्या छोट्या भोकातून आत बघू लागला. वर्गातील बाकावर त्याला एक छोटीशी आकृती बसलेली दिसली. तो नोरबू होता. स्वत:शीच शीळ वाजवत तो लिहीत आणि वाचत होता. मध्यरात्र उलटून गेल्याचेही त्याला भान नव्हते. तो निश्चितपणे पुढच्या परीक्षेची तयारी करीत होता आणि या वेळी त्याने शंभरपैकी शंभर गुण मिळविण्याचा संकल्प केला होता.

ग्येंदसन हा आमचा सहावा विद्यार्थी वयाच्या अकराव्या वर्षी एका जर्मन मानवतावादी संघटनेकडून आमच्याकडे आला होता. मुलांचा अंधत्वाकडे बघण्याचा दृष्टिकोन भावनेपासून किती दूर आणि व्यवहार्य असतो हे आम्हाला त्याने शिकविले. डोळ्याला झालेल्या जंतुसंसर्गावर नीट उपचार न झाल्याने वयाच्या नवव्या वर्षी ग्येंदसन पूर्ण अंध झाला. त्याने आमच्या शाळेविषयी ऐकले होते, पण तो तिथपर्यंत पोचू शकत नव्हता आणि त्याला कोणी आमच्यापर्यंत आणूही शकत नव्हते. त्याचे खेडे फार दूरवर होते आणि पावसाळ्यात उरलेल्या देशापासून ते वेगळे पडत असे. अतिशय बुद्धिमान आणि चपळ असलेला ग्येंदसन तेवढाच उत्तम घोडेस्वारी जाणत होता आणि पोहणेसुद्धा. आमच्याकडे येण्यापूर्वी तो शाळेत गेला होता. ब्रेल शिकणे ही त्याच्यासाठी समस्या नव्हती. थोड्याच काळात तो नोरबू, तेंदसिन आणि मेटोच्या बरोबरीला आला.

अनिला आणि मी नॉर्डनचे शिक्षण देण्याच्या कामातील सहकारी बनलो. आम्ही तिघांनी मिळून एक चांगला कार्यक्रम आखला. त्यात वाचन, लेखन आणि गणित व चिनी भाषेचा समावेश होता. आम्ही जेव्हा नवीन अभ्यासक्रमाचे कागद विद्यार्थ्यांना सोपविले तेव्हा ग्येंदसनने सुचविले की, आम्ही इंग्रजी भाषेचा समावेशही त्यात करावा. “आम्ही जर इंग्रजी शिकलो तर अखेरीस आम्हाला जनरल पोलोशी बोलता येईल,” तो म्हणाला.

जनरल पोलो हे पॉलला दिलेले नाव होते जो अजूनही काही तिबेटी वाक्प्रचारांशी झगडत होता आणि त्यामुळे कायम थट्टेचा विषय झाला होता. आम्ही अभ्यासक्रमात इंग्रजीचाही समावेश केला आणि त्यामुळे त्यांच्यातील संवादामध्ये मूलभूत सुधारणा झाल्याचे आम्हाला आढळले. मुले भाषा फार चटकन आत्मसात करतात याचा आम्हाला सगळ्यांना विसरच पडला होता. तेंदसिन आणि ग्येंदसन या दोघांनी, विशेषत: इंग्रजी ज्या वेगाने आत्मसात केली तो वेग चकित करणारा होता. थोड्याच

काळात ते छोट्या, पण व्यवस्थित वाक्यांमध्ये एकमेकांशी इंग्रजीमध्ये संभाषण करू शकत होते.

ग्येंदसनच्या चेहऱ्यावर सदैव दिसणाऱ्या हास्याने तो शाळेत किती रमला आहे हे स्पष्ट होत होते. त्याला जेव्हा दृष्टी होती तेव्हा त्याने काय बघितले आणि जेव्हा तो अंध झाला तेव्हा काय घडले ते त्याने इतरांना सांगावे, असे एक दिवस नॉर्डन त्याला म्हणाली. ज्या गोष्टीची त्याला सर्वाधिक आठवण येत होती, ती होती त्याचे डोळे! त्याला झालेल्या जंतुसंसर्गाने त्याला फार वेदना दिल्या होत्या. ''जेव्हा माझे डोळे दुखायचे थांबले तेव्हा परिस्थिती ठीक होती.'' मग त्याने आम्हाला एक विशिष्ट घटना सांगितली, ''एक दिवस मी अंध झाल्यावर एका ट्रकमध्ये मागे बसून प्रवास करीत होतो. एका डोंगराच्या कड्याच्या बाजूने आमची गाडी चालली होती. खाली दिसणारी खाई बघून इतर सर्व प्रवाशांची घाबरगुंडी उडाली होती, पण मी ती खाई बघूच शकत नसल्याने मी मस्त मजेत होतो. हा मला इतरांपेक्षा झालेला लाभ होता.'' त्याच्या त्या उद्‌गारानंतर त्याला पसंतीची दाद देत सगळे मोठ्याने हसले.

ग्येंदसन आमच्या शाळेत आला त्याच सुमारास चुंग्डा आपल्या वडिलांचा निरोप घेऊन आली. आम्ही अंध विद्यार्थी घेणे बंद करावे, असा तो संदेश होता. खरे म्हणजे, आम्ही त्याला आता सहकारी म्हणून नको होतो आणि या वर्षअखेरीस आम्हाला ही जागा सोडावी लागणार होती. पुन्हा एकदा आमचा प्रकल्प कमालीचा धोक्यात आला होता. आम्ही फारच नाजूक स्थितीत होतो आणि ही परिस्थिती बदलण्यासाठी आम्हाला काहीतरी मार्ग शोधावा लागणार होता. आता नेमके आमचे बस्तान कुठे हलविता येईल, असा प्रश्न माझ्यासमोर पडल्याने मी चांगलीच बेचैन झाले होते. या प्रश्नावर शांतपणे बोलण्यासाठी मी आणि पॉल बागेत भेटलो. आमच्या मागोमाग आलेल्या नॉर्डनने आम्हाला दिलासा देण्याचा खूप प्रयत्न केला आणि आम्हाला धीरही दिला.

ती म्हणत होती, ''तुम्ही आता तुमच्या शाळेला असं वाऱ्यावर सोडू शकत नाही. ल्हासात तुम्ही चांगलं नाव कमावलं आहे आणि ही अंध मुलं केवळ उत्तम शिकतच आहेत असं नाही तर इथे खूप खूश आहेत. तुम्ही त्यांना असं सोडून देऊ शकणार नाही.''

''पण नॉर्डन, आम्ही असं ऐन थंडीत रस्त्यावर आलो असताना काय करू शकणार?''

''एक घर विकत घ्या. म्हणजे तुम्ही कुणावर अवलंबून राहणार नाही.''

''कल्पना चांगली आहे, पण आमच्याकडे शाळा चालवण्यासाठी पुरेसे पैसे नसताना घर घेण्याइतके पैसे कुठून येणार?'' पॉल काहीसा कोरडेपणाने म्हणाला. नेपाळमधून आल्यापासून आमचा व्यवहार काटकसरीचाच झाला होता. मायदेशातील,

आम्हाला निधी पुरविणारी संस्था नेहमीप्रमाणे पैसे वेळेवर न पाठविण्याचे नाटक करीत होती. त्यामुळे आम्हाला इकडे घाम फुटत होता. आमच्या वैयक्तिक खात्यातील गंगाजळी आटत चालली होती. त्यामुळे पुन्हा एकदा कर्मचाऱ्यांना पगार देऊ न शकण्याची किंवा मुलांच्या पोटाला चिमटा घेण्याची वेळ आमच्यावर आली होती. अनिला आणि नॉर्डन या दोघींनी त्यांच्या पगारावर पाणी सोडण्याची तयारी दाखविली आणि तातडीच्या प्रसंगी थोडीफार आर्थिक मदत देण्याची तयारी ल्हासामधील एका मानवतावादी संघटनेने दर्शविली.

मग मी जर्मनीला एक भलेमोठे पत्र पाठविले. त्यात आमच्या शिकविण्यामुळे मिळालेला उत्तम निकाल आणि मुलांची प्रगती याचा तपशीलवार अहवाल जोडला आणि आमचे भविष्यकालीन बेतही त्यांना कळविले. त्यामध्ये अतिशय गरज असलेल्या पुनर्वसन केंद्राचा आणि व्यवसाय शिक्षण देणाऱ्या शाळेचा उल्लेख होता. सध्या आम्ही ज्या बिकट आर्थिक समस्येला तोंड देत होतो त्याचाही उल्लेख करून आम्हाला वाढीसाठी अधिक संधी द्यावी, असे सुचविले होते. शेवटी, शाळेचा कारभार सुरळीतपणे चालविता यावा यासाठी महत्त्वाचे निर्णय घेण्याची परवानगी आम्हाला द्यावी, अशी मागणीही केली होती.

काही आठवड्यांनंतर त्यांचे उत्तर माझ्या हातात पडले :

प्रिय सॅब्रिए,

तू ज्या समर्पित वृत्तीने काम करते आहेस त्याबद्दल धन्यवाद! या प्रकल्पाला तू जन्म दिलास याची आम्हाला जाणीव आहे. पण प्रकल्पाच्या पुढील विकासाचे सर्व महत्त्वाचे निर्णय आमची संघटना आमच्या हातात ठेवू इच्छिते.

यापुढे तू आमच्या संस्थेची एक प्रतिनिधी असशील आणि प्रकल्प चालविताना यापुढे तुला पूर्वीप्रमाणे स्वातंत्र्य नसेल. मला ठाऊक आहे ही गोष्ट तुला फारशी आवडणार नाही, पण मी हे सांगू इच्छितो की, हा आमचा निर्णय नाही. जर आम्हाला तुझ्या प्रकल्पाच्या पुढील विकासात भाग घ्यायचा असेल तर या प्रकारचे वर्तन आम्हाला यापुढे करणे भाग आहे.

प्रकल्प लांबविणे, दुसऱ्या इमारतीत स्थलांतरित होणे किंवा तिबेटियन भागीदारीत बदल करणे अशा प्रकारचे महत्त्वाचे निर्णय हे आमच्या अधिकारात आणि आमच्या संमतीनंतरच घेतले जातील आणि यापुढे ती तुमची जबाबदारी नसेल.

तुमच्या सूचना आम्ही अर्थातच ऐकू. पण त्याबाबत निर्णय आम्ही

घेऊ. तुमचा प्रकल्प अयशस्वी ठरल्यास संबंधित खाते तुम्हाला जबाबदार धरणार नाही. आमची संघटना आणि त्याचे संचालक मंडळ त्याची पूर्ण जबाबदारी घेतील. शाळेच्या अहवालाबाबत काय अहवाल द्यायचा त्याबाबतचे नियम आम्ही ठरवू.

ल्हासामधील या प्रकल्पासाठी तू अतिशय मेहनत घेते आहेस याची जाणीव आम्हाला आहे आणि तू ज्या संकटांना तोंड दिले आहेस त्याचीही जाणीव आम्हाला आहे. ही जबाबदारी स्वत:कडे घेऊन तुला, विशेषत: ज्या तरुणीने तिबेटमध्ये आमचे एक केंद्र उभे केले तिला आदेश देणे माझ्यासाठी फार सोपी बाब नाही. आपली दोघांची उद्दिष्टे समान आहेत आणि मला आशा आहे, आपण दोघेही आपापल्या भूमिका उत्तम तऱ्हेने निभावू.

पत्र संपले एवढेच. पैसे पाठविण्याबाबतचा कोणताही उल्लेख त्यात नव्हता. मला नंतर समजले की, या संघटनेने माझा कोणताही अहवाल संबंधित मंत्रालयाकडे पाठविलाच नव्हता. त्यांनी वेगळाच, स्वत:चा हेतू साध्य करणारा अहवाल त्यांना पाठविला. त्याचा परिणाम असा झाला की, मला प्रायोजित करणाऱ्या खात्याच्या सचिवांना माझ्या प्रकल्प चालविण्याच्या क्षमतेबद्दल आतापर्यंत वाटणारा विश्वास डळमळीत होऊ लागला.

१९९८ साली हिवाळ्यात मी जर्मनीला जाऊन संघटना आणि खात्याच्या पातळीवर काय चालले आहे ते बघून येण्याचे ठरविले. पॉललाही युरोपमध्ये जायचे होते. त्यामुळे आम्ही शाळा बंद करून तीन आठवड्यांची सुटी जाहीर केली. सर्व मुले घरी जाणार होती. प्रत्येक जण खूश होता. पुस्तक काखोटीला मारून जो-तो आपल्या कुटुंबीयांना, मित्र-मंडळींना भेटण्याचे बेत आखत होता. आमची शाळा, ब्रेल आणि ल्हासातील शाळेत काय-काय शिकायला मिळाले हे कसे सांगायचे याची स्वप्ने रंगवत होते.

२६

परदेशी सुरू होणाऱ्या अनेक प्रकल्पांना शासकीय अनुदान मिळण्याचे भाग्य लाभते. दुर्दैवाने, माझ्या बाबतीत मात्र हजारो मैल दूर असणारा प्रकल्प कसा चालवायचा याबाबत निर्णय घेण्याचे सर्व अधिकार शिक्षण खाते किंवा अधिकृत शासकीय खाते स्वत:कडे ठेवू इच्छित होते. त्या प्रकल्पावर काम करणाऱ्या लोकांना स्थानिक पातळीवर कोणतेही निर्णय घेण्याचे अधिकार नाकारले जातात. किती चुकीचे आहे हे! इतक्या दूरवरून एखादी व्यवस्था सक्षमपणे चालविणे कसे शक्य आहे?

ही अधिकाराची उतरंड अतिशय सोपी आहे. सर्वांत वरच्या स्थानी आहे निधी देणारी अधिकृत संस्था. उदाहरणार्थ, आर्थिक सहकार्य करणारी आणि विकासासाठी मदत करणारी फेडरल मिनिस्ट्री, आर्थिक मदत कोणाला द्यायची हे ठरवून त्या प्रकल्पांची निवड करतात. एखाद्या छोट्या प्रकल्पासाठी याच खात्यातर्फे दुसऱ्या संस्थेची नेमणूक केली जाते. ही संस्था त्या मंत्रालयाच्या देखरेखीखाली प्रायोजक संस्था म्हणून काम करते. छोट्या रांगेत सर्वांत शेवटी असलेल्या आणि ज्यांना आर्थिक अनुदानाची गरज आहे त्यांना अशी संस्था शोधावी लागते. मला हे स्पष्ट करण्यात आले होते की, जे एखादा प्रकल्प मांडून विकसित करतात ते या व्यवस्थेचे नोकर असतात आणि व्यवस्थेने ठरविलेल्या नियमांचे पालन त्यांना करावेच लागते.

अनेक प्रसंगांमध्ये या हुकूमशाही व्यवस्थेचा त्या प्रकल्पावर होणारा परिणाम अतिशय विघातक, त्या प्रकल्पाला उद्ध्वस्त करणारा असतो. आमच्यासारखी जी मंडळी परदेशी भूमीत प्रकल्प चालवितात आणि त्यात काम करतात, ज्यांना स्थानिक भाषा, सवयी आणि नियम ठाऊक असतात आणि त्यामुळे त्या देशात प्रकल्प कसा चालवायचा याच्याशी परिचित असतात तेच या प्रकल्पाच्या बाबतीत हजारो मैलांवरील नोकरशहांपेक्षा योग्य निर्णय घेण्यास समर्थ असतात. ज्यांनी एखाद्या प्रकल्पावर अशा रितीने काम केले आहे तेच त्याचे योग्य तऱ्हेने मूल्यमापन

करू शकतात. आर्थिक सहकार्य करणारे जे वरिष्ठ अधिकारी असतात आणि जे जगाच्या दुसऱ्या टोकाला वसलेले असतात ते कोणताही प्रकल्प पुढे रेटू शकतात किंवा खरे म्हणजे तसे घडायला हवे. दुर्दैवाने माझ्या बाबतीत तसे घडले नाही.

मी माझ्यासाठी प्रायोजक म्हणून दुसरी एखादी संस्था निवडायला हवी होती, पण मग मला आठवले की, मला अशी दुसरी संस्था ठाऊकही नव्हती. त्याची भूमिका नेमकी काय असते, तर मी पाठविलेले अहवाल वाचून त्याचे मूल्यमापन करणे, काही पत्रांवर सह्या करणे आणि संबंधित खाते व यांच्यात दुवा म्हणून काम करणे, आमचे पैसे पाठविण्याची प्रक्रिया सुरू करणे वगैरे. खरेच किती अडाणी होते मी!

माझी प्रायोजक संस्था सोप्या फॉर्म्सवर प्रक्रिया करण्यास सक्षम नव्हती आणि भागीदारीत आवश्यक असलेले लहान-लहान तपशील जाणून त्यावर काम करू शकत नव्हती हे मला त्या वेळी समजण्याचे काही कारण नव्हते. ते या खेळात मला खूप उशिरा समजले. काम सुरू करण्याच्या टप्प्यावर माझ्या संस्थेच्या अध्यक्षांना नकाशावर तिबेट कुठे आहे हेच ठाऊक नसल्याने त्याचे राजकीय महत्त्व तिला समजूच शकत नव्हते. नकाशावर तिबेट शोधू न शकल्याने माझे पैसे पाठविण्यास तिला एवढा उशीर होत असावा?

जर्मनीत येऊन मला एखादा आठवडा झाल्यावर मला माझ्या मैत्रिणीने त्या संस्थेच्या अध्यक्षांनी संबंधित खात्याकडे पाठविलेला अहवाल वाचून दाखविला. माझा माझ्या कानांवर विश्वास बसत नव्हता आणि जसजसा तो अहवाल माझ्या कानांवर पडत गेला तसतसा माझा पारा चढत गेला. त्या अहवालात आमचे उद्दिष्ट, शैक्षणिक संकल्पना, आमचे उपक्रम, गेल्या काही महिन्यांत विकसित होत गेलेला प्रकल्प आणि आमचे भविष्यातील प्रकल्प याविषयी एक चकार शब्दही नव्हता. त्याऐवजी माझे लोपसांगशी कसे मतभेद आहेत त्याविषयी तपशीलवार आणि स्वत:च्या नजरेतून जे दिसले ते लिहिले होते. मागील वर्षी ऑगस्ट महिन्यात आमच्या अध्यक्षांनी ल्हासात जो तीन दिवसांचा दौरा केला आणि नंतर चीनमध्ये मुक्काम केला त्यावर आधारित तिने हे मूल्यमापन केले होते. संचालकांनी शाळेसाठी 'खरेदी केलेले' फर्निचर आणि अन्य साहित्य याच्यासाठी संस्थेने पैसे पाठविले होते आणि त्याची नोंदही रजिस्टरमध्ये झाली होती, पण या सामानाची खरेदी झालीच नाही असा मी उगीच कांगावा करीत होते, असे म्हटले होते. त्या संचालकांनी आणि त्यांच्या मुलीने अशी अनेक कागदपत्रे आणि पावत्या दाखवून हे दाखवून दिले होते की, शाळेतील अंध मुलांसाठी निधी पाठविण्यात आला होता, पण तो खर्च केला गेला नाही. असा दावा या अहवालाता केला गेला होता आणि या चुकीचे खापर माझ्या माथी फोडले गेले होते. त्यात असेही म्हटले होते की, अनाथ मुलांच्या

संस्थेने आम्हाला पैसे कर्जाऊ दिले होते आणि फर्निचरबाबत बोलायचे तर, सगळे फर्निचर वेअरहाउसमध्ये होते आणि आम्ही फक्त त्याचा ताबा घेणे बाकी होते! याबाबत वेअरहाउसमध्ये जाऊन खातरजमा करून घ्यावी असे अध्यक्षांना कधीही वाटले नाही. मी माझ्या वैयक्तिक खात्यातून दहा हजार डॉलर्स शाळेसाठी दिले होते, त्याचा उल्लेखही कोठे केला गेला नव्हता. आपल्याला गाद्या मिळतील अशा आशेवर मुले केवळ चादरीवर झोपत होती याचाही उल्लेख या अहवालात कोठेही नव्हता.

मला शिकविण्याची पार्श्वभूमी नव्हती आणि अनुभवही नव्हता, त्यामुळे हा प्रकल्प चालविण्याची व्यावसायिक क्षमता माझ्यात नाही. तिच्या अहवालानुसार, मुलांना योग्य शिक्षण मिळत नव्हते. त्यांच्या मते, जे शिक्षण दिले जात होते ते अनियमित आणि पुरेसे नियोजन न करता दिले जात होते.

मी अक्षरश: आश्चर्याने हतबुद्ध झाले. वास्तवाचा इतका विपर्यास केला जात असताना मी त्याचे स्पष्टीकरण कसे करू शकत होते? हजारो मैल दूर असलेल्या त्या अध्यक्षांना नक्कीच एकटे पडल्यासारखे वाटत असणार आणि परिस्थितीवर आपले नियंत्रण आहे हे सिद्ध करणे तिच्या प्रतिमेसाठी आवश्यक झाले असणार.

पुन्हा एकदा मी माझ्या अननुभवाची शिकार झाले होते. अपमानाचे वारे माझ्या दिशेने येत होते आणि मला त्यांची चाहूलही लागली नव्हती. हा सर्व प्रकार माझ्यासाठी अगदी नवा, अनोळखी होता. मानवी वर्तनातील मूलभूत धडा मला मिळाला होता. मी झपाट्याने मोठी होत होते. जेमतेम वर्षभरापूर्वी मी जेव्हा माझे बेत आणि प्रकल्प मांडले तेव्हा त्या खात्यातील अधिकारिवर्ग लक्षपूर्वक माझे म्हणणे ऐकत होते आणि आज मात्र ते माझी बाजू ऐकून घ्यायलाही तयार नव्हते. त्या खात्याच्या अधिकाऱ्यांनी मला फोनवर गुळमुळीत उत्तर दिले. ''तिबेटमधील प्रकल्पाबाबत आम्हाला तुमच्याशी संवाद करता येणार नाही. कोणताही प्रश्न असेल तर तो तुमच्या संस्थेमार्फतच आमच्यापर्यंत येईल.'' संस्थेचे अध्यक्ष आणि खात्याच्या दरम्यान होणाऱ्या बैठकीत मला सहभागी होण्याची परवानगी तरी मला खात्याने दिली, हे बरे झाले. त्या बैठकीची वाट बघणे मला परवडणारे नव्हते, पण मला एकदम जाणवले की, खात्याच्या मोठ्या प्रमाणावर होणाऱ्या मेळाव्यापूर्वी मी जर संघटनेच्या सभासदांना भेटू शकले तर पुष्कळ गोष्टींचे शंकानिरसन होऊ शकेल. प्रत्यक्ष भेट खूप उपयुक्त ठरू शकेल. माझ्या एकाही पत्राला वा फॅक्सला उत्तर का मिळाले नाही याचा खुलासा तरी होऊ शकेल.

अध्यक्षांनी स्वत: तो अहवाल लिहिला होता, तोही मुदत संपण्याच्या जेमतेम आधी. ते ऐकून मला आश्चर्य वाटले नाही, कारण तो त्यांनीच लिहिला असावा, असे वाटत होते. त्या अहवालातील तपशिलाच्या चुकांकडे निर्देश करणारा एक अहवाल

मी तयार करून तो बैठक सुरू होण्यापूर्वी उपाध्यक्षांच्या हातात दिला. त्यांनी त्यावर नजर टाकल्यासारखे केले आणि जाहीर केले, आपली बैठक मैत्रीपूर्ण होईल असे वाटले होते, पण एकूण परिस्थिती बघता...

या वेळी टेबलावर बसलेले अन्य सभासद ज्या तऱ्हेने स्वस्थ बसले होते ते बघून वेदना होत होत्या. अध्यक्षांच्या अहवालाला मान्यता देऊन ते मला अत्यंत अवघड परिस्थितीत ढकलत होते याची त्यांना जाणीव होती. अध्यक्षांचा अहवाल अगदी शेवटच्या क्षणी तयार झाल्यामुळे आपण तो जेवढा काळजीपूर्वक वाचायला हवा होता तेवढा वाचू शकलो नाही, असे स्पष्टीकरण उपाध्यक्ष आणि खजिनदार यांनी दिले. या व्यत्ययाचा लाभ उठवत मी तिबेटमध्ये आम्ही मिळविलेले यश आणि आमचे विविध उपक्रम यांचा धावता आढावा मांडला. मी जवळजवळ दहा मिनिटे बोलत होते आणि मला हेही जाणवले की, मी त्यांचे लक्ष वेधून घेऊ शकले. पण मी जेव्हा थांबले तेव्हा एकही प्रश्न, प्रतिसाद, सल्ला किंवा उत्साहवर्धक शब्द आला नाही. मग अध्यक्षा खडूसपणे म्हणाल्या, ''प्रिय सॅब्रिए, सादरीकरणाची कला तू किती उत्तम तऱ्हेने अवगत केली आहे हे दिसतंच आहे. समोरच्या श्रोत्यांचं मन वळवण्याची कला फार महत्त्वाची आहे. त्यामुळे आमच्या प्रायोजकांकडून पैसे मिळवण्यासाठी तुझ्या या कलेचा उपयोग करून घ्यायला हवा.''

''मी तुम्हाला जेवढे ओळखते त्यावरून हे नक्की सांगता येईल की, तुमचा माझ्यावर विश्वास नाही,'' मी म्हटले.

''मला मान्य आहे की, तुम्ही आल्यापासून तिबेटमध्ये काही प्रगती झालीय,'' अध्यक्षा उत्तरल्या.

''तुम्ही माझ्या पत्रांकडे लक्ष दिलं असतं तर हे तुम्हाला पुष्कळ आधी समजलं असतं.''

''तुझी पत्रं... प्रत्येक पत्रात फक्त पैशाची भीक मागितलेली होती. व्यावसायिक शाळेसारख्या अत्यंत अव्यवहार्य कल्पना त्यात मांडल्या होत्या आणि एवढंच नाही तर त्यानंतर घर घेण्यासाठी पैसे मागण्यापर्यंत आता तुझी मजल गेली. कमाल आहे सॅब्रिए.''

''माझ्या तातडीच्या आवाहनांना काहीही प्रतिसाद न देण्यापेक्षा तुम्ही त्याकडे लक्ष दिलं असतं तर बरं झालं असतं. निधीअभावी तो प्रकल्प ठप्प झाला आहे. पुढील दोन महिन्यांत आम्ही सगळे रस्त्यावर येऊ. मुलं, शिक्षक, सगळे. त्यामुळे मार्ग शोधणं हे आता फार महत्त्वाचं आहे.''

एकाएकी अध्यक्षबाईंचा आत्मविश्वास ढळल्याप्रमाणे झाले. भोवतीच्या टेबलांवर जे काही बोलले गेले त्यावरून हे स्पष्ट होत होते की, माझा पत्रव्यवहार त्यांच्यापर्यंत पोचतच नव्हता.

खजिनदार उभे राहिले अन् म्हणाले, "तुमच्या प्रकल्पाविषयी आम्हाला अंधारात ठेवलं गेलं असावं असं दिसतंय. आता या टप्प्यावर आपण काय करू शकतो?"

"जर तुम्ही मला योग्य निर्णय घ्यायचे अधिकार दिले आहेत..."

"प्रकल्पाच्या ठिकाणी, आधी माहिती देऊन निर्णय घेण्याचा अधिकार सॅब्रिएला देणं योग्य ठरेल," खजिनदारांनी हिंमत करून आपली बाजू लावून धरली. पण त्यांना मध्येच तोडत अध्यक्षा म्हणाल्या, "तिबेटियन शाळेबाबतचा कोणताही निर्णय ही आपल्या संस्थेची पूर्ण जबाबदारी आहे. तर आता आपण आपल्या कराराकडे वळू..."

त्या 'प्रसिद्ध' कागदांची मी गेल्या सहा महिन्यांपासून वाट बघत होते. ती कागदपत्रे मला पाठविली का गेली नाहीत, हे मला कधीच समजले नाही. त्यातील तपशील प्रथमच मी ऐकत होते आणि तो ऐकून थक्क होत होते. मला जे समजले त्यावरून मला एकच गोष्ट करण्याची परवानगी होती आणि ती म्हणजे तिबेटी भाषेत ब्रेल शिकविण्याची. तेथील फर्निचर आणि शिकविण्याच्या साहित्यावर यापुढे फक्त संस्थेची मालकी राहणार होती. आणि शेवटचा धक्का म्हणजे, आजपासून माझ्या पगारात निम्म्याने कपात करण्यात आली होती.

"याचा अर्थ काय आहे? हा मला दिलेल्या शिक्षेचा काही प्रकार आहे का? आणि ही शिक्षा कशाबद्दल हे मला विचारता येईल?"

एका प्रदीर्घ शांततेनंतर खजिनदार चाचरत बोलू लागले, "वस्तुस्थिती अशी आहे की, याबाबत आम्ही संचालक मंडळाशी तपशीलवार चर्चा केली. तुमच्या मूळ प्रस्तावात तुम्ही दहा मुलांचा उल्लेख केला होता. प्रत्यक्षात फक्त सहा मुलं आहेत..."

"अगदी बरोबर. माझा मूळ आकडा दहा होता. सगळ्या देशातील कानाकोपऱ्यात, छोट्या खेड्यात पालकांनी अंधारात डांबून ठेवलेल्या मुलांना शोधणं ही एक अवघड आणि किचकट कामगिरी होती. मुलांकडून मला पैसे मिळतात असं तुम्ही म्हणता? माझ्या सर्व विनंत्या आणि अहवालाकडे तुम्ही कानाडोळा केलात. कोणत्याही नियोजनात कधीही तुम्ही भाग घेतला नाहीत. अतिशय आव्हानात्मक परिस्थितीत मी काम करते आणि मला तुम्हाला आठवण करून द्यावीशी वाटते की, माझा पगार प्रारंभीच ठरला आहे आणि हा पैसा तुमचा नसून सार्वजनिक निधीतून मिळालेला आहे हे मी सांगायला नको."

"तुला आम्ही दहा मुलांना शिकवण्यासाठी पगार देणार होतो. तेवढाच पगार तुला सहा मुलांना शिकवण्यासाठी कसा काय देऊ?" अध्यक्षबाईंनी थंडपणे विचारले.

निष्कर्षाविना, आम्ही केवळ निरर्थक गुंत्यात अडकत होतो. आपल्याला एका

अत्यंत महत्त्वाच्या बैठकीला जायचे आहे हे एकाएकी उपाध्यक्ष आणि पाठोपाठ अध्यक्षांना आठवले. त्यामुळे स्पष्टीकरणाची संधीच न मिळता बैठक तहकूब केली गेली.

खात्याच्या बैठकीचा दिवस उजाडला आणि मला उठता-उठताच रडू कोसळले. कित्येक वर्षांनी डोळ्यांत अश्रू आले होते माझ्या. माझ्यावर होणाऱ्या तीव्र अन्यायाने मला हलवून टाकले होते. या अन्यायाशी कशी लढू शकणार होते मी? त्या नोकरशहांनी माझ्याविरुद्ध जे कुभांड रचले होते त्याला मी तोंड देऊ शकले असते? बैठक सुरू होण्यापूर्वी मला पराभवाच्या भावनेने घेरले. आदल्या रात्री मी एवढी अस्वस्थ झाले की, अखेर मी माझ्या आई-वडिलांकडे राहायला गेले. मला एवढी अस्वस्थ बघून तेही चिंतेत पडले. मला शांत करण्यासाठी त्यांनी मला मोठा कप भरून पुदिन्याचा चहा आणि ओटमील खायला दिले. स्वतःवर मी थोडा ताबा मिळविल्यावर आम्ही तिघांनी बैठकीला कसे सामोरे जायचे, याचे धोरण आखायला सुरुवात केली.

बैठकीच्या किमान अर्धा तास आधी कागदपत्रे घेऊन, किंबहुना त्याच्या अनेक प्रती, शिवाय प्रत्येक मुलाचे, वर्गाचे, शाळेचे आणि तिबेटचे अशी छायाचित्रे घेऊन मी तेथे उपस्थित राहायचे असे ठरले. बैठकीसाठी येणाऱ्यांशी यानिमित्ताने सहज संवाद सुरू व्हावा हा यामागचा हेतू होता. छायाचित्रे बघून आणि माझ्याशी होणाऱ्या संवादातून त्यांची उत्सुकता जागी व्हावी, काहींचा दृष्टिकोन मवाळ व्हावा आणि बैठकीपूर्वी काही लोक माझ्या बाजूने व्हावे हा यामागचा हेतू होता.

मी बैठकीच्या ठिकाणी तब्बल २० मिनिटे आधी पोचले. मला जिन्यावरून नेण्याची जबाबदारी ज्या महिलेवर सोपविली होती ती माझ्यानंतर काही मिनिटांनी येऊन पोचली. मी माझी ओळख करून देत असताना ती तुसडेपणे म्हणाली, "तू कोण आहेस हे ठाऊक आहे मला. माझ्या मागं ये." लोकांनी माझा हात धरून नेण्याची किंवा दिशा दाखविण्याची मला सवय आहे. ही बया मला स्वतःच्या भरवशावर सोडून तरतरा पुढे निघाली होती. मी अंध आहे हे तिला बहुधा कोणी सांगितले नसावे याविषयी मला खात्री होती. मी एका झुलत्या दरवाजातून आत जाऊ शकले, पण तिच्या वेगाने जाण्याच्या धांदलीत माझे डोके एका लिफ्टच्या अर्धवट उघड्या दरवाजावर धाडकन आपटले. "ए बाई, मला अंध माणसांची काळजी घेण्याची सवय नाहीय बरं," ती मला म्हणाली. मी तिच्या मागून जात असताना मनातल्या मनात माझे बेत अमलात आणण्याचा निर्धार करीत होते. मी तिच्याशी तिबेटसंदर्भात बोलत होते, पण माझ्या डोक्यावरचे टेंगूळ चांगलेच ठणकू लागले होते. मग मी तिच्याशी बोलण्याचा नाद सोडून दिला. अखेरीस, जेथे बैठक होणार होती त्या सभागृहात आम्ही आलो तेथे मला माझ्या मार्गदर्शकाने बसण्यासाठी जागा

देऊ केली. पण अजून तासभर तरी बैठकीत सहभागी होणारे कोणी येतील असे वाटत नाही, असे तिने मला सांगितले. वा! म्हणजे मी बैठकीत सहभागी होणाऱ्यांपैकी नव्हते तर! काही मिनिटांनंतर कोणत्यातरी विभागाचा प्रमुख माझ्याकडे आला आणि माझ्या शेजारी बसत म्हणाला, ''मिस टेनबर्केन, तुम्ही सुचवलेल्या प्रत्येक पर्यायावर विचार करण्याची आमची तयारी आहे, पण तुम्ही शक्यतो तुमच्या समस्यांबाबत आमच्या संघटनेला दोष देऊ नका. त्यामुळे आम्ही फार अवघड परिस्थितीत सापडू.''

आम्ही इतर लोकांची वाट बघत असताना समन्वयकाने माहिती दिली की, आमच्या बैठकीसाठी अपेक्षित अनेक सभासद वाहतूक कोंडीत अडकले आहेत. तोपर्यंत मी आणलेला शाळेची माहिती देणारा एक छोटासा व्हिडिओ दाखवावा, अशी मी विनंती केली. पण ती फारशी कोणाच्या कानावर पडली नाही. मग मुलांची छायाचित्रे तरी दाखवावी, अशी विनंती मी केली, पण त्याबाबतही अत्यंत निरुत्साह होता.

बराच वेळ गेल्यावर संघटनेचे प्रतिनिधी आणि त्यापाठोपाठ आयोगाचे सदस्य एकेक करून येऊ लागले. अध्यक्षांच्या अहवालावर चर्चा हा त्यांच्या कार्यक्रम पत्रिकेतील पहिला विषय होता, पण मी माझ्या प्रकल्पाचे सादरीकरण करण्याचा आग्रह धरला. ''खात्याने नेमलेल्या आयोगाला संघटनेच्या एका कर्मचाऱ्याच्या नजरेतून टिपला गेलेला अंधांच्या शाळेवरील व्हिडिओ बघण्यात रस नाहीय,'' खात्याच्या समन्वयकाने मला सांगितले. ''अध्यक्षांचा अहवाल वाचून संमत केला गेला आहे आणि आयोगाला तो समाधानकारक वाटला आहे. तुम्हाला बैठकीला आमंत्रित केलं गेलं याबद्दल तुम्ही आमचे आभार मानले पाहिजेत.'' समन्वयकाचे हे म्हणणे सर्वांनी मान्य केले. अपवाद फक्त एकाचा, जो सर्वांत आधी आला त्या विभागप्रमुखाचा. त्याचे नाव मला कधीही कळले नाही.

मला कळून चुकले, त्यानंतरची बैठक हा निव्वळ फार्स होता. प्रत्येक गोष्टीबाबतचा निर्णय आधीच झाला होता आणि तो अगदी तपशिलात अध्यक्षांपर्यंत गेलेला होता. त्यांनी माझी उपस्थिती केवळ सहन केली आणि मी त्यांचे मन बदलण्याच्या प्रयत्नांना जराही दाद देण्याचा त्यांचा इरादा नव्हता. खरे म्हणजे त्या क्षणी मी बैठकीतून बाहेर पडायला हवे होते.

संघटनेच्या अध्यक्षा उठल्या आणि जमलेल्या सभासदांसमोर त्यांनी सादरीकरण केले. ते करताना त्या संघटनेविषयी बोलल्या, संघटनेने उचललेल्या प्रत्येक पावलाविषयी बोलण्याच्या ओघात तिबेटमधील अंध शाळेसाठी आपण कसा वेळ देऊ शकलो नाही हेही त्यांनी सांगितले. ही शाळा आता कशी रस्त्यावर येऊन उद्‌ध्वस्त होण्याच्या मार्गावर आहे याविषयी त्यांनी चकार शब्द उच्चारला नाही.

मग मी त्या संभाषणात उडी घेतली आणि व्यत्यय आणल्याबद्दल माफी मागत म्हटले, आमच्या शाळेची परिस्थिती अतिशय नाजूक आहे याची कित्येक महिन्यांपासून आम्हाला जाणीव आहे. हे वर्ष संपायच्या आत जागा खाली करून देण्यासंबंधी आम्हाला सांगितले गेले आहे.

हे ऐकून खातेप्रमुखाला धक्काच बसला. "हा प्रश्न फारच गंभीर आहे आणि त्याची आम्हाला कुणाला माहितीच नाही," ते म्हणाले.

"दुर्दैवाने या प्रश्नाची चिंता करण्यासाठी ल्हासात आमच्याकडे भरपूर वेळ होता आणि मला तुम्हाला असं सांगायचं आहे की, या प्रश्नाचं उत्तरही मला मिळालं आहे."

"सॅब्रिए टेनबर्केन हिला या प्रकल्पाचा ताबा देणं हा या प्रश्नी सर्वांत सोपा आणि तर्कशुद्ध उपाय ठरेल असं मला वाटतं," खातेप्रमुखाने म्हटले. त्याबरोबर अध्यक्ष महोदयांनी त्वरित त्यास अमान्यता दाखविली आणि ती माझी नाही तर संघटनेची जबाबदारी आहे हे नि:संदिग्धपणे स्पष्ट केले.

"तिचं म्हणणं बरोबर आहे. हा टेनबर्केनचा वैयक्तिक प्रकल्प होऊ नये याकडे लक्ष दिलं पाहिजे." मला जो पहिला नोकरशहा भेटला त्याने मत मांडले. या म्हणण्याला संमती देणारी कुजबुज आसपासच्या टेबलावरून ऐकू येत होती.

बैठकीतील हा मुद्दा संपला. पुढचा मुद्दा होता आर्थिक तरतुदीचा. आमचे फक्त अर्धेच अनुदान तिबेटला पाठविले गेले आहे याची नोंद खातेप्रमुखांनी घेतली.

"स्त्री-पुरुष मित्रांनो, गेल्या सप्टेंबर महिन्यापासून आम्ही अतिशय आर्थिक तंगीमध्ये काम करीत आहोत. जेव्हा तुमच्याकडून येणे असलेले पैसे आमच्यापर्यंत पोचत नाहीत तेव्हा मला माझ्या वैयक्तिक खात्यामधून पैसे काढण्याखेरीज पर्यायच नव्हता. पण याचा अर्थ तो आमचा पूर्वनियोजित बेत होता आणि तो तसाच चालू राहणार आहे असं नाही."

"सॅब्रिए, तुझ्या शाळेच्या जन्मापासूनच इतक्या समस्यांना त्याला तोंड द्यावं लागतं आहे की, आता त्या समस्यांचं निराकरण झाल्याखेरीज तुला पुढील निधी द्यायचा नाही असा निर्णय आम्ही घेतला आहे."

या बाईच्या अधिकाराला कोणी आव्हान का देत नाही? शासकीय निधी ती आम्हाला पाठवत नाहीय हे अक्षम्य दुर्लक्ष आहे हे तिच्या निदर्शनास कोणी आणून का देत नाही? एका भलत्याच सत्तासंघर्षाची झळ आमची मुले आणि शिक्षक यांना लागते आहे हे त्यांना कळत नाहीय का?

झाली ती अवहेलना पुरेशी होती. सुदैवाने, बैठक तहकूब झाली. त्या इमारतीतून बाहेर पडता-पडता मी निर्धार केला, आम्हाला अनुकूल असे काहीही घडले नाही, आणि या क्षणी तसे घडण्याची अजिबात शक्यता दिसत नव्हती, तर मी, पॉल,

नॉर्डन आणि अनिलाच्या साथीने हा प्रकल्प पुढे नेईन. त्यासाठी खाजगी पातळीवर पैसे उभे करीन, पण यापुढे या नोकरशहांची मदत घेणार नाही. लोकांकडून पैसे उभे करता येतील याची मला खात्री होती!

तीनच महिन्यांनंतर मी आणि पॉलने स्वत:च्या बळावर पुढे जाण्याचा निर्णय घेतला आणि आम्ही घेतलेला तो सर्वोत्तम निर्णय होता! या क्षणी आम्ही आमचा प्रकल्प पूर्णत्वाच्या टप्प्यावर नेला आहे; तोही कोठेतरी दूरवर असलेल्या आणि प्रकल्पाची जराही ओळख नसलेल्या संस्थेच्या किंवा भलत्याच माहितीच्या जंजाळात सापडलेल्या शासकीय खात्याच्या लुडबुडीशिवाय! अधिकृत शासकीय मदतीच्या चक्रातून मुक्त झाल्याने आम्ही मोकळा श्वास घेऊ शकलो. अर्थात याचा अर्थ आमच्या वाटेवर समस्यांचे काटे उगवलेच नाहीत असे नाही, पण आमच्या निर्णयाचा पश्चात्ताप करण्याची वेळ आमच्यावर कधीही आली नाही. त्या हिवाळ्यात आम्ही हे पाऊल उचलले नसते, तर अंधांसाठी असलेल्या आमच्या प्रकल्पाचा केविलवाणा अंत झालेला आम्हाला बघावा लागला असता.

२७

कदाचित नशिबाचा फेरा म्हणून असेल, पण त्या वर्षी आम्ही प्रथमच अतिशय खडतर, लांबलचक आणि क्रूर अशा थंडीचा सामना केला. त्या पूर्ण हंगामात तापमान शून्याच्या वर कधी आलेच नाही. ल्हासा खोऱ्यातील वातावरण नेहमीच प्रसन्न असते, असा दावा तिबेटी लोक भले करीत असले, तरी प्रत्यक्षात मात्र येथे नोव्हेंबर महिन्यापासून पाय गोठायला लागतात. आणि थेट मार्चमध्येच त्यामध्ये ऊब येऊ लागते. देशात कोठेही ऊब देणारी यंत्रणा उपलब्ध नाही. अगदी विजेवर चालणारे हिटर्ससुद्धा नाहीत. कारण त्यामुळे आसपासची वीज जाऊन अंधारगुडूप होतो! दक्षिण चीनमधील लोकांनी बांधलेल्या आधुनिक इमारतीही या खडतर हिवाळ्याला तोंड देण्यास सक्षम नाहीत. सिमेंटच्या भिंतींमध्ये तापमान निरोधक न टाकल्याने बाहेर जेवढी थंडी असते तेवढीच थंडी आतही असते. बाहेर हाडे गोठवून टाकणारा वारा सतत वाहत असतो.

रोज सकाळी उठल्यावर खिडकीवर जमलेले बर्फाचे जाड थर खरवडून काढण्याचे कर्मकांड पॉलला करावे लागत असे. बेसिनमध्ये बर्फाचा एक थर जमलेला असे. सप्टेंबरच्या मध्यापासून ते मार्च संपेपर्यंत तिबेटी लोक हात धुण्यास फारसे राजी का नसतात ते मला आता समजले. ही सवय आपणही लावून घ्यावी असे मला कित्येकदा वाटले होते.

आगामी हिवाळ्याला तोंड देण्याची पूर्वतयारी म्हणून दर वर्षी हिवाळ्यापूर्वी इथले स्त्री-पुरुष एखाद्या नदीच्या उथळ पात्रावर सहलीसाठी जातात. मग तेथे एक समारंभ सुरू होतो. सगळे जण पाण्यात उतरतात आणि पाण्यात डुंबत मनसोक्त अंघोळ करतात, साबण-शाम्पूसह. मग त्यानंतर येणाऱ्या हिवाळ्यात शरीराची काळजी घेण्यासाठी फक्त याकच्या दुधाचे लोणी अंगाला चोपडतात आणि केसालाही लावतात. त्यामुळे हिमदंशापासून त्यांचे रक्षण होते आणि केसही तुटण्यापासून वाचतात!

शरीरस्वच्छतेच्या बाबतीत अतिशय काटेकोर लक्ष पुरविणाऱ्या पाश्चिमात्य

राष्ट्रात माझा जन्म झाल्याने हा प्रकार पचनी पडायला मला वेळ लागला. तिबेटी हवामानात जगणारी ही मंडळी अनेक बाबतीत फार व्यवहारी आहेत हे नक्की आणि त्यांची ही तत्त्वे नाकारून, शरीरस्वच्छतेचा वेडा ध्यास घेण्याची मी चांगलीच किंमत मोजली. एके दिवशी संध्याकाळी मी माझे केस धुतल्यावर सकाळी उठल्यावर ते कडक गोठून गेले होते. अखेर पॉलला माझ्या मदतीला येऊन त्या गोठलेल्या केसांना मोकळे करावे लागले.

पण त्या खडतर हिवाळ्याने फक्त आमच्यावरच परिणाम केला. एवढ्या भयानक थंडीला ती मुले इतकी हसतमुखाने कशी तोंड देऊ शकतात हे मला आणि पॉलला कधीच समजले नाही. गोठवून टाकणाऱ्या अशा आमच्या वर्गात फक्त लोकरीच्या टोप्या आणि जाड अस्तर लावलेली जाकिटे घालून ती मुले लिहू-वाचू शकत. त्यांचे चिमुकले हात उबदार कसे राहत होते हेच मला समजत नसे. शिवाय त्यांचे सर्वसाधारण आरोग्यही उत्तम होते. अपवाद फक्त एकाचा, या एका मुलामुळे आम्हाला दोघांना थंडीने पकडले, त्यातून मला ब्राँकायटिस, तर पॉलला न्यूमोनिया झाला. तिबेटमध्ये पुरेशी औषधे उपलब्ध नाहीत, याची जाणीव असल्याने मी पॉलवर सतत लक्ष ठेवून होते.

२५ डिसेंबर हा आम्ही अनुभवलेला सर्वाधिक थंड दिवस होता. त्या रात्री आमच्या सर्व पाण्याच्या पाइपलाइन्स गोठल्या आणि आमच्या अंगणाचे रूपांतर आइस स्केटिंगच्या मैदानात झाले. ते ओलांडण्यासाठी मला बसत-बसत जावे लागले. अर्थात या बर्फावर घसरण्याचा खेळ सर्व मुलांचे चांगलेच मनोरंजन करून गेला.

अनिला आमच्या उबदार स्वयंपाकघरात सगळ्यांसाठी नाश्ता करीत होती. गरम चहाची भांडी उकळत होती. आयुष्यात प्रथमच मी लोण्याच्या चहाचा मनापासून आस्वाद घेतला. त्यामुळे माझा ब्राँकायटिस नक्कीच बरा झाला. पॉल मात्र अजून तापाने फणफणून अंथरुणावर पडून होता. त्यामुळे ख्रिसमसची पूर्वतयारी करण्याची जबाबदारी अनिला, नॉर्डन, आमचा नवा स्वयंपाकी यिशी आणि माझ्यावर येऊन पडली.

तिबेटमध्ये आल्या-आल्या प्रारंभीच्या काळात मला आणि पॉलला एका गोष्टीची खात्री पटली. ती म्हणजे, जगाच्या या भागात पाश्चिमात्य ख्रिसमसला फारसे महत्त्व दिले जात नाही. पण प्रत्यक्षात मात्र तसे नव्हते. नॉर्डनने मुलांना गायला शिकविले होते. 'ख्रिसमस आणि नवीन वर्षाच्या आम्ही तुम्हाला शुभेच्छा देतो' आणि थोडी संधी मिळताच मुले मला त्या शुभेच्छा ऐकवत. आमच्या ख्रिसमसच्या सर्व परंपरांविषयी तिने मुलांना माहिती दिली होती आणि या सर्व गोष्टींमध्ये सहभागी होण्यास मुले उत्सुक होती. यिशी आणि अनिला बिस्किटे

आणि केक बनविण्यात दंग होते, तर नॉर्डन आणि मी मुलांसाठी शिवायला टाकलेले नवे कपडे आणायला गेलो. जुन्या गावात एका टोकाला असलेले ते दुकान गाठण्यासाठी आधी याकच्या दुधाचे लोणी चोपडलेल्या निसरड्या पायऱ्या ओलांडून जावे लागे. त्यानंतरचा जो रस्ता होता त्याच्या छतावर सुकविलेल्या मांसाचे मोठाले तुकडे लटकत असत. दुकानात लोकरी, कॉटन, सुबास (सिल्क, लोकरी आणि ब्रोकेडचे कोट) शिवाय भिक्खूचे पायघोळ अंगरखे यांच्या छतापर्यंत असलेल्या ढिगाऱ्याच्या मागे एका लाकडी टेबलावर शिंपी बसलेला होता. त्या कपड्यांच्या समुद्रातून जेमतेम वाट काढत येताना आम्हाला बघून तो हसला. आम्ही शिवायला सांगितलेली जाकिटे त्याने मोठ्या अभिमानाने आम्हाला दाखविली. लाल कापडाला सोनेरी रिबन आणि आत मऊ लोकर लावून ती जाकिटे आम्ही शिवून घेतली होती. त्याने गडद निळ्या पँट्स शिवून त्यालाही सोनेरी रिबन लावली होती. हे कपडे अंध मुलांसाठी आहेत हे लक्षात घेऊन त्याने पँट्सला अतिशय हुशारीने खिसे शिवले होते आणि ती पँट दोन्हीकडून उलटी व सुलटी वापरता येईल अशा तऱ्हेने शिवली होती. त्याच्या या विचारपूर्वक कृतीने आम्ही अक्षरश: भारावून गेलो. हे नवे कपडे किती सुंदर आणि ऐटबाज आहेत हे मी स्पर्शाने जाणून घेतले.

जेव्हा आमच्या मुलांना कलात्मकतेचा सुंदर नमुना असलेले हे नवे कपडे मिळाले तेव्हा त्या भेटीचे सौंदर्य जाणून सगळी मुले मोठ्याने चीत्कारली! चिला ताशीकडे वळून काहीशा गंभीरपणे म्हणाला, ‘‘तू या कपड्यांची जरा काळजी घे. नवीन पँट्स कधी खराब होणार नाहीत असं बघ.’’

ख्रिसमसनिमित्त होणाऱ्या जंगी मेजवानीसाठी आणखीही काही खरेदी करणे बाकी होते. काचेची भांडी, मेणबत्त्या, नव्या चॉपस्टिक्स आणि अन्य काही गोष्टी खरेदी करायच्या असल्याने मी आणि नॉर्डन पुन्हा गावात गेलो. नॉर्डनचे लक्ष वेधून घेण्यासाठी अनेक तरुण आमच्या आसपास कायम घुटमळत असत, पण ती त्यांच्याकडे लक्षही देत नसे. कारण अंध मुलांसाठी तिने हाती घेतलेले काम हे तिच्यासाठी अधिक महत्त्वाचे होते. एक होतकरू इच्छुक मात्र तिचा नकार मान्य करायला तयार नव्हता आणि ती त्याला टाळू शकत नसल्याने तो आमच्याबरोबर थेट गावापर्यंत आला. नॉर्डन त्याला हो म्हणण्याची संधी इतरांपेक्षा फार कमी होती, असे नॉर्डनने मला सांगितले. कारण एका चिनी माणसाबरोबर नॉर्डन बाहेर गेलेली तिच्या आईला आवडले नसते!

आम्ही घरी आलो तर आमची बैठकीची खोली पाहुण्यांनी भरून गेली होती. डोल्मा आपल्या पती व मुलांसह आली होती. कारंज्यामधून खाली येणारे पाणी गोठून तयार झालेल्या बर्फाच्या धारांशी ती मुले खेळत होती. त्याशिवाय नोरबू,

तसेच यिशीची दोन षोडशवर्षीय मुले, अनिलाची मैत्रीण आणि तिची पाच वर्षांची मुलगी, शिवाय आणखी एक मित्र अशी मंडळी तेथे होती. तिथे असलेल्या अठरा जणांमध्ये मी एकटीच पाश्चिमात्य होते. सतरा जण तिबेटी होते आणि एक, नॉर्डनवर जीव टाकणारा चिनी होता.

डोल्मा, नॉर्डन आणि मी आम्ही तिघींनी टेबले एकमेकांना जोडून त्यांचे भलेमोठे टेबल तयार केले. ते सजविताना आम्हाला खूप मौज वाटली. त्याच्या मध्यभागी आम्ही मेणबत्त्या आणि खाऊ भरलेल्या वाट्या ठेवल्या. माझ्या पालकांनी भेट म्हणून दिलेला ख्रिसमस ट्री खोलीच्या मधोमध ताठ मानेने उभा होता.

संध्याकाळी सहा वाजता सगळ्यांना आम्ही आत बोलावल्यावर प्रत्येकाने तेथील सजावटीला दाद दिली. आमच्या नेहमीच्या वर्गाचे रूपांतर आम्ही उत्सवासाठी सजविलेल्या जागेत केले होते. वातावरणात चविष्ट पदार्थांचा सुवास दरवळत होता. अनिला व यिशी यांनी आम्हाला कबूल केल्याप्रमाणे मेजवानीसाठी चविष्ट बेत केला होता!

आमच्या सर्व पाहुण्यांनी अनेक प्रकारच्या भेटवस्तू आणून पार्टीत आणखी रंगत भरली. दक्षिण चीनमधून टोपली भरून स्ट्रॉबेरी शिवाय संत्री आणि केळी शिगोशीग भरलेल्या टोपल्या, 'खाबसे' भरून ट्रे (याकच्या दुधापासून काढलेल्या लोण्यात आणि साखर वापरून केलेली छोटी बिस्किटे), याकच्या मांसाच्या चकत्या, तऱ्हेतऱ्हेची लोणची, गार, चटकदार सॉस भरलेली मोठी बाटली आणि पारंपरिक मोमो असा जंगी बेत होता. शिवाय दूध-साखर घातलेला चहा आणि कोको-कोलाचा अक्षरशः पूर आला होता.

खाली बसण्यापूर्वी प्रत्येक मुलाला एकेक लाल फुगा देण्यात आला. प्रत्येकाने तो फुगवून वर उडवायचा होता. मुलांनी आनंदाने आरडाओरडा करीत फुगे उडविले. मग मुले-प्रौढ सगळ्यांनी, एकसाथ हाताने टाळ्या वाजवत तालावर युरोपियन ख्रिसमस गाणी सुरू केली. वर्गात एकही गाणे न आठवणाऱ्या ताशीनेही खड्या सुरात तेही इंग्रजी, चिनी आणि पारंपरिक तिबेटी गाणे सुरू केले.

आमची ख्रिसमस मेजवानी अतिशय यशस्वी झाली. इतके तऱ्हेतऱ्हेचे पदार्थ बघून मुले खूप खूश झाली. इतक्या प्रकारचे अन्नपदार्थ त्यांनी यापूर्वी कधी एका वेळी बघितले नसल्याने ते अक्षरशः त्यावर तुटून पडले होते. "ग्येंदसन जा, वाढून घे. आज ख्रिसमस आहे तुला हवं तेवढं खा." चिलानं त्या बुजऱ्या मुलाला पुढे ढकलले.

संध्याकाळ मावळता-मावळता मी जर्मनीत माझ्या पालकांना ख्रिसमसच्या शुभेच्छा देण्यासाठी फोन लावल्यावर जो-तो माझ्या हातून फोन हिसकावून घेऊ

लागला. आमचे पालकही या उत्सवात सहभागी झाले आहेत या भावनेने मला खूप बरे वाटले. स्वतःच्या हाताने बनविलेल्या विविध भेटवस्तू देणाऱ्या माझ्या सहकाऱ्यांचे प्रेम बघून मला भरून आले.

एका सुंदर दिवसाचा शेवटही तेवढाच गोड झाला.

२८

ख्रिसमस संपताच आम्ही सामानाची आवरसावर करून निघण्याची तयारी करू लागलो. पॉल अजूनही न्यूमोनियाने आजारी होता. पण अंथरुणातून बाहेर पडून, आमच्या मनाविरुद्ध तोही आवरसावर करण्यास मदत करू लागला. सुदैवाने, एका मानवतावादी संघटनेने आम्हाला एक व्हॅन देऊ केली. आवरसावर करण्यासाठी थोडी माणसेही मदतीला दिली. आमच्या वस्तू भरण्यासाठी ल्हासातील दुकानदारांनी आम्हाला मोठ्या कॅनव्हास पिशव्या आणि क्रेट्स दिले. प्रत्येकाने असा काही ना काही हातभार लावल्याने अखेरीस आम्ही आमच्या प्रवासातील एक मोठे पाऊल उचलण्यास सज्ज झालो.

आमची आवरसावर बघून चुंग्डा चौकशीसाठी आली आणि तिने विचारले, "कुठे निघालात तुम्ही?"

"अर्थातच रस्त्यावर, आमची मुलं आणि हा सर्व संसार याला बीजिंग-डोंग लूच्या रस्त्यावर एखादा छोटासा कोपरा मिळेल असं वाटत नाही?" पॉलने उत्तर दिले. आमच्या निघायच्या क्षणी लोपसांग, चुंग्डा आणि त्यांचा लवाजमा दिसत नव्हता. किंबहुना आम्ही त्यांना पुन्हा बघितलेच नाही. अनाथाश्रमाचे कर्मचारी मात्र आम्हाला निरोप देण्यासाठी हजर होते. काहींनी आमच्यासाठी भेटीही आणल्या होत्या. आमच्या अंध मुलांचे खेळातील साथीदार असलेल्या या अनाथ मुलांना आम्ही तिथून का जातोय हे नेमके समजत नव्हते. आम्हाला निरोप देण्यासाठी फक्त तेच आले होते आणि बाल्कनीत गर्दी करून उभे राहून खिन्न होऊन सर्वांना निरोप देत होते.

आमच्या साहसातील एक अध्याय संपला.

आमची सर्वांत मोठी, अद्‌भुत अशी ख्रिसमसची भेट आम्हाला नॉर्डनच्या आईने दिली. आम्हाला कायमस्वरूपी जागा मिळेपर्यंत तिने तिचे प्रशस्त घर आम्हाला वापरण्यासाठी देऊ केले होते. नॉर्डनचे कुटुंब एका तिबेटियन शैलीच्या १९५० साली बांधलेल्या घरात राहत होते आणि ते आमच्या गरजा भागविण्यासाठी

अगदी पुरेसे होते. जणू आम्हाला मनात ठेवूनच ते बांधले असावे!

प्रवेशद्वार उघडल्यावर समोर एक अंगण होते जे आमच्या मुलांना खेळण्यासाठी अगदी योग्य होते. एका मोठ्या तळघरावर मुख्य घर बांधलेले होते. ही गोष्ट फारच दुर्मीळ होती. चार मोठ्या खोल्या असलेल्या या घरात प्रवेश करण्यासाठी आम्हाला काही पायऱ्या चढणे भाग होते. या चारही खोल्यांना एकेक मोठी खिडकी होती आणि एक छोटेसे स्वयंपाकघर, घराच्या भोवती अनेक तबेले होते आणि चारा ठेवण्यासाठी खोली होती. मागे एक मोठी बाग होती – ज्यात विपिंग विलोची दोन झाडं होती, मुले लवकरच त्यावर चढायला शिकली! ही सगळी व्यवस्था सुंदर तर होतीच शिवाय त्याला एक ग्रामीण स्पर्शही होता. कुत्र्याचे एक छोटे पिलू आणि कोंबडीची काही पिले वाळूच्या ढिगावर फिरत होती आणि त्या चित्राला पूर्णत्व देत होती.

अंगणाच्या मधोमध उभी असलेली नॉर्डनची आई आमच्या स्वागतासाठी अधीर होती. ती खूप मनमोकळी, प्रेमळ होती. त्यामुळे आमच्यात लगेचच जिव्हाळा निर्माण झाला. तिला इंग्रजीचे ज्ञान अगदी जुजबी होते. पण तरीही आमचे सूर चटकन जुळले. ती चिनी उत्तम बोलत होती आणि थोडेसे रशियनसुद्धा.

''या, तुमचं स्वागत असो. मला तुमचा देश फार आवडतो. तुम्हा जर्मन लोकांकडे उत्तम बिअर मिळते आणि तुमचा कार्ल मार्क्सही तसाच वेगळा.'' आयुष्यातील चांगल्या गोष्टींवर तिचे प्रेम होते हे स्पष्ट दिसत होते. तिने आमच्या अंध मुलांना लगेच जिंकले. ती मुले आपल्या घरी आल्यामुळे फार आनंद झाल्याचे तिने सांगितले. आपल्या मुलींनी लवकरात लवकर लग्न करून नातवंडे आणावी यासाठी आपली आई अधीर असल्याचे नॉर्डनने सांगितले. त्या एका इच्छेने प्रेरित झालेल्या नॉर्डनने तिला आम्हाला जागा द्यावी, असे सुचविले आणि तिने मोठ्या उदारपणे ते मान्य केले.

आम्ही सामान सोडायला सुरुवात केली, पण तेवढ्यात अमलाने व्यत्यय आणून आम्हाला आत बोलविले. आम्ही सामान सोडण्यापूर्वी काही खाऊन घ्यावे, असे तिचे म्हणणे होते. जेवणाच्या खोलीत आमच्या स्वागताची सर्व सज्जता होती. खिडकीजवळ असलेल्या बाकावर आम्ही बसलो. ते बाक जाडसर सुंदर दुलयांनी आच्छादलेले होते. टेबलावर भरपूर केक आणि फळे ठेवली होती. ती वाढून घेण्याची विनंती त्यांनी आम्हाला केली. कदाचित एका जागेवरून दुसऱ्या जागी जाण्याच्या दगदगीमुळे असेल, पण त्या दिवशी मुले अगदी शांत आणि कधी नव्हे, ती बुजल्याप्रमाणे वागत होती. त्यामुळे समोर भरपूर पदार्थ असूनही ती अगदी मोजके खात होती. पण खोलीतील एका कोपऱ्यात असलेला टीव्ही सुरू करताच सगळ्यांचा आळस गेला. यापूर्वी टीव्हीचा अनुभव कधीही न घेतल्यामुळे सगळे

एकदम चकित झाले आणि बुचकळ्यात पडले. ''त्या यंत्रात कोण माणसं आहेत?'' त्यांनी विचारले. अंधूक दृष्टी असलेल्या मेटोने आपला चेहरा त्या पडद्याला चिकटविला, तिला ती खिडकी वाटली होती! तिला जे काही अंधूक दिसत होते ते इतके वेगाने हलत होते की तिचा संयम संपला. तेवढ्याने नोरबू एका माइकवर जाऊन आदळला. मग त्याने सर्वांना हाका मारीत त्या माइकची 'ओळख' करून घेण्यास सांगितले. पण त्या सर्वांना बटण सापडले आणि त्यांनी ते दाबून माइक सुरू करताक्षणी सगळ्यांचा थकवा पार पळाला आणि माइक हातात घेऊन सगळे गाऊ लागले... सुदैवाने या सर्व 'गवयांना' चुचकारून परत टेबलाजवळ आणत अमलाने ही त्या क्षणी नकोशी असलेली मैफल थांबविली!

पुढचे कित्येक तास आम्ही सामान सोडत होतो. क्रेट्स आणि पिशव्या रिकाम्या करीत होतो. रिकाम्या न झालेल्या गोष्टी तात्पुरत्या घरात, अंगणात ठेवत होतो. मुलांचे सामान शक्य तेवढे नीटनेटके लावण्यात काही तास गेल्यावर अमला पुन्हा आम्हाला रात्रीच्या जेवणाचे आमंत्रण द्यायला आली. ते जेवण म्हणजे एक सुंदर मेजवानी होती.

रात्र झाली. ग्येंदसेन, तेंदसिन आणि मेटो हे आम्हाला एका प्रशस्त रिकाम्या खोलीत गाद्या घालण्यासाठी मदत करू लागले. चिला आणि ताशी घराबाहेर एका दगडावर बसून सूर्याचे शेवटचे किरण अंगावर घेत एकमेकांना गोष्टी सांगत होते. नोरबू मात्र उनाडपणा करीत तेथे असलेल्या मेंढ्या, कुत्रा आणि कोंबड्यांचा पाठलाग करीत अंगणातून पळत होता. तेथे राहणाऱ्या एका कोंबड्याला ही मौज फारशी पसंत नसल्याने तो या आगंतुकाला सोलून काढण्याच्या इराद्याने हल्ला करण्याच्या पवित्र्यात उभा होता! नोरबू एकाएकी घाबरला आणि एका झाडामागून नॉर्डनच्या आईच्या कुशीत लपण्यासाठी 'अम्मा अम्मा' करीत धावला.

मला आणि पॉललाही मुलांबरोबरच नॉर्डनच्या घरात राहायला आवडले असते, पण आम्हाला हे ठाऊक होते की, खाजगी तिबेटी घरांमध्ये परदेशी लोकांना राहण्यास मनाई आहे. आम्ही दोघेही बनाक शूलमध्ये राहायला गेलो.

अमलाने अगदी चटकन मुलांशी मैत्री तर केलीच, पण तिने त्यांचे मातृत्व आणि गुरुपद हे दोन्हीही अगदी लवकर स्वीकारले. रविवारी किंवा रिकाम्या तासाला ती मुलांना उच्चार किंवा गाणी किंवा तिबेटी नृत्य शिकवत असे. आपल्या मित्र-मैत्रिणींना ती अनौपचारिक कार्यक्रमांसाठी आमंत्रित करीत असे आणि अशा कार्यक्रमात मुले त्यांना शिकविलेली गाणी गात असत. जर मुले थोडी बुजली तर ती त्यांना आश्वस्त करून त्यांच्यात नव्याने आत्मविश्वास निर्माण करीत असे.

''तुम्ही काय करू शकता, हे जगाला दाखवणं फार महत्त्वाचं आहे,'' असा तिचा आग्रह असे. ''तुम्ही गाऊ आणि नाचू शकता, लिहू-वाचू शकता आणि इतर

मुलांप्रमाणे आनंदी राहू शकता. तुम्हाला मजा करण्यापासून कुणीही रोखू शकत नाही. तुम्हाला कुणी कोंडून ठेवू शकत नाही. तुम्ही कुणाला घाबरू नका आणि स्वत:बद्दल शरमही बाळगू नका,'' असे ती त्यांना सांगत असे. आम्ही आजवर या मुलांना जे शिकवत होतो तेच ती पण त्यांना सांगत होती याचा मला खूप आनंद वाटत होता. तिचे म्हणणे मुले लक्षपूर्वक ऐकत होती आणि त्यांच्यावर त्याचा परिणामही होत होता.

एक दिवस आम्ही बारखोरच्या बाजूने फिरत असताना काही टवाळ मुलांनी चिला आणि ग्येंदसेन यांना बघून 'मुकी-आंधळी कार्टी' असा शेरा मारला. ते ऐकून चिलाला रडू आले. तेव्हा त्याचे डोळे पुसत अमला म्हणाली, ''तुम्हाला स्वत:चा प्रतिकार करता यायला हवा. तुमचा आत्मसन्मान असा उद्ध्वस्त करण्याची परवानगी कुणालाही नाही.'' ग्येंदसेनने हा धडा पक्का लक्षात ठेवला आणि लगेच तो मोठ्या आवाजात त्या टवाळ मुलांना म्हणाला, ''आमच्याविषयी असं बोलण्याचा अधिकार तुम्हाला मुळीच नाही. आम्ही अंध असलो तरी मुके नक्कीच नाही. आणि तुम्ही? मी पैजेवर सांगतो तुम्हाला लिहिता-वाचताही येत नसेल. नाही येत ना? तुम्ही कधी शाळेत तरी गेला आहात? आणि रात्रीच्या अंधारात तुम्हाला संडासापर्यंतही जाता येत नसेल याची मला खात्री आहे.''

आमचे प्रयत्न योग्य दिशेने चालू आहेत याची खात्री या एका उदाहरणावरून आम्हाला पटली.

'लोसार' म्हणजे तिबेटी नववर्ष. साधारण जानेवारीचा शेवटचा आठवडा ते मार्चचा पहिला आठवडा या दरम्यान साजरे होते. दर वर्षी त्याची तारीख वेगळी असते, एवढेच नाही प्रत्येक जिल्ह्यात आणि छोट्या गावातही ते वेगवेगळ्या दिवशी साजरे होते. ल्हासामध्ये तिबेटी कॅलेंडरमधील शेवटच्या महिन्याच्या २९ तारखेला 'लोसार' साजरे करण्यास सुरुवात झाली. हा दिवस साजरा करण्याची परंपरा म्हणजे संध्याकाळ होण्यापूर्वी सर्व कुटुंबीय एकत्र बसतात आणि सगळ्यांना दोन खोलगट बश्यांमध्ये 'गुटहूक' सूप दिले जाते. नूडल्स आणि अन्य नऊ घटक त्यात घातले जातात. हे घटक शांती, अपत्यसुख, संपत्ती आणि आनंदाचे प्रतीक मानले जातात. खूप भरलेली पहिली खोलगट बशी प्रत्येक जण रिकामी करतो, पण दुसऱ्या बशीतील सूप मात्र रस्त्यावर उधळले जाते. आदल्या वर्षीच्या दुष्ट शक्ती निघून जाव्या हा यामागचा हेतू असतो.

नववर्षाचे आगमन होताच, ल्हासातील सर्व नागरिक हातात फटाके घेऊन रस्त्यावर उतरतात आणि कोपऱ्या-कोपऱ्यावर ते पेटवितात.

सगळ्या शहरात फटाक्यांचे जणूकाही युद्ध सुरू झाले आणि त्यातील दारूच्या वासाने आणि धुराने सर्व रस्ते भरून गेले. प्रत्येक रस्त्यावर शेजारच्या रस्त्यापेक्षा

अधिक मोठा आवाज काढण्याची जणू स्पर्धा असे, कारण एकच – दुष्ट शक्तींनी पळ काढावा. पण त्या दुष्ट शक्तींपेक्षा मला आणि पॉललाच त्या आवाजाने घाबरवून सोडले. बनाक शूलमधील एका खोलीत आम्ही एकमेकांना धरून बसलो होतो आणि आपण सुखरूप असल्याची खातरजमा करीत होतो. हे त्रासदायक प्रकरण लवकरात लवकर संपावे, अशी प्रार्थना करीत होतो.

दहा बाय दहाची आमची हॉटेलमधील खोली जेमतेम एक पलंग, टेबल आणि वॉश बेसिन मावेल एवढी होती. अमलाच्या घरातील तात्पुरत्या शाळेपासून ती अगदी जवळ होती आणि तुलनेने स्वस्त होती हे या खोलीचे दोन फायदे होते. आम्ही पलंगावर बसून ती भयंकर 'मैफल' संपण्याची वाट बघत होतो आणि बसल्या-बसल्या मागील तीन महिन्यांत आमच्या बाबतीत आणि आमच्या शाळेच्या बाबतीत काय-काय घडले ते आठवत होतो. एकदम, आमच्या मनातील दुष्ट शक्तींना हाकलण्यासाठी आम्ही, आम्हाला प्रायोजकत्व नाकारणाऱ्या, आर्थिक मदतीपासून वंचित ठेवणाऱ्या संघटनेला राजीनामापत्र पाठविण्याचे ठरविले. ते असे :

> विद्यापीठाच्या पहिल्या वर्षापासून मी तिबेटमध्ये एक प्रकल्प उभा करण्याचे स्वप्न जोपासले होते. आज ते स्वप्न प्रत्यक्षात आले आहे. आज ज्या टप्प्यावर आम्ही पोचलो आहोत तेथे पोचण्यासाठी माझी ऊर्जा, वैयक्तिक बचत आणि अन्य सर्व संसाधने पणाला लावावी लागली.
>
> दररोज मला असीम आनंदाची एक अनोखी भेट मिळते आणि ती म्हणजे मुलांना बहरताना बघणे. आम्ही त्यांना प्रथम भेटलो तेव्हा ती दुर्लक्षित अवस्थेत होती. त्यामुळे अतिशय दुःखी आणि बुजलेली होती. आज मात्र सर्व जण शिकण्यास उत्सुक आहेत. त्यांच्या चेहऱ्यावर प्रथमच आनंद आणि स्मित दिसत आहे. त्यांच्या या हास्याने मला प्रत्येक पावलावर प्रेरणा आणि ऊर्जा दिली आहे. पण तुम्हाला हे ठाऊकच आहे की, तिबेटमधील आमच्या कामात रोज, न उल्लंघता येणारे असे अडथळे नोकरशहांकडून, तिबेट आणि जर्मनी या दोन्ही देशांतून उभे केले जात आहेत.
>
> आम्ही सर्वांनी आठवड्यातील सातही दिवस या प्रकल्पाला वाहून घेतले आहे आणि आठवड्याची सुटी किंवा केवळ सुटी घेण्याचा विचारही केला नाही. बहुधा हीच बाब पाश्चिमात्य देशातील लोकांना आक्षेपार्ह वाटली असावी, मान्य झाली नसावी.
>
> ज्या देशात घर उबदार करण्याची कोणतीही व्यवस्था नाही, आरोग्यसेवा

अपुरी आहे आणि जगातील सर्वाधिक वाईट नोकरशाही व लाल फितीचा कारभार जेथे आहे, अशा देशात राहणे हे अत्यंत आव्हानात्मक आहे. पण तरीही आम्ही कधीही तक्रार केलेली नाही. अशा परिस्थितीत आणि अत्यंत खडतर वातावरणात जर प्रायोजक संस्थेकडून एखादा प्रोत्साहनाचा शब्द ऐकायला मिळाला असता तर बरे वाटले असते. युरोपमध्ये तुमच्या आरामशीर अशा कार्यालयामधून थोडेसे कौतुक आणि काही सूचना करणारी सकारात्मक टीका मिळाली असती तर नक्कीच बरे वाटले असते.

तुमची आणि तुमच्या संचालक मंडळाची ओठ घट्ट मिटलेली शांतता, आमच्या प्रश्नांकडे आणि वेदनांबद्दल तुम्ही दाखविलेला तटस्थपणा बघून मी माझे नैराश्य आणि दुःख तुमच्यापर्यंत न आणण्याचे ठरविले. प्रायोजक म्हणून तुम्ही माझा प्रकल्प स्वीकारल्यानंतर मी पाठविलेली अनेक विनंतीपत्रे आणि मागितलेली मदत याकडे तुम्ही का दुर्लक्ष केले, हे अजूनही मला समजू शकले नाही. आमच्या उदार गुंतवणूकदारांना, शाळेच्या प्रगतीचा वृत्तान्त देणाऱ्या अहवालाच्या प्रती का देण्यात आल्या नाहीत, हा प्रश्नही मला तुम्हाला विचारावासा वाटतो.

आणि या सगळ्या घडामोडींमुळे तुमचे स्थान आणि भविष्यातील आपले नातेसंबंध याबाबत माझ्या मनात शंका निर्माण झाल्या आहेत.

या अपयशाचे कारण एकच असावे असे मला वाटते आणि ते म्हणजे, तुम्ही ही जबाबदारी, ती पेलण्यास सक्षम नसलेल्या हातांमध्ये सोपविली असावी. आमचा प्रकल्प दमदारपणे उभा असून, वेगाने प्रगतिपथावर आहे आणि त्याचे श्रेय आमच्या अविरत प्रयत्नांना द्यावे लागेल. यातून आम्हाला उमेद मिळाली आहे आणि सहा तल्लख मुले व त्यापाठोपाठ येणाऱ्या अनेक मुलांच्या भविष्याबद्दल विश्वास निर्माण झाला आहे.

त्यामुळे आता हा प्रकल्प स्वतःच्या बळावर चालविण्याची वेळ आली आहे असे मला खात्रीपूर्वक वाटते आहे. आपले परस्परसहकार्य या पत्राद्वारे मी अधिकृतपणे संपवत आहे आणि त्याचा दोघांनाही फायदा होईल अशी आशा करते.

तुमची
सॅब्रिए.

हे पत्र पाठविल्यावर मला आणि पॉलला खूप मोकळे-मोकळे वाटले!

अशा रितीने आमचे नवीन वर्ष सुरू झाले. ना हाताशी निधी होता ना माथ्यावर छप्पर आणि भविष्यात काय वाढून ठेवले आहे याची जराही चाहूल नव्हती. नवे

देणगीदार मिळण्यापूर्वीचा हा स्थित्यंतराचा काळ अत्यंत अवघड जाईल याची आम्हाला कल्पना होती. आमचे स्वातंत्र्य आणि मुक्ती यासाठी आम्ही आम्हाला मिळणाऱ्या आर्थिक आधाराची किंमत मोजली होती, पण या व्यवहारातून आम्हाला पुढे जाण्याची नवी उमेद मिळाली होती हे नक्की.

एक दिवस अमलाच्या तात्पुरत्या घरात वर्ग सुरू झाल्यावर अमलाने पॉलला आणि मला एका बाजूला बोलावले आणि विचारले, ''तुम्ही सध्या ज्या घरात राहताय ते घर त्याच्या बाग-अंगणासह विकत घेण्याची कल्पना तुम्हाला कशी वाटते?'' या प्रस्तावावर काय बोलावे हे न सुचल्याने आमच्या तोंडून शब्दच फुटेना.

''मी काय म्हणतेय ते नीट समजून घ्या. माझ्यासाठी आणि मुलांसाठी हे घर खूप मोठं आहे. सध्या तुम्हाला आर्थिक विवंचना आहेत. पण तुम्ही त्याची काळजी करू नका. मी काही वर्षं वाट बघू शकते. तुम्ही देणगीदारांचा शोध घेत आहात हे मला ठाऊक आहे. पण माझी विनंती आहे तुम्ही सध्या शाळेवर, तुमच्या मुलांवर आणि त्यांच्या कल्याणावर लक्ष केंद्रित करा. अंध मुलांसाठी तुम्ही सुरू केलेल्या या शाळेमुळे आमच्या कुटुंबाचं नावही अभिमानाने घेतले जाईल हे मला ठाऊक आहे.''

हा प्रस्ताव म्हणजे स्वर्गातून आलेली अनुपम भेटच होती. अमलाचा हा प्रस्ताव जोरदार होता आणि तो थेट तिच्या हृदयातून आला होता. त्याचा अस्वीकार करणे कसे शक्य होते?

२९

या अवचित आणि अफलातून संधीमुळे अनेक नव्या शक्यतांचे दरवाजे उघडले. आमचे मनोबल उंचावले आणि आमच्यात नव्याने ऊर्जा आली. मी आणि पॉलने अमलाबरोबरच्या करारावर सही करताच आम्ही दोघांनी नूतनीकरणाच्या कामात स्वत:ला झोकून दिले. आमच्या शाळेच्या आयुष्याचे नवे पर्व सुरू होत होते.

आम्ही दोघांनी मिळून मुलांची राहण्याची खोली लावली. तबेल्याचे रूपांतर आम्ही वर्गामध्ये केले. एकूण कामाचा पसारा भरपूर होता, पण आमच्या स्वयंप्रेरणेने आम्ही ते करू शकलो. पॉलने काही कामगारांच्या मदतीने यिशीसाठी एक चांगले सुस्थितीतील स्वयंपाकघर उभे केले. त्यामध्ये एक नवा कोरा स्टोव्हही आम्ही आणला होता. पॉलने ड्रेनेजचीही नवी व्यवस्था उभी केली. पण जेव्हा पॉलने दोन संडास उभे केले, एक तिबेटी आणि एक युरोपियन शैलीचा, तेव्हा आजवर कधी युरोपियन शैलीचा संडास न बघितलेल्या तमाम शेजाऱ्यांनी पॉलला आदराने सलाम केला.

आमचा हा 'युरोपियन शैली' प्रकार लवकरच ज्याच्या-त्याच्या मत्सराचा विषय झाला. इतका की, शेजाऱ्यापाजाऱ्यांना त्यापासून दूर ठेवण्यासाठी आम्ही त्याला कुलूप लावू लागलो. अमलाच्या घरात असण्याचा दुसरा फायदा म्हणजे, नॉर्डनच्या प्रतिष्ठित कुटुंबाला असलेले संरक्षण आम्हालाही मिळू लागले. खूप दिवसांनंतर आम्ही सतत समाजाच्या कौतुकाचे आणि पाठिंब्याचे धनी होऊ लागलो. लोपसांग आणि चुंग्डाबरोबर घालविलेल्या दु:खद, त्रासदायक कालावधीनंतर वाट्याला आलेला हा बदल हवाहवासा होता.

एक दिवस आमच्या हातात असे विजेचे बिल पडले जे आमच्या अपेक्षेपेक्षा कितीतरी अधिक होते. ते बघून अमला संतापली आणि तिने ते सर्व शेजाऱ्यांना दाखविले. आम्हाला आलेल्या या बिलाची बातमी वाऱ्याच्या वेगाने पसरली आणि मग आमचे डझनभर शेजारी वीज मंडळाच्या कार्यालयावर मोर्चा घेऊन गेले! आधी त्या स्थानिक अधिकाऱ्यांनी त्यांच्याकडे दुर्लक्ष केले. पण ही मंडळी तिथून हटायलाच

तयार नव्हती. शेवटी आमच्या हट्टी शेजाऱ्यांना त्या कर्मचाऱ्याने विचारले, "पण ते परदेशी आहेत हे तुम्हाला दिसत नाही का? ठरविले तर नेहमीच्या दरापेक्षा वीसपट अधिक दराने ते पैसे भरू शकतात."

"हे परदेशी लोक तुम्ही समजता तसे नाहीयत. ते फक्त एकच उद्दिष्ट मनात ठेवून आले आहेत, आपल्या देशातील अंधांना मदत करणे," एक जण उद्गारला.

"त्यांच्याबद्दल आपल्याला वाटणारे कौतुक व्यक्त करण्याचा हा मार्ग आहे," दुसऱ्याने सांगितले.

"शिवाय, तुम्हाला आणि मलाही हे ठाऊकच आहे की, अंधांना विजेची गरजच नसते. त्यामुळे तुम्ही त्यांना सर्वसामान्य माणसांपेक्षा अधिक बिल लावणं हे केवळ चुकीचं नाही तर मूर्खपणाचं ठरेल!" तिसऱ्याने त्याला शहाणपणा शिकविला. सगळीकडून असा कोंडीत पकडला गेल्यामुळे अखेर तो कर्मचारी जरा वरमला. "हे प्रकरण मी वरिष्ठांकडे नेईन," असे त्या महिला कर्मचाऱ्याने सांगितले आणि आमच्या बिलाची रक्कम दोनतृतीयांश कमी झाली. या सतर्कतेबद्दल मी आमच्या शेजाऱ्यांचे कौतुक केले.

शाळेची कीर्ती पसरत चालली होती, त्यामुळे उत्सुक पाहुण्यांची संख्या रोज वाढत होती. आम्ही लवकरच स्थानिक आकर्षणाचे केंद्र बनलो. वर्ग सुरू असताना जर पाहुणे थांबले तर नॉर्डन, अनिला वा यिशी त्यांना ब्रेल वाचणारे-लिहिणारे यंत्र कसे काम करते ते बघायला बोलवत किंवा अंध मुले कशी पुस्तक वाचतात ते बघण्यासाठी घेऊन येत. मधल्या सुटीच्या काळात आमची मुले आवाज करणाऱ्या चेंडूच्या साहाय्याने कसे खेळतात ते बघण्यासाठी आणि त्यांचे कौतुक करण्यासाठी पाहुणे थांबून राहणे ही आता नित्याची बाब झाली होती.

हे बघून प्रेक्षक केवळ प्रभावित होत नव्हते, तर अनेकदा गहिवरून जात होते. अनेक जण भेटवस्तू घेऊन पुन्हा येत, त्यामध्ये टोपलीभर तांदूळ किंवा पीठ असे. काही जण त्याही पुढे जाऊन आम्हाला रोख देणग्या देत. आमच्या आधीच्या अनुभवाच्या पार्श्वभूमीवर हा विरोधाभास अगदी जाणवत असे. या अशा प्रेमळ आणि उमेद देणाऱ्या वातावरणाची मला मात्र अजून फारशी सवय झाली नव्हती!

एके सकाळी अचानक एका धनाढ्य ल्हासा महिलेने आम्हाला विचारले, "तुम्ही तुमच्या शाळेत एका बारा वर्षांच्या मुलाला प्रवेश देणार?"

"निश्चितपणे," मी उत्तरले. तिने नुकताच रस्त्यावरील एक मुलगा दत्तक घेतला होता. आम्ही तिच्या घरी त्या मुलाची मुलाखत घेण्यासाठी जाण्याचे कबूल केले. त्याचे नाव होते पसांग. घराच्या अंगणात तो मुलगा बंडखोरीच्या मूडमध्ये चेहरा झाकून उभा होता.

"हॅलो पसांग, मी कोण आहे ठाऊक आहे तुला?" नॉर्डनने विचारले. उत्तर

नाही. तो इतका वेळ गप्प बसला की, अखेर तो अंधपणाबरोबर बोलूही शकत नाही की काय, असे मला आणि नॉर्डनला वाटू लागले.

अखेर चेहऱ्यावरील हात दूर करून पसांग एकदम बोलू लागला, "अर्थात, तुम्ही कोण आहात ते मला ठाऊक आहे. परदेशी लोकांतर्फे अंध मुलांसाठी जी शाळा चालवली जाते तिथे तुम्ही शिक्षक आहात."

"तुमच्या शाळेबद्दल त्याला सर्व काही ठाऊक आहे. पण पसांगची समस्या ही आहे की, त्याला कोणत्याच शाळेत जायचं नाहीय. बारखोरच्या रस्त्यावर भीक मागणंच त्याला आवडतं." त्या घरातील मुलाने आम्हाला सांगितले.

"खरंय हे. आमचा खूप वाद झाला. रस्त्यावर भीक मागणंच त्याला बरं वाटतं," आईने या म्हणण्याला दुजोरा दिला.

"तू शहरात फिरताना तुझी वाट कशी शोधतोस?" नॉर्डनने त्याला विचारले.

"जिथे अजिबात गाड्या नाहीत अशा भागात मी फिरतो. मला जेव्हा रस्ता ओलांडायचा असेल तेव्हा मी इतरांची मदत मागतो."

"हिवाळ्यात तू कुठे झोपतोस?" नॉर्डनने विचारले.

"बाजारपेठेतील एखाद्या दुकानात."

"तू थंडीने गोठून जात असशील?"

"मी एका मोठ्या प्लॅस्टिकच्या कागदात स्वतःला गुंडाळून घेतो. मग छान वाटतं," पसांगने थंडपणे उत्तर दिले.

"अर्थात माझे कपडे ओले असतील तर मला खूप थंडी वाजते, पण तरी मी झोपू शकतो आणि एकदा झोपल्यावर मला थंडी वाजत नाही," असे म्हणून तो हसला.

"मी त्याला नेहमी बघतो," घरातीलच एक व्यक्ती मध्येच म्हणाली. "पोलिसांना त्याचा पाठलाग करताना मी बघितले आहे. पण तो नेहमी पोलिसांच्या हातावर तुरी देतो."

"बरोबर. मला आठवतंय, मी एकदा एक सफरचंद चोरलं होतं. दुकानदार ते परत मागत होता. मग मी त्याला दगड मारला." पसांग म्हणाला.

"रस्त्यावरची इतर डोळस मुलं त्याला नेहमी टोमणे मारायची. त्याने भीक मागून मिळवलेले पैसेही त्यांनी हिसकावून घेतले आहेत." घरातील मुलाने माहिती दिली.

"तुझे 'अमला' आणि 'पाला' कुठे आहेत?" नॉर्डनने विचारले.

"माझे पाला?" जमिनीवर थुंकत तो म्हणाला, "*सान्द्रेश* (हलकट लेकाचा!) मी लहान असताना आम्ही तिबेटमध्ये अगदी दूर पूर्वेला राहत होतो. एक दिवस मला वडील म्हणाले, 'चल, तुला ल्हासामध्ये फिरायला नेतो.' वडिलांबरोबर

जायला मिळणार म्हणून मी खूप खूश झालो. आमच्या खेड्यातील फार थोडी मुलं इतक्या दूर प्रवासाला गेली होती आणि राजधानीच्या शहरात जाणं हे तर साहसच होतं. आम्ही शहरात आल्यावर एकदम मला सर्व गोष्टी स्पष्ट झाल्या. मला शहरात आणण्याचा वडिलांचा हेतू मला तिथे सोडून जाण्याचा होता, कारण मी अंध आहे ना! त्यांना एका डोळस मुलाला घरी नेण्याची इच्छा होती. त्यांना एक छोटी मुलगी मिळालीही. त्यांच्या या नव्या मुलीचा हात एका हातात आणि दुसऱ्या हातात माझा हात धरून ते भिकाऱ्यांच्या एका टोळीकडे गेले. मी जेव्हा त्याला विरोध करून पुन्हा त्यांच्याकडे पळालो तेव्हा मला एक जोरदार थप्पड मारून त्यांनी सुनावलं, 'आजपासून तुझं तू काय ते बघायचं. तू मला माझ्या कुटुंबात अजिबात नको आहेस.' मी त्यांना त्यानंतर पुन्हा कधीही बघितलं नाही. हे माझे वडील."

"आणि तुझी अमला?"

"अर्थात तिची मला कधीकधी आठवण येते. पण फार नाही. पण तीही वडिलांप्रमाणेच हरामखोर आहे! ते जाऊ दे, ल्हासाच्या रस्त्यावर पोट भरण्याइतकं अन्न नक्कीच मिळतं."

"जर तू आमच्याकडे आलास तर अनिला तुझी खऱ्या आईसारखी काळजी घेईल. ती तुझे कपडे स्वच्छ धुवेल आणि स्वत:ला कसं स्वच्छ करायचं हे तुला शिकवेल. तुझे दात घासून देईल, केसांचा भांग पाडेल."

"छे! छे! मला लाज वाटते याची. तिनं मला फक्त साबण द्यावा आणि विहिरीचा रस्ता दाखवावा. उरलेले मी करू शकतो."

"मग शाळेत जाण्याची कल्पना कशी वाटते तुला?"

"पण मी कधी शाळेत गेलो नाहीय. त्यापेक्षा बारखोरच बरं."

"शाळेत तुला चिनी भाषा शिकता येईल."

"खरंच?" त्याने विचारले आणि एकदम तो अस्खलित चिनी भाषेत बोलू लागला.

"तुला आकडे मोजता येतात?"

"नाही."

नॉर्डन अजूनही माघार घेण्यास तयार नव्हती.

"पाच अधिक पाच किती होतात?"

"मला ठाऊक नाही. मी सांगितलं ना तुम्हाला, मी कधी शाळेत गेलो नाही ते..."

"जर मी तुला पाच युआन दिले आणि स्वयंपाक्याने आणखी पाच दिले, तर तुझ्या खिशात किती युआन झाले?"

"अर्थात दहा," खांदे उडवत तो उत्तरला.

"तुला कुणीतरी नऊ युआन दिले आणि आणखी कुणी चव्वेचाळीस, तर किती झाले एकूण?" मला मध्येच बोलल्याविना राहवेना.

"त्रेपन्न. पण मला आतापर्यंत कुणी असे पैसे दिले नाहीत."

आम्ही चकित झालो.

"जर तू शाळेत आलास तर तू चिनी भाषा आणि गणितात उत्तम ठरशील आणि तू इतरांना मदतही करू शकशील," नॉर्डन म्हणाली.

टाळ्या वाजवत पसांग म्हणाला, "खरंच? तुमचं म्हणणं आहे मी उत्तम ठरून इतरांना मदत करू शकेन?" तो पुन्हा स्वत:शी बोलला.

या संभाषणाचा परिणाम होतोय असे दिसले. त्याच्या आतापर्यंतच्या छोट्याशा आयुष्यात तो काहीतरी चांगले करू शकतो हे त्याला आजवर कोणीही सांगितले नव्हते. या लहानशा संवादाने त्याला सन्मान आणि काहीतरी चांगले वाट्याला येण्याची आशा वाटू लागली होती.

"त्याला शिकण्यात काही अडचण येणार नाही, पण इतर मुलं त्याचा कसा स्वीकार करतात ते बघायला हवं." परतीच्या वाटेवर नॉर्डन म्हणाली.

बऱ्याच दिवसांनंतर पसांग आला. त्याच्याकडे थोडे सामान होते. ज्यात तो घालत असलेले कपडे आणि एका छोट्या रेकॉर्डिंग यंत्राचा समावेश होता. ते यंत्र त्याला दत्तक घेणाऱ्या कुटुंबाने दिले होते.

त्याच्या येण्याने आमच्या मुलांच्या छोट्या गटातील वातावरण शंकेने डहुळले. विशेषत: या रांगड्या, रासवट मुलाशी कसे वागावे याबाबत मेटो साशंक होती. आणि वेळ पडल्यास बळ वापरण्यासही ती तयार होती. एक दिवस, जेव्हा पसांगने तिला त्याचा रेकॉर्डर द्यायचे नाकारले तेव्हा ती मोठ्याने ओरडून म्हणाली, "जाऊ दे, नाहीतरी कुणाला या भिकारड्याशी काही घेणं आहे..."

मग तिने इतर मुलांना, विशेषत: ग्येंदसेनला त्याच्याशी भांडण करण्यासाठी उचकविण्याचा प्रयत्न केला. पण कोणी तिच्या प्रयत्नांना भीक घातली नाही.

वैतागलेल्या पसांगने अखेर एक दिवस केकने आपले खिसे भरले आणि तो पसार झाला. तो गेल्याचे प्रथम तेंदसिनच्या लक्षात आले. तो आमच्याकडे पळत आला आणि त्याला शोधायला जावे असा आग्रह धरू लागला. पण आम्हाला फार दूरवर जावे लागले नाही. जवळच्याच रस्त्यावरील एका दगडावर तो बसला होता आणि अनिवारपणे स्फुंदत होता.

"चल, परत ये बाळा. इथे रस्त्यावर राहण्यापेक्षा आमच्याबरोबर नक्कीच चांगला राहशील," नॉर्डन त्याला मनवत होती.

"पण मला बाकीची मुलं आवडत नाहीत आणि त्यांनाही मी आवडत नाही. मग मी त्यांना कसं शिकवणार?"

“जरा धीर धर. ते तुझ्याकडे नक्की येतील. वाट बघ.” नॉर्डन म्हणाली. पसांगने डोळे पुसले आणि आपला हात पुढे केला. नॉर्डनने तो धरला आणि आम्ही त्याला परत घेऊन आलो. त्या क्षणापासून पसांग तेंदसिनचा जणू काळजीवाहक झाला आणि मेटोने त्याचा नाद सोडून दिला.

तिबेटी ब्रेल शिकणे हे त्याच्यासाठी फार अवघड नव्हते. त्यामुळे मी त्याच्या शिक्षणात युरोपियन ब्रेलचा, तर नॉर्डनने चिनी ब्रेल लेखनाचा समावेश केला. दोनच महिन्यांत पसांग वर्गातील इतर मुलांच्या बरोबर आला आणि हळूहळू त्यांच्यात रमलाही.

मला अजूनही पाल्डेनची जागा भरून काढणारे कोणी मिळाले नव्हते. एके दिवशी अचानक एक तरुण शाळेत आला आणि काम करण्याची इच्छा व्यक्त करू लागला. त्याला पगाराची अपेक्षा नव्हती. फक्त डोक्यावर छप्पर हवे होते आणि पोट भरण्यापुरते अन्न! आम्ही त्याला संधी देण्याचे ठरविले आणि या निर्णयाबद्दल पश्चात्ताप करण्याची वेळ आमच्यावर कधीही आली नाही.

नॉर्डन आणि अनिलामध्ये असलेलीच गुणवैशिष्ट्ये शिगात्सेमध्ये होती. तो शिकण्यास आणि काम करण्यास उत्सुक होता. त्याला ब्रेल शिकविण्यात आम्हाला काहीही कष्ट पडले नाहीत आणि अंधांशी जमवून घेण्याचे तंत्र त्याने फार चटकन आत्मसात केले. आमचे काही शेजारी फार साशंक होते आणि हा माणूस कदाचित हेर असू शकेल, असा इशारा ते आम्हाला वारंवार देत होते. आमचे काम तपासून आम्ही अन्य कोणत्या कारवायांमध्ये गुप्तपणे सहभागी नाही ना हे तपासून बघण्याच्या हेतूने तो आला असेल, असे त्यांचे म्हणणे होते.

पॉल म्हणाला, “हेर असो वा नसो. तो एक उत्तम कार्यकर्ता आहे आणि उत्तम शिक्षक होण्याची क्षमता त्याच्यामध्ये आहे आणि जर तो हेर असेल तर आम्ही निरुपद्रवी आहोत हे त्याला अधिक चांगल्या प्रकारे समजण्याचा हा मार्ग आहे. त्यामुळे आमच्यासाठी हे बरंच नाही का?”

मुलांनी त्याचे नामकरण ‘जोजो’ असे केले. शिगात्से अतिशय उत्साही आणि अफलातून गृहपालक ठरला. नियमित शिकविण्याखेरीज त्याने क्रीडाशिक्षक आणि सांस्कृतिक कार्यक्रमाचा प्रमुख म्हणून कामे अंगावर घेतली. त्याच्यामुळे आमच्या दिनक्रमात आणि अभ्यासक्रमात जिमचा समावेश झालाच, शिवाय त्याने आम्हाला सॉकरसह आणखी कितीतरी खेळांची ओळख करून दिली. जोजो मुलांना छोट्या सहलींना जवळपास नेत असे आणि पोटालाजवळ असलेल्या तळ्यात बोटिंगलाही घेऊन जात असे. अशा सहलीवरून आलेल्या मुलांमध्ये अतिशय उत्साह आणि नव्याने ऊर्जा निर्माण झालेली असे. अशाच एक सहलीहून आल्यावर मी त्याबाबत ग्येंदसेनला विचारले असता, उड्या मारता-मारता तो नव्याने शिकलेल्या इंग्रजी

भाषेत एवढेच उत्तरला, “मला नेमकं ठाऊक नाही का ते? पण मी खूप खूप खूश आहे.”

मुलांना घेऊन तो शहराच्या मध्यवर्ती भागातही जात असे आणि पांढऱ्या काठीच्या साहाय्याने कसे वावरायचे ते मुलांना शिकवत असे. ल्हासातील रस्त्यावरील गर्दीतून सहजपणे वावरण्यात ग्येंदसेन आणि तेंदसिन हे विशेष वाकबगार झाले. ते दोघेही पांढरी काठी घेऊन इतक्या वेगाने व कौशल्याने वावरत की, त्यांना गाठता-गाठता जोजोची दमछाक होत असे. या छोट्याशा प्रयोगाचा फायदा म्हणजे ल्हासाच्या जनतेने प्रथमच तेथील रस्त्यांवर पांढऱ्या काठ्या घेऊन वावरणारी छोटी लहान मुले बघितली. उत्सुक लोक आमच्या मुलांना अनेक प्रश्न विचारत. तेंदसिन आणि ग्येंदसेन यानिमित्ताने आमचे सर्वोत्तम सदिच्छा दूत ठरले. कारण एखादा प्रश्न विचारताच शाळेत काय-काय शिकायला मिळते याची यादीच ते समोरच्या व्यक्तीपुढे मांडत.

अशाच प्रकारच्या तोंडी प्रसिद्धी आणि चर्चेमुळे सहा वर्षांच्या लहानग्या जिद्दीगीला आणि तिच्या कुटुंबाला आमची माहिती मिळाली. तिची आजी तिला आमच्याकडे घेऊन आली. आजी बारकाईने प्रत्येक गोष्टीचे निरीक्षण करीत होती. आमच्या संस्थेविषयी तिला फारशी खात्री नव्हती आणि जसजसे ती बघत गेली तशी ती मान हलवू लागली. पण तिची नात मात्र अधीरपणे विचारत होती, “मला तुमच्या शाळेची सगळी माहिती आहे. मी कधी येऊ शकते?”

जिद्दीगीला तिच्या कुटुंबाने थोडे लाडावून ठेवले होते आणि त्यामुळे ती एखाद्या राजकन्येसारखी वागत होती. आमच्या शाळेतही ती लवकरच आकर्षणाचा केंद्रबिंदू झाली आणि त्याची आम्हाला जरा काळजी वाटू लागली. तिच्या मनात येईल ती प्रत्येक गोष्ट करता न येणे हा तिच्यासाठी नवा अनुभव होता. पण तरीही तिला आमच्याबरोबर राहायचे होते आणि या नव्या वातावरणात ती खूश होती.

एक दिवस, कसे काय ते ठाऊक नाही, पण ती जिन्यावरून गडगडत खाली आली आणि उठली तेव्हा एखाद्या मार खाल्लेल्या मुष्टियोद्ध्यासारखी दिसत होती. तिचे नाक पूर्ण सुजले होते. इतर मुले तिला ‘मोठ्या नाकाची’ म्हणून चिडवू लागली. संध्याकाळी अपेक्षेप्रमाणे तिची आजी आली आणि आपण जिद्दीगीला शाळेतून काढून परत घेऊन चाललो, असे म्हणायला लागली. पण त्या लहानगीने लगेच आपल्या वडिलांना फोन केला आणि आपल्याला येथेच राहू देण्याची विनंती केली. अखेर पुन्हा आजीला माघार घ्यावी लागली.

तिबेटमध्ये बातम्या फार भराभर पसरतात. एक दिवस एक वयस्कर माणूस आमच्या शाळेत आला. त्याने आमच्या शाळेविषयी खूप ऐकले होते. तो तब्बल बाराशे मैलांचा प्रवास करून त्याच्या गावाहून आमच्यापर्यंत हे विचारण्यासाठी

आला होता की, त्याच्या तीन जन्मत: अंध मुलांना आम्ही शाळेत प्रवेश देऊ का? त्याची पत्नी हृदयविकाराने आजारी असल्याने रुग्णालयात होती. त्यामुळे त्याला मुलांना सांभाळणे आता कठीण होत होते. आम्ही त्याच्या तिन्ही मुलांना स्वीकारायला तयार होतो, पण त्यासाठी राज्यपालांची संमती मिळणे गरजेचे होते आणि तिबेटमध्ये कोणत्याही सरकारी कागदपत्रांवर कारवाई व्हायला कमीत कमी सहा महिने लागतात. तोपर्यंत ख्रिसमस येऊन ठेपला असता.

चारच दिवसांनी फोन वाजला. "मी येऊ शकतो का?" असा त्या माणसाचा सवाल होता. मग तो तीन मुलांना घेऊन आला. त्याच्या भेटीचे प्रयोजन आम्हाला समजेना. तिन्ही मुले रांगेने उभी होती. दोन तेरा वर्षांची जुळी मुले – दोरजे आणि झम्पा आणि तिसरी त्यांच्यापेक्षा एका वर्षाने मोठी असलेली त्यांची बहीण किला. "पण यांची कागदपत्रं कुठे आहेत?" बुचकळ्यात आणि काळजीत पडलेल्या पॉलने विचारले. मोठ्याने हसत त्या वडिलांनी एकदम ताठ मानेने सही झालेली कागदपत्रे काढून दिली. आवश्यक ती कागदपत्रे इतक्या चटकन सही करून कशी मिळाली, असा प्रश्न आम्हाला पडला आणि त्याचे उत्तर मात्र कधीही मिळाले नाही. तर, अशा रितीने ती तीन मुले आमच्या शाळेत येण्यास सज्ज झाली.

अशा अनेक मुलांनी मग आमच्या शाळेचे दरवाजे ठोठावले. कारण शाळेची कीर्ती कर्णोपकर्णी पसरत होती. काही दिवसांनंतर आणखी तीन मुले आली. एका नेत्ररोगतज्ज्ञाने मुडोन नावाच्या अकरा वर्षांच्या मुलाला आणले. दुसरा होता, आपल्या आजोबासमवेत रस्त्यावर राहणारा युग्यान आणि तिसरा नुगडुप नावाचा एक बुजरा मुलगा, जो थेट एव्हरेस्टच्या पायथ्यापासून आमच्याकडे आला होता. आता आमच्याकडे बारा मुले होती जी पांढऱ्या काठीच्या मदतीने शहरात फिरत होती, विविध खेळ खेळत होती आणि तीन भाषांमध्ये लिहा-वाचायला शिकत होती. यातून नेमके काय घडणार आहे हे ल्हासाला ठाऊक नव्हते.

३०

१९९९ साली, प्रदीर्घ असा पावसाळा सरल्यानंतर आलेल्या हिवाळ्यात मला आणि पॉलला असे प्रकर्षाने वाटू लागले की, शाळेचा कारभार आपल्या हातात घेण्याइतके आमचे तिबेटी सहकारी सक्षम झाले आहेत. आम्ही युरोपला परत जाण्याची वेळ आता आली आहे. त्यामुळे निधी उभारण्यासाठी देणगीदारांचा शोध गांभीर्याने घेण्याची गरज होती. ''जेव्हा मोठी मुलं सोडून जातील तेव्हा आपण काय करायचं?'' चिंताग्रस्त चिलाने विचारले.

''आपणही मोठ्या मुलांप्रमाणे वागू शकतो हे आपल्याला प्रत्येकाला दाखवून द्यावं लागेल,'' हसत अमला उत्तरली.

आमच्या प्रयाणाच्या आदल्या संध्याकाळी आम्ही एक मोठी पार्टी आयोजित केली होती. येणाऱ्या सर्व मुलांनी केस कापून यावे, असे सांगितले होते. डोल्मा आली आणि यिशीला घेऊन सर्व मुलांचे मुंडण करायला गेली. आमची सर्व मुले आता छोट्या भिक्खूच्या रूपात आम्हाला दिसणार होती.

''आता मला वारंवार ब्यूटी पार्लरमध्ये घेऊन जावं लागणार नाही या कल्पनेने माझी आजी खूश होईल,'' आपल्या डोक्यावरून हात फिरवत जिद्दीगी म्हणाली.

''आता तुझ्या डोक्यात उवा होणार नाहीत हेही तुझ्या आईला सांग.''

ख्रिसमससारख्याच या मेजवानीमुळे आणि समारंभामुळे सर्व शाळेत उत्साहाचे वारे संचारले होते. स्वयंपाक बनविणाऱ्या यिशीच्या अंगात जणू हजार हत्तींचे बळ आले होते. भांड्यांमध्ये भरपूर सॅलड्सच्या चिरलेल्या भाज्या जमा होऊ लागल्या. सर्व घरात केकचा सुगंध दरवळू लागला, भजी करण्यासाठी भाज्या आणि मांस एकत्र कालवले जाऊ लागले. तेंदसिन आणि पसांग यांची नुसती गडबड सुरू होती. फर्निचरची हलवाहलव, सजावट याची धांदल उडाली होती.

''आज रात्री आम्ही नाचायचं ठरवलं आहे. कुणाच्याही डोळ्यात पाणी नको. आज फक्त मजा करायची.'' अमलाने जाहीर केले.

''आज आम्ही खूश आहोत कारण ते आमच्याबरोबर आहेत... उद्याही आम्ही

आनंदी असू, कारण ते लवकरच आमच्याकडे परत येणार आहेत.'' ती गाऊ लागली.

अशा तऱ्हेने मेजवानी सुरू झाली. नॉर्डनने आपल्या उत्तम इंग्रजी भाषेत भाषण करताना आमच्या प्रवासाला आणि पुढील आयुष्याला शुभेच्छा दिल्या. ''आम्हाला तुमची उणीव भासेल, पण काळजी करू नका. सगळी मुलं शहाणी आणि कष्टाळू आहेत. तुम्ही स्वत:ची काळजी घ्या आणि लवकर परत या.'' छोटा सोनम, ज्याला गायला खूप आवडायचे पण ज्याचा सूर कधीही स्थिर राहत नसे तो टेबलावर हात आपटत ओरडला, ''सगळे जण इकडे लक्ष द्या. प्रसिद्ध गायिका सोनम वांगडू आता निरोपाचं गाणं म्हणणार आहे.'' बहुधा सर्वांना 'संकटात ढकलण्याचा' त्याचा इरादा असावा! तो गाणे सुरू करणार तेवढ्यात तो प्रयत्न हाणून पाडण्यासाठी मेटो तिकडे धावली, पण इतरांनी तिला गराडा घातला.

''आज प्रत्येकाला गाण्याचा हक्क आहे, अगदी सोनमलाही.'' तो आमच्यासाठी जे गायला त्याला जोरदार दाद मिळाली.

''आता चिलाची पाळी,'' असे म्हणत सगळ्यांनी चिलाच्या नावाचा पुकारा सुरू केला. स्वत:च्या लोकप्रियतेवर खूश होऊन चिला उठला. त्याचे गाणे ऐकण्यास जणू उत्सुक अशी शांतता बघून तो आणखी सुखावला.

गाणे सुरू करण्यापूर्वी समोरच्या प्रेक्षकांना झुकून अभिवादन करण्याचा संस्कार अमलाने त्याच्यावर केला होता. त्याप्रमाणे त्याने केले खरे, पण टेबलाच्या जवळच आपण उभे आहोत हे त्याच्या लक्षात न आल्याने त्याचे कपाळ धाडकन टेबलावर आदळले. प्रेक्षकांमध्ये हास्याची लाट फुटली. पण तेवढ्यात अमलाने एक ओले फडके आणून त्याच्या कपाळावर दाबून धरले.

आपल्या वेदनेवर मात करीत चिलाने त्या दिवशी जे गाणे म्हटले ते त्याचे आजवरचे सर्वोत्तम गाणे होते आणि त्याच्या या कामगिरीला सर्वांनीच दाद दिली. शाळेतील सर्वांत मोठ्या चार मुलींनी एक बॅले बसविला होता. आपल्या मैत्रिणींना नृत्यकलेची ओळख करून देण्याची इच्छा असलेल्या सुंदर यांगडुलाची गोष्ट त्या बॅलेत होती. आपल्या शरीराचा प्रत्येक भाग आपण स्वतंत्रपणे हलवू शकतो याचे प्रात्यक्षिक ती दाखविते. पायाचे नृत्य झाल्यावर वेळ येते मानेच्या नृत्याची. मग डोक्याची. ते बघून भान हरपलेली मुले उठली आणि स्वत:च्या शैलीत आमच्यासाठी नृत्य करू लागली. त्याच्या नृत्यामुळे गोंधळ होण्यापूर्वीच नॉर्डनने उठून पदन्यास सुरू करीत त्या नृत्याला एक शिस्त आणली. तिच्या नृत्यातील डौल, सौंदर्य आणि प्रतिभा बघून सर्व प्रेक्षक – अंध आणि डोळस, कमालीचे भारावून गेले. आम्हाला फक्त तिच्या सिल्क ब्लाउजची सळसळ ऐकू येत होती.

एकूणच अतिशय आनंददायी अशा त्या वातावरणात अकस्मात, आम्ही

यापूर्वी कधीही न ऐकलेला गोड आवाज उमटला. यिशी गात होता. एक जुने तिबेटी शैलीचे लोकगीत तो गात होता – ज्यामध्ये अथांग पसरलेली वाळू, आग ओकणारा सूर्य आणि तिबेटमधील पर्वतराजी एखाद्या लँडस्केपप्रमाणे डोळ्यांसमोर उमटत होती. ते गाणे जरासे हटके होते. थोडेसे दुखरे, ज्यात धूळ होती, रखरखीत दुष्काळ वेदना आणि कमालीचे दुःख होते. त्या अवचित अशा गाण्याने मला आणि पॉलला हलवून सोडले.

"पॉल आता तू ये. आता डिस्कोची वेळ आहे," असे अमला ओरडताच आम्ही आमचा सीडी प्लेअर काढून त्यात सीडी टाकली. सगळी मुले, कर्मचारी, पाहुणे उठून त्या वेगवान नाचात सहभागी झाले. आरडाओरडा करीत चाललेला तो नाच अगदी मध्यरात्रीपर्यंत सुरू असताना आम्ही ती पार्टी संपविली.

"मला नेहमीच शाळेत राहायला आवडेल." ग्येंदसेनने जाहीर केले. "आम्हालासुद्धा," युडोन म्हणाला. "इथे किती मजा आहे आणि कितीतरी नव्या गोष्टी सारख्या शिकायला मिळतात. आम्ही नाचू, गाऊ आणि खेळू शकतो. तिकडे घरी आम्ही सारखे सगळ्यांना वाटेत आडवे येत असतो."

"तुम्हाला असं वाटत नाही का, तुम्हाला तुमच्या भावंडं आणि मित्रांबरोबर तुमच्या गावात शाळेत जायला मिळालं तर अधिक मजा येईल?"

"कदाचित येईलही, पण नंतर मला इथेच यायला आवडेल. मुलांची काळजी घ्यायला आवडेल आणि त्यासाठी शिक्षक किंवा प्रशिक्षक, गृहपालक होऊन राहायला आवडेल."

"मला डॉक्टर व्हायचं आहे," चिलाने जाहीर केले.

या गप्पा पुढे काही वेळ सुरू होत्या. कोणाला स्वयंपाक शिकून शेफ बनायचे होते, तर कोणाला शिंपी. कोणाला जीपचे चालक व्हायचे होते, तर कोणाला नर्तक. चिलाला 'गाडी' होण्याची इच्छा होती.

"आता आम्हाला गरम पाण्याने अंघोळ करून व्यवस्थित जेवण करण्याची इच्छा आहे. पण मला एक गोष्ट कबूल करायलाच हवी आणि ती म्हणजे हा देश आणि मुलं यांची मला खूप उणीव भासेल," पॉल म्हणाला.

रात्री उशिरा आम्ही बारखोरमधून चालत बनाक शूलकडे निघालो होतो. अतिशय वाईट अवस्थेतील रस्ते, खूप जुनी घरे, मंदिरातून येणारे उग्र सुवास, (आणि काही तेवढेच वाईट वास) अरुंद गल्ल्या अशा अनेक गोष्टी असूनही ल्हासा हे आमचे दुसरे घर झाले होते हे आम्हाला आता जाणवत होते.

दुसऱ्या दिवशी सकाळी आम्ही प्रत्येकाचा निरोप घेतला. मुले आमच्या सूटकेसवर बसली होती आणि मुसमुसत होती. नॉर्डनही खूप अस्वस्थ होती.

"काही महिने शाळेची जबाबदारी घेणं तुला अवघड वाटतंय का?" आम्ही तिला विचारले.

"अजिबात नाही. मला चिंता आहे ती, अधिकारी तुमच्या पुन:प्रवेशाचा व्हिसा आणि कामाच्या परवान्याबाबत काय करतील त्याची! पण काळजी करू नका. फारच अवघड परिस्थिती आली तर मी शाळा चालवेन," ती म्हणाली.

सर्वसामान्य परिस्थितीत मी आणि पॉल खांद्यावर सॅक घेऊन प्रवास करतो. पण आता असंख्य लोकांनी आमच्या कुटुंबांसाठी भेटवस्तू दिल्याने नेहमीपेक्षा अधिक सामान घेऊन आम्ही प्रवास करीत होतो. अमलाने आम्हाला प्रवासासाठी मोठी बास्केट भरून खाद्यपदार्थ दिले आणि जोजोने त्याच्या काठमांडूतील मित्रासाठी एक मोठी केस दिली होती.

"आपण पावसाळ्याच्या हंगामात प्रवास करीत नाहीय हे बरंच आहे. नाहीतर एवढा मोठा पसारा घेऊन प्रवास करणं अशक्य झालं असतं..." पॉल म्हणाला.

आता सर्वांचा अखेरचा निरोप घेण्याची वेळ आली होती. आम्ही एका मोठ्या अवघड प्रसंगात सापडलो होतो. तो प्रसंग दु:खद आणि मजेशीरही होता. आम्हाला घेऊन जाणाऱ्या जीपभोवती चौदा हुंदके देणारी मुले कोंडाळे करून उभी होती. त्यात प्रौढांचाही समावेश होता. प्रत्येक जण दुसऱ्याचे सांत्वन करीत होता. या दृश्यात शेजारीपाजारीही सामील झाल्याने गोंधळात आणखी भर पडली होती. ते दृश्य फारच पाहण्यासारखे असावे. पण या गर्दीमुळे टॅक्सी किंवा बस पुढे सरकू शकत नसल्याने लोकांनी वेड्यासारखे हॉर्न वाजवायला सुरुवात केली. आमच्यामुळे वाहतुकीचा खोळंबा झाला होता.

आमचा विश्वासू चालक त्सेरिंगही आता अधीर होऊन हॉर्न वाजवू लागला. त्या रडवेल्या गर्दीतून वाट काढत अखेर आम्ही गाडीत चढलो आणि गाडी निघाली. पॉल आणि मी आमची दोघांची अंत:करणे इतकी जड झाली होती; जणू आम्ही आमच्या शरीराचा एक भागच तेथे ठेवून जात होतो.

या वेळी आम्हाला नेपाळी सीमेवर यायला दोन दिवस लागले. आमचा पहिला मुक्काम समुद्रसपाटीपासून दहा हजार फुटांवर न्यालम गावात होता. आधीच्या निसर्गदृश्यापेक्षा येथे निसर्ग अगदी वेगळा आणि विरुद्ध स्वभावाचा होता. त्यावर चंद्राचा प्रभाव अधिक होता. त्या उंचीवर थंडी खूप होती. तरीही पॉल आणि मी फिरून आलो. बर्फाच्या शुभ्र टोप्या घातलेल्या पर्वतराजीमधून फिरणे हा एक अद्‌भुत आनंद होता.

पर्वत ओलांडून दुसऱ्या बाजूला येताच आम्ही जणू तऱ्हेतऱ्हेची रंगीबेरंगी फुले, हिरवी जर्द जंगले आणि त्यातून खळाळत धावणाऱ्या नद्या, अशा वेगळ्याच निसर्गात उतरलो. हा मोठा बदल नीट जाणून घेण्यासाठी मी गाडीच्या खिडकीतून

बाहेर डोकावले. बोचरे थंड वारे, धूळ, वाळू आता मागे पडली होती. आता हवा अधिकाधिक आर्द्र होत होती आणि मी खोल श्वास घेऊ शकत होते.

अरुंद रस्त्यावरून दोन तासांचा प्रवास करून आम्ही सीमेवर असलेल्या झांगमू गावात पोचलो. आता वातावरण चांगलेच गरम झाले होते. वातावरणात कचऱ्याचा वास भरलेला होता. झांगमूने नेहमीच आम्हाला धक्का दिला आहे. ज्या ग्रहावर जाण्याचा आमचा फारसा इरादा नव्हता अशा ग्रहावर आपण जाऊन उतरलो आहोत, असे आम्हाला वाटू लागले. या गावात असा काहीतरी 'गुण' होता ज्यामुळे नेपाळमध्ये आमच्या मित्रांकडून होणाऱ्या स्वागताची आणि युरोपमध्ये परत जाण्याची उत्सुकता अधिक वाटू लागली होती.

या वेळी पासपोर्ट अधिकाऱ्याने अगदी मोकळेपणाने त्सेरिंगला सीमा ओलांडून जाण्याची परवानगी दिली. तेथे आम्ही त्याचा निरोप घेतला. जमेल तेवढे सामान आमच्या पाठीवर घेतले आणि मैत्री पुलाकडे कूच केले. एका सुरक्षा अधिकाऱ्याने तेथे आमची कागदपत्रे तपासली. जोजोच्या प्रचंड बॅगेकडे बघून त्याने विचारले, "हे काय आहे?"

या प्रश्नातील धोका लगेच लक्षात येऊन मी माझ्या मनातील चिंतेवर लगेच पांघरूण घातले. ओठावर एक गोठलेले हसू चिकटविले. खरेच आम्ही किती मूर्ख, वेंधळे होतो. मी विचार केला, या पेटीत काही बंदी घातलेली कागदपत्रे किंवा अशा काही गोष्टी असतील तर? आणि जोजो तरी नक्की कोण होता? आम्ही त्याचा नीट तपास कुठे केला होता? जर यात काही अशा बंदी घातलेल्या गोष्टी असतील तर आम्ही संपलो. आम्ही पुन्हा कधीही तिबेटमध्ये परत येऊ शकणार नाही. या सैनिकाला नक्कीच आमच्या येण्याची खबर दिलेली असणार आणि तो आता आम्हाला नक्की अटक करणार याची मला अगदी खात्रीच पटली. दरम्यान, पॉल ती पेटी उघडण्याची खटपट करीत होता. अखेरीस ती उघडली तेव्हा पॉलने व त्या रखवालदाराने आत वाकून बघितले. त्यात थोड्या लाकडी वाट्या, सिल्कचा कपडा आणि काठमांडूत असलेल्या जोजोच्या कुटुंबासाठी काही स्मृतिचिन्हे होती. चेहऱ्यावर स्मितहास्य आणीत त्या रखवालदाराने आम्हाला नेपाळमध्ये प्रवेश दिला!

उपसंहार (मे, २००२)

युरोपमध्ये अनेक महिने निधी संकलनाच्या कामात घालविल्यावर २००० सालच्या प्रारंभी आम्ही ल्हासाला जाण्याच्या हेतूने पुन्हा नेपाळला प्रयाण केले. अर्थात, पूर्वीप्रमाणे याही वेळी कागदपत्रांवर अजून प्रक्रिया सुरू होती. त्यामुळे आम्हाला काही आठवडे काठमांडूत घालवावे लागले. आम्ही वैतागलो तर होतोच, पण आम्हाला काळजीही वाटत होती. दर दोन दिवसांनी आम्ही नॉर्डनला फोन करायचो तेव्हा उत्तर यायचे, 'अजून कागदपत्रे तयार नाहीत. कदाचित पुढच्या आठवड्यात किंवा त्याहूनही नंतर...'

आमची काठमांडूमधील प्रतीक्षा आम्हाला एखाद्या शर्यतीच्या छोट्याशा गेटपाशी आणून उभे करणारी आहे असे मला वाटू लागले होते. आम्ही जणूकाही शर्यत सुरू होण्याच्या इशाऱ्याची वाट बघणारे अस्वस्थ घोडे होतो. या वेळी इतका विलंब होण्याचे काय कारण होते? आमची आता कोणाला गरज नव्हती? पडद्यामागे असे काही घडत होते का ज्याची आम्हाला काही कल्पना नव्हती? या तिबेटी नोकरशाहीची आम्हाला कधी सवय होणार?

चार आठवड्यांच्या प्रदीर्घ प्रतीक्षेनंतर अखेरीस आमची कागदपत्रे आली. तीन दिवसांनंतर आम्ही ल्हासा विमानतळावर गेलो. अतिशय आनंदी अशा नॉर्डनने आमचे स्वागत केले. तिच्याकडे काही मस्त बातम्या होत्या. तिबेटमध्ये अंधांना प्रशिक्षित करणारी आमची शाळा आता तिबेटी शासनाने अधिकृतरीत्या स्वीकारली होती. तिबेटी अपंग व्यक्ती महासंघ या आमच्या नव्या भागीदाराच्या सहकार्याने आम्ही आमचे अनेक बेत प्रत्यक्षात आणू शकत होतो.

काम सुरू केल्यावर दोनच वर्षांत जगभरातून मिळालेल्या पाठिंब्यामुळे आता आमची ही अंधांसाठी सुरू केलेली शाळा हा एक मैलाचा दगड ठरला होता. शाळेच्या जुन्या इमारतीला जोडून पॉलने एक नवी इमारत बांधली असून, तो ब्रेलमधील पुस्तकाचा छापखाना आहे. या छापखान्यात तिबेटी, चिनी आणि इंग्रजी पुस्तके छापली जातात. विद्यार्थ्यांसाठी अधिक खोल्या आणि निवासी खोल्या

बांधल्या गेल्या आहेत, तसेच वैद्यकीय मसाज केंद्रही उभे केले आहे. मुख्य म्हणजे प्रथमच पॉल आणि माझ्यासाठी एक तात्पुरते; पण आरामदायी घर बांधले आहे.

जगभरातील प्रसिद्धिमाध्यमांच्या सहकार्यामुळे आमचा प्रकल्प आता खूप प्रसिद्ध झाला आहे. शाळा, क्लब्ज, खाजगी देणगीदार आणि संस्थांनी केलेल्या मदतीमुळे आमचा हा छोटासा पुढाकार आता एका भक्कम आणि निश्चित कामात परावर्तित झाला आहे.

१९९८ सालच्या अखेरीस, 'कोल्नर-स्टिफ्टुंग' या नव्या जर्मन फाउंडेशनने निधी संकलन करण्यासाठी त्यांचे खाते आम्हाला वापरायला दिले. बँक कर्मचाऱ्यांच्या छोट्याशा गटाचे आणि त्यापेक्षाही महत्त्वाचे म्हणजे त्याचे संस्थापक स्टीफॅन ड्रेसबाख यांचे त्यासाठी आम्हाला आभार मानायला हवेत.

१९९८ सालच्या अखेरीस फ्रान्स व्हॅन बेन्नेकोम या, (आता मयत) व्यक्तीने 'डोअेल वूर ओगेन' (डोळ्यांपुढील उद्दिष्ट) या फाउंडेशनची ॲमस्टरडॅममध्ये स्थापना केली. तेव्हापासून हा समर्पित गट आमच्या डच देणगीदारांची काळजी घेत आहे आणि आमच्या नव्या प्रायोजकांसाठी प्रचाराची मोहीम राबवत आहे.

१९९९ साली मे महिन्यात बॉनजवल मॉरेन होव्हन येथे 'फोर्डरक्रिस ब्लाइंडझेन्ट्रम तिबेट'ची स्थापना झाली. या संस्थेने इपी-स्टिफ्टुंग या प्रायोजक संस्थेचे व्यवस्थापन ताब्यात घेतले असून, जर्मनीतील आमच्या कामाचा हा प्रमुख आधारस्तंभ आहे. युरोपमधील आमच्या कामाचे हे केंद्र आहे.

आता, चार ते बावीस वयोगटातील सत्तावीस विद्यार्थी सध्या विविध मार्गांनी शिक्षण घेत तिबेटी समाजात स्वनिर्धारित आयुष्य जगण्याच्या दिशेने प्रवास करीत आहेत. सर्वसामान्य शाळांमध्ये या विद्यार्थ्यांना सामावून घेता यावे यासाठी आमची शाळा काम करते. अंध युवक आणि प्रौढांना त्यांचे वय आणि क्षमतांप्रमाणे विविध कामे करण्याचे प्रशिक्षण देणारे एक केंद्र उभे करणे हे आता आमचे पुढील उद्दिष्ट आहे. या कार्यक्रमात, आम्ही अशा उपक्रमांचा समावेश केला आहे ज्याची तिबेटमध्ये गरज आहे. शिवाय यात प्रत्येक अंध विद्यार्थ्याच्या क्षमतेचा आणि शक्यतेचा विचारही केला आहे.

नोव्हेंबर, २००० पासून दोन अंध शिक्षकांनी काही विद्यार्थ्यांना वैद्यकीय मसाज करणारे आणि फिजिओथेरपिस्ट म्हणून यशस्वीरीत्या प्रशिक्षित केले आहे. (चीनमध्ये हा व्यवसाय फक्त अंध आणि श्रवणदोष असलेल्यांसाठी राखीव आहे.) तिबेटसारख्या अतिउंचावरील प्रदेशात एका विशिष्ट आजाराचा फैलाव झाल्याने अशा मसाज करणाऱ्यांची तीव्र निकड आहे. अर्थात या आजाराचे कारण मात्र अजून समजू शकलेले नाही. या आजाराचा रुग्णांमध्ये मोठ्या सांध्यांवर परिणाम होतो आणि जसजसे वय वाढत जाते तसतसे हे रुग्ण अपंग होत जातात. मसाज आणि

फिजिओथेरपीच्या उपचारांमुळे या लोकांना वेदनेशी सामना करणे सोपे जाते. आम्ही ज्यांना मसाज करण्याचे प्रशिक्षण दिले त्यांना नोकरीची शाश्वती आहे.

आमच्या चार विद्यार्थ्यांना एका अंध संगीतकाराने व्यावसायिक पातळीवरील गाणे आणि वाद्यवादन शिकविले आहे.

नानग्मा (तिबेटी डिस्को केंद्र) येथे करमणूक करणे हे प्रतिष्ठा देणारे तर आहेच शिवाय कायमस्वरूपी काम देणारेदेखील आहे.

अंधांसाठी तिबेटमध्ये आणखी एक व्यवसाय शक्य आहे आणि तो म्हणजे जनावरे पाळण्याचा. अगदी दुर्गम उंचीवर राहणारे शेतकरी आणि भटके यांना डोळ्यांचा त्रास सुरू होऊन काही काळानंतर पूर्ण अंधत्व येते. योग्य तंत्र, पद्धती आणि उपचार याच्या साहाय्याने त्यांना त्यांचे पूर्वीचे काम करणे शक्य आहे. ल्हासाच्या बाहेर एक फार्म बांधण्यात आला आहे. वय वाढल्यावर ज्यांना अंधत्व आले आहे अशा शेतकऱ्यांना अथवा पशुपालन करणाऱ्यांना येथे येऊन परत, झाडे आणि जनावरे कशी सांभाळायची याचे नव्याने प्रशिक्षण घेता येते. आम्ही अंधांसाठी उत्पन्नाचा आणखी एक स्रोत शोधला आणि तो म्हणजे त्यांना चीज बनवायला शिकविणे, अर्थात आमच्या दातांची काळजी वाटावी असे ते पारंपरिक तिबेटी कोरडे चीज नव्हते. आम्ही एका स्वीस चीज निर्मात्याला चीज उत्पादनाचे शिक्षण देण्यासाठी नेमले. आता त्याच्या मदतीने पाश्चिमात्य खवय्यांना रुचेल अशा चीजचे व्यापारी तत्त्वावर उत्पादन होऊ शकेल. कदाचित त्याला 'मोझेराला'ऐवजी 'ल्हासारेला' म्हणता येईल, नाही का? आम्ही त्या दिशेने प्रयत्न करीत आहोत, त्यामुळे अंधांना उत्पन्नाचा आणखी स्रोत मिळेल.

मागील दोन वर्षे आम्ही अपेक्षा केल्याप्रमाणे सोपी नव्हती. अनेक अनपेक्षित संकटे आणि माघारीचे क्षण आले. त्यामुळे पुनर्वसन केंद्राच्या उभारणीत अपेक्षेपेक्षा खूप जास्ती वेळ गेला. पॉल आणि मी अजून दीड वर्ष ल्हासात राहू, त्यानंतर या प्रकल्पाची सर्व सूत्रे आमच्या तिबेटी सहकाऱ्यांच्या ताब्यात देण्याचा आमचा बेत आहे आणि मग?

आम्ही 'ब्रेल विदाउट बॉर्डर' नावाची एक संस्था स्थापन केली आहे. विविध देशांतून आणि खंडांतून प्रवास करायचा आणि जेथे गरज आहे तेथे अंधांसाठी छोटी प्रशिक्षण केंद्रे आणि ब्रेल छापखाने सुरू करून देण्यासाठी मदत करायची. हे स्वयंसाहाय्यता गटाला मदत करणारे प्रकल्प असतील, ज्यामध्ये अंधांचा समावेश सर्वप्रथम केला जाईल, तोही संस्थापक सहकारी आणि व्यवस्थापक म्हणून. एकदा गोष्टी सुरळीत सुरू झाल्या की, आम्ही उभारलेल्या या प्रकल्पाचा जड अंत:करणाने का होईना आम्हाला निरोप घ्यावा लागेल.

आणि आमच्या ल्हासातील मुलांबाबत बोलायचे तर त्यांचा निरोप घेणे आमच्यासाठी

इतके सोपे नाही. त्यांच्यात असलेली आमची भावनिक गुंतवणूक फार जास्ती आहे. पण तिबेटमधील आमचा मार्ग आम्हाला जगाच्या दिशेने वळवावाच लागेल. ल्हासात निर्माण झालेले भावबंध सोडून बाहेर पडणे अत्यंत अवघड मात्र आहे. पालकांप्रमाणेच आम्हाला नेहमीच, ल्हासात सर्व ठीक चाललेय की नाही, याची काळजी वाटत असते. १९९९ साली जेव्हा आम्ही युरोपला गेलो तेव्हा नॉर्डनकडून सतत येणाऱ्या पत्रांनी आम्हाला हे आश्वासन दिले की, मुले अगदी योग्य हातात आहेत. प्रकल्पाची प्रगती होते आहे आणि त्याचा आम्हाला विलक्षण अभिमान आहे.

नॉर्डनकडून आलेली पत्रे

नोव्हेंबर, १९९०
प्रिय सॅब्रिए आणि पॉल,
तुम्ही दोघे कसे आहात? आम्हाला तुमची खूप आठवण येते. येथे सर्व ठीक चालू आहे. काळजी करू नये. आपली मुले कष्टाळू आहेत आणि सर्व कर्मचारी कामात उत्तम आहेत.

सध्या नोरबू थोडा थंडीतापाने आजारी आहे, पण चिंता करू नका. दोरजेलाही थोडा थंडीताप आहे. मला वाटते, सध्या हवामानच गार आहे. दोरजेला आम्ही हॉस्पिटलमध्ये नेले. आता तो बरा आहे. त्यामुळे काळजी करू नका.

आम्ही सगळे छान आहोत. नुगडुपला कानात जंतुसंसर्ग झाला आहे. झम्पाला थंडीताप आला आहे. गृहमाता आणि पिता त्यांची काळजी घेत आहेत. रोज ते त्यांना हॉस्पिटलला घेऊन जातात. इंजेक्शन देतात आणि सगळे आता बरे आहेत. मेटो चक्कर येऊन पडली, तिला नेमके काय झालेय हे डॉक्टरांना समजत नाहीय. पण आता ती बरी आहे आणि खूशही! बाकी सर्व ठीक चालू आहे.

डिसेंबर, १९९९
प्रिय सॅब्रिए आणि पॉल,
शाळेच्या सुट्या आता जवळ आल्या आहेत. मी मुलांच्या घरी संपर्क साधला आहे. मुलांना कसे पाठवायचे ते नंतर ठरवू. पण त्याची काळजी करू नका. सर्व गोष्टी मी नीट हाताळेन. तेंदसिनची आई येऊन गेली, तिला तेंदसिनला लवकर घरी न्यायचे होते. मग मी तिला २० युआन दिले. तो घरी जाताना खूप रडला. बाकी कोणीही घरी जाण्याचा हट्ट धरला नाही. त्यांना अभ्यास करायला आवडतोय आणि मजा येते आहे.

जानेवारी, २०००

सध्या हवा कोरडी आहे आणि सकाळी खूप थंड असते. हिवाळा या वर्षी लवकर येतो आहे. सर्व मुले घरी गेली. निघताना ती सगळी फार नाराज होती. फार गोड आहेत सगळी मुले. बाकी सर्व ठीक चालू आहे. काळजी नको.

फेब्रुवारी, २०००

नवीन वर्ष जवळ आल्याने आम्ही थोडे व्यस्त आहोत. या नव्या वर्षात आपला प्रकल्प अधिक चांगला आणि यशस्वी होईल. तुमची दोघांची आम्हाला खूप आठवण येते. मी छान काम करण्याचा प्रयत्न करते आहे. माझ्या आईने तुम्हाला शुभेच्छा पाठविल्या आहेत.

मार्च, २०००

कालपासून वर्ग परत सुरू झाले. सर्व मुले आली आहेत आणि ती खूश आहेत. डोल्माने पाठविलेला एक नवा विद्यार्थी आला आहे. तो सात वर्षांचा असून, त्याचे नाव आहे यूमी. आज सर्व मुलांच्या गप्पागोष्टींमुळे शाळा गजबजून गेली आहे. नव्या वर्षाच्या, आपल्या कुटुंबाच्या आणि शाळेच्या गप्पांमध्ये मुले रंगून गेली आहेत. शाळेत आधी कोण आले हे फुशारकीने सांगणे सुरू आहे. आता त्यांचा नवीन अभ्यास सुरू होईल. बाकी सर्व ठीक सुरू आहे.

कालच सर्व मुले आणि शिक्षकांनी मिळून सर्व बाग आणि वर्ग स्वच्छ केले. त्यामुळे सगळे टवटवीत दिसतेय. मुलांचा अभ्यास आणि खेळ सुरू झालाय. आपण सर्व परिसर स्वच्छ केल्यास पॉल-सॅब्रिए खूश होतील, असे त्यांना वाटतेय. मुलांना तुमची खूप आठवण येते. तुम्ही इथे कधी येणार, असे सगळे वारंवार विचारतात. तुम्हाला बुककिपिंगबद्दलचा माझा ई-मेल मिळाला? सर्व काही ठीक सुरू आहे. काळजी करू नका.

तुम्ही खूश असाल तर मी खूप खूश होईन!

उपसंहार (मे, २०१३)

मे, २०१३. पहिल्या व दुसऱ्या पिढीची मुले आज मोठी झाली आहेत. तिबेट, चीन आणि त्याच्या पलीकडे, अंधांकडे बघण्याचा समाजाच्या आधुनिक दृष्टिकोनाचे सदिच्छादूत म्हणून ही मुले आज काम करीत आहेत. आपल्या समर्पित कृती, पुढाकार आणि उद्यमशीलता यांद्वारे ही मुले एक गोष्ट सिद्ध करीत आहेत. आणि ती म्हणजे, अंधपणा म्हणजे अपंगत्व असा विचार केला जाऊ नये. त्याकडे एक संधी म्हणूनही बघता येऊ शकते.

शिक्षण पूर्ण झाल्यावर तेंदसिन, एकेकाळी रस्त्यावर राहणारे ताशी आणि पसांग यांनी स्वत:ची मसाज केंद्र आणि छोटी रेस्टॉरंट्स सुरू केली आहेत. दक्षिण भारत, मलेशिया आणि जपान येथे शिक्षण घेतल्यानंतर आता ग्येंदसेन तिबेटमधील अंधांसाठी प्रथमच सुरू केलेले वाचनालय आणि छापखाना चालवतो. या छापखान्यातर्फे तिबेटी, चिनी आणि इंग्रजी भाषेतील ब्रेलची पुस्तके वितरीत केली जातात. नोरबूने एक छोटेसे चहाचे दुकान उघडले आहे. क्यिलाने आधी इंग्लंडमध्ये शिक्षण घेतले आणि त्यानंतर दक्षिण भारतात सुरू केलेल्या 'कंथारी' या सामाजिक उद्योजकतेचे धडे देणाऱ्या आंतरराष्ट्रीय संस्थेचा अभ्यासक्रम पूर्ण केला. आता ती छोट्या मुलांसाठी एकात्म पद्धतीची पूर्वप्राथमिक शाळा चालवते. या शाळेत शिक्षण देण्याच्या ज्या अभिनव पद्धती वापरल्या जातात त्यामुळे क्यिलाच्या या प्रयोगाने तिबेटभर नाव मिळवले आहे. गुडुप हा मुलगा आधी ऑटिस्टिक (स्वमग्न) वाटत होता, पण त्याला संगीतातील आनंद गवसला आणि आज तो शाळेच्या संगीत विभागाचा प्रमुख तर आहेच, पण त्याच्या मैफली चीनमध्ये तुफान गर्दी खेचतात. या आणि अशा अनेक यशस्वी कहाण्या ज्याप्रमाणे आहेत त्याप्रमाणे काही व्यथित करणाऱ्याही.

एपिलेप्सीने (एक मेंदूचा विकार) केलेल्या एका हल्ल्यातून मेटोग वाचू शकला नाही. एका अतिशय दुर्मीळ मेंदू विकाराने चिलाचा बळी घेतला आणि ताशी माध्यमिक शाळेच्या उंबरठ्यापर्यंत पोहोचू शकला नाही. आज तो त्याच्या वडिलांबरोबर

राहून मेंढ्यापालनाचे काम करतो.

तेरा वर्षांपूर्वी, तिबेटच्या परतीच्या प्रवासात मी या पुस्तकाची अखेरची पाने लिहिली. ही शाळा पुढे कसा प्रवास करेल हे त्या वेळी स्पष्ट नव्हते. ज्या प्रकारच्या अडचणींना आम्ही आजही तोंड देतोय त्याची त्याच वेळी कोणी कल्पना दिली असती, तर आम्ही तिबेटला पुन्हा येण्याबाबत नक्की फेरविचार केला असता. जे काही संकट आहे ते टळून गेले असा आम्ही विचार केला ते बरेच झाले. आम्ही अननुभवी आणि मनात काही शंका न ठेवणारे होतो. पण आमचा दृष्टिकोन सकारात्मक होता. त्यामुळेच आम्ही शाळा वाचवू शकलो आणि आमच्या कल्पना प्रत्यक्षात आणू शकलो. अनेक अडथळे आणि धक्के याला तोंड देत, त्याला सामोरे जात अखेर आम्ही एक मोठी झेप पुढे घेतली. या पहिल्यावहिल्या पुस्तकाचे सर्व काम आणि प्रकाशन करून आम्ही 'लांगडुन हाउस' विकत घेण्याच्या आणि वर्गांना लागून असलेल्या तबेल्याचे नव्याने बांधकाम करण्याच्या परिस्थितीत आलो. त्यामुळे एक गोष्ट झाली, शाळेकडे सतत येणाऱ्या विद्यार्थ्यांना सामावून घेण्याइतकी जागा आमच्याकडे उपलब्ध झाली आणि मग आम्ही आमच्या पाठीराख्यांशी आमच्या स्वप्नाबद्दल बोलू लागलो. १९९८ साली, नेपाळमध्ये वसंत ऋतूत केलेल्या मुक्कामात हे स्वप्न आम्ही बघितले होते. आम्हाला 'शाळा' ही शब्दशः त्या अर्थाने नको होती. आमचा प्रयत्न हा या मुलांना सर्वसामान्य आयुष्याशी जमवून घेण्याची पूर्वतयारी करून देणारा असावा असे आमच्या मनात होते. आम्हाला मुलांना असे तंत्रज्ञान आणि पद्धती द्यायच्या होत्या, ज्या त्यांना स्वतंत्रपणे सर्वसामान्यांच्या प्राथमिक किंवा माध्यमिक शाळेत प्रवेश घेण्याच्या दृष्टीने मदत करणाऱ्या ठरल्या असत्या.

याखेरीज आम्ही अंध युवक आणि प्रौढांसाठी व्यावसायिक शिक्षण देणारे केंद्र उघडण्याची योजना आखली. वैद्यकीय मसाज अभ्यासक्रम, चीज बनवण्याचे शिक्षण देणारा प्रशिक्षण फार्म, बँकिंग, सेंद्रिय शेती, कम्पोस्ट खत, घोडे आणि पशुउत्पादन, जाजम विणकाम, विणकाम, पाकशास्त्र आणि स्वयंपाकघराचे व्यवस्थापन आणि तिबेटी शास्त्रीय संगीतासाठी एक संगीत शाळा. तिबेटी पाठ्यपुस्तके छापण्यासाठी आम्ही एक छापखाना आणि वाचनालय सुरू करण्याची योजना आखत होतो. 'आणि त्यानंतर भविष्यात हे सर्व प्रकल्प आमच्या पहिल्या तुकडीतील अंध विद्यार्थी चालवतील,' असे आम्ही मोठ्या अभिमानाने आणि आत्मविश्वासाने जाहीर केले.

'पाय जमिनीवर ठेवा, आभाळाला हात लावण्याचा प्रयत्न करू नका. एवढी मोठी स्वप्न बघणे तुम्हाला झेपणार नाही,' अशा काही प्रतिक्रिया त्या वेळी आम्हाला ऐकायला मिळाल्या.

पण आम्हाला प्रायोजित करणाऱ्या बहुसंख्य प्रायोजकांनी या प्रारंभीच्या टप्प्यावर

काही न बोलताच माघार घेतली. यावरून आम्ही एकच धडा घेतला, आपली स्वप्न विकसित करण्याची क्षमता प्रत्येकात असतेच असे नाही आणि अनेक लोकांना स्वप्न वास्तवात आणण्याची भीती वाटत असते. त्यानंतर आम्ही मोठ्या स्वप्नांविषयी फार क्वचित बोललो. त्या मोठ्या स्वप्नांचे आम्ही छोटे, झेपतील असे भाग केले आणि ते प्रायोजकांपर्यंत पोहोचवले. त्यांच्याच मदतीने आम्ही आमचे व्यापक ध्येय समजून घेऊ शकलो.

अखेर, अंधांसाठी पूर्वप्राथमिक शाळा आणि याखेरीज अंध युवकांना, प्रौढांना पूर्वीपेक्षा वेगळ्या; पण उपयुक्त अशा व्यावसायिक अभ्यासक्रमांचे तिबेटमध्ये शिक्षण देण्याचा प्रस्ताव चिनी शासनाने आणि तिबेटी जनतेने मान्य केला. अंधांच्या बाबतीत किमान एवढे तरी घडायलाच हवे होते. आता या अंधांनी अतिशय आत्मविश्वासाने आणि स्वतंत्रपणे मुख्य प्रवाहाच्या शाळांमध्ये स्वतःला सामावून घेतले आहे आणि ही मंडळी आता अतिशय प्रतिष्ठित अशा व्यवसायातही आहेत. आज ल्हासातील मुख्य रस्त्यावरून चालण्याचा आपला हक्क त्यांनी गृहीत धरला आहे. आणि मागच्या जन्मी केलेल्या गुन्ह्याची शिक्षा म्हणून अंधत्वाचा शाप वगैरे आपल्या नशिबी आलेला नाही हे ते सिद्ध करीत आहेत.

''मी इतका आनंदी असताना ही शिक्षा कशी होऊ शकते?'' असे तेंदसिन एकदा एका पत्रकाराला म्हणाला. युर्मी हा नऊ वर्षांचा मुलगा पॉलशी बोलताना मोठ्या खुशीने सांगत होता की, लिहू-वाचू शकणारा तो त्याच्या कुटुंबातील एकमेव सदस्य आहे. तो तीन भाषा सफाईदारपणे वापरू शकतो असा त्यांच्या गावातील एकमेवच आहे. त्यापेक्षाही महत्त्वाचे म्हणजे ई-मेल पाठवू शकणारा आणि जग गोल आहे हे ठाऊक असणारा त्यांच्या प्रांतातील तो एकटाच! आणि हे सगळे घडले ते त्याच्या अंधत्वामुळे!

तर, आता शाळा कोण चालवते?

२००१ साली नॉर्डनला एका स्थानिक माध्यमिक शाळेत नोकरी मिळाल्यामुळे 'ब्रेल विदाउट बॉर्डर' ही संस्था सोडावी लागली. तेव्हा या शाळेचे व्यवस्थापन आता अंधांच्याच हातात सोपवण्याच्या दृष्टीने मी आणि पॉल योजना आखू लागलो. त्यानुसार पूर्व तिबेटमधील एका भटक्या जमातीतून आलेला यिमा वांगडू हा आमचा वारसदार ठरला. यिमा स्वतः अंध आहे. तो कधीही शाळेत गेला नव्हता. एक अशिक्षित पंधरा वर्षांचा मुलगा म्हणून तो सर्वप्रथम 'ब्रेल विदाउट बॉर्डर' या संस्थेत आला, पण तो झपाट्याने लिहा-वाचायला शिकला. तो इंग्लंडमध्ये इंग्रजी शिकला आणि मग त्याने दक्षिण भारतातून 'कांथारी' नेतृत्व प्रशिक्षण अभ्यासक्रम पूर्ण केला. त्याची समज, मिस्कीलपणा, गोष्टी हुशारीने हाताळण्याची हातोटी, आणि स्वभावातील गोडवा या गुणांमुळे तो आता शाळेच्या उत्तम टीमचा एक सदस्य झाला आहे. या

टीममध्ये अनिला, कर्मा चोडोन, 'तिबेट डिसएबल पर्सन्स फेडरेशन' हे आमचे तिबेटी भागीदार आणि अन्य अनेकांचा समावेश आहे.

आणि मी व पॉल? आता नव्या कल्पनांना जन्म देण्यासाठी आमचे हात मोकळे होते.

सध्या आम्ही दक्षिण भारतात केरळ राज्यात एका आंतरराष्ट्रीय शिक्षण केंद्रावर काम करीत आहोत. व्यापक सामाजिक उद्दिष्ट असलेल्या, परंपरांना सवाल करण्याचे धाडस असलेल्या आणि सामाजिक प्रश्नांना स्वतंत्रपणे उत्तर शोधू बघणाऱ्यांसाठी हे प्रेरणास्थान आहे. आम्ही या लोकांना 'कांथारी' म्हणतो. कांथारी म्हणजे एक छोटी; पण अतिशय तीव्र मिरची जी जंगलात उगवते आणि त्याचे वैद्यकीय फायदेही आहेत. केरळमध्ये, कांथारी म्हणजे प्रवाहाच्या विरुद्ध पोहणारी आणि सामाजिक समस्यांना निरोगी उपाय शोधून काढणारी एक सशक्त व्यक्ती.

आज 'कांथारी'च्या अभ्यासक्रमातून तीस देशातील सत्तर व्यक्तींनी आपले शिक्षण पूर्ण केले आहे. त्यातून चाळीस शैक्षणिक संस्था आणि प्रकल्प कार्यरत झाले आहेत. सामाजिक बदलाच्या ज्यांच्या कल्पनांना वारंवार आव्हान केले जाते अशा मी व पॉलसारख्या अनेक व्यक्ती आहेत, पण कांथारी आंतरराष्ट्रीय केंद्रात अशा व्यक्तींना तज्ज्ञांकरवी दिशा दाखवली जाते आणि त्यांची स्वप्न वास्तवात यावी यासाठी त्यांना सक्रिय पाठिंबा इथे दिला जातो. आणि जेव्हा अशा थोर स्त्रियांना-पुरुषांना कोणीतरी 'पाय जमिनीवर ठेवा, आकाशाला हात टेकवू नका' किंवा 'मोठी स्वप्न बघणं तुमच्या आवाक्यातील नाही' असे म्हणत आव्हान देतात, तेव्हा 'कांथारी' एकच उत्तर देतात, 'कांथारीची फक्त चव बघा, एक इवलीशी मिरची किती मोठा परिणाम करू शकते तुम्हाला समजेल....'